शहाणीव देणारी पुस्तकं

उत्तमोत्तम मराठी-इंग्रजी पुस्तकांचे रसग्रहण

डॉ. वैभव ढमाळ

गोल्डनपेज पब्लिकेशन

गोल्डनपेज पब्लिकेशन

शहाणीव देणारी पुस्तकं

लेखसंग्रह : **डॉ. वैभव आत्माराम ढमाळ**

Shahaniv Denari Pustaka

Anthology Book : Dr. Vaibhav Atmaram Dhamal

प्रथम आवृत्ती : **१५ जून २०२१**
द्वितीय आवृत्ती : **७ ऑक्टोबर २०२१**
प्रकाशन क्रमांक : २०

© डॉ. वैभव आत्माराम ढमाळ

ओंकार स्वरूप को-ऑप. सोसायटी, सर्वे नं. ३३, सी-१/६११,
आंबेगाव (बु.), पुणे ४११ ०४६.
मोबाइल : ९९२१९६८६८६
इ-मेल : vadhamal@gmail.com

मुखपृष्ठ - मांडणी : **प्रदीप खेतमर,** आर्ट ॲडव्हर्टायझिंग, पुणे

प्रकाशक : **अमृता खेतमर, गोल्डनपेज पब्लिकेशन,**
फ्लॅट नं. १४, ५वा मजला, श्री दत्त कॉर्नर, दत्तनगर, आंबेगाव बुद्रुक, पुणे ४११०४६.
संपर्क : ७७२२००५०८१ । ९५५२३४०१६७
goldenpagepublication@gmail.com

ISBN : 978-81-951637-2-4

''ज्यांनी जन्म दिला त्या आई-बापूंना व
ज्यांनी जीवन घडविले त्या
कुलपती प्रा. डॉ. शिवाजीराव कदम सरांना
स्नेहादरपूर्वक अर्पण...''

जीवनवाटा प्रकाशमान करणाऱ्या पुस्तकांविषयी

||||||||||||||||||||||||||||||||||||||||||||||||||||||||||||||||||||||||||||||||||

मातीची मशागत केल्याशिवाय वृक्षांना हवे ते सत्त्व मिळत नाही. बुद्धीच्या संस्करणासाठी मनाची मशागत गरजेची असते. ती करणे विचारांमुळेच शक्य होते. असंख्य दिव्यांचा लखलखाट करून आसमंत प्रकाशमान करता येतो. अंतरीचा ज्ञानदीप प्रज्वलित करणे तितके सोपे नसते. मनाची मशागत आणि अंतरीच्या ज्ञानदीपाचे प्रज्वलित होणे ज्या विचारांमुळे घडते, त्या विचारांचे उगमस्थान ग्रंथात असते. नुसता आंब्याच्या झाडाला मोहोर येऊन चालत नाही, जीवन जाणिवांनाही मोहोर यावा लागतो, तेव्हा कुठे विचारसंपन्न जीवनाची फळे चाखता येतात. विचारसृष्टीचे अवलोकन केल्याशिवाय जीवनदृष्टी मिळत नाही. ती प्रयत्नपूर्वक मिळवावी लागते. चांगल्या ग्रंथांच्या वाचनातून ती मिळते यावर अढळ श्रद्धा असणाऱ्या डॉ. वैभव ढमाळ यांनी 'शहाणीव देणारी पुस्तकं' हा ग्रंथ वाचकांच्या हाती दिला आहे. जाणता वाचक तोच जो चांगल्या ग्रंथांचा शोध घेतो, त्या ग्रंथांचा आस्वाद घेतो आणि इतर वाचकांनीही त्या ग्रंथांचे परिशीलन करावे यासाठी प्रयत्नशील राहतो. डॉ. वैभव ढमाळ हे अशा जाणत्या वाचकांपैकी एक आहेत. त्यांनी उत्तम ग्रंथ केवळ वाचले नाहीत, तर इतरांनी ते का वाचावेत यासाठी त्या ग्रंथांचे परिचय लिहिले. त्या ग्रंथातले त्यांना जे भावले ते इतरांना सांगितले. त्यातूनच त्यांचा 'शहाणीव देणारी पुस्तकं' हा ग्रंथ सिद्ध झाला आहे. वाचकांच्या जीवनवाटा प्रकाशमान करणाऱ्या पुस्तकांविषयीचे डॉ. ढमाळ यांचे पुस्तक हे वाचकांना खूप काही देणारे आहे.

डॉ. ढमाळ हे इंग्रजी साहित्याचे अभ्यासक. त्यांनी इंग्रजी साहित्यावर पीएच. डी. संपादन केली. भारती विद्यापीठ अभिमत विश्वविद्यालयाच्या दूरस्थ शिक्षण विभागामध्ये साहाय्यक प्राध्यापक म्हणून ते कार्यरत आहेत. विद्यार्थिदशेत झालेले साहित्याचे संस्कार आणि जाणत्या वयात घडलेले श्रवण आणि वाचन यामुळे त्यांच्या साहित्यप्रेमाला भरते येत राहिले. या खळाळत्या प्रवाहाला वाहत राहण्यासाठी एका पाटाची आवश्यकता होती. भारती विद्यापीठाचे संस्थापक-कुलपती डॉ. पतंगरावजी

कदम साहेब यांनी विद्यार्थी, शिक्षक आणि पालक यांच्या वैचारिक भरणपोषणासाठी 'विचार भारती' नावाचे व्यासपीठ उभारलेले होतेच. विचार भारतीच्या संपादकपदाची धुरा माझ्याकडे आल्यानंतर मी केवळ निमित्त ठरलो आणि डॉ. ढमाळ लिहिते झाले. लिहीत राहिले. पुस्तक परिचयाच्या सदर लेखनाच्या निमित्ताने त्यांनीच त्यांना अपेक्षित असणारे शब्दशिल्प आणि विचारशिल्प घडविले. ते पाहणे माझ्यासाठी आनंददायक होते. कारण ग्रामीण भागातून मोठी स्वप्नं घेऊन पुण्यात येऊन आपल्या आयुष्याची उभारणी करणाऱ्या आणि कसलीही पार्श्वभूमी नसणाऱ्या एका लेखकाचे आणि नव्या पिढीतल्या समीक्षकाचे घडणे मी याचि देही याचि डोळा पाहत होतो. 'विचार भारती' हे मासिक सुरू करण्यामागे मा. डॉ. पतंगरावजी कदम साहेबांचा जो हेतू आणि दृष्टी होती, तिला अशी रसाळ गोमटी फळे येणे यासारखा तो स्वप्नपूर्तीचा आनंदक्षण कोणता? डॉ. वैभव ढमाळ यांचे लेखन दै. सकाळ, दै. महाराष्ट्र टाइम्स, दै. सामना या मान्यवर वृत्तपत्रांनी प्रसिद्ध केले. सत्याग्रही विचारधारा आणि सक्षम समीक्षा या मासिकांनी त्यांच्या लेखनाला स्थान दिले. डॉ. वैभव ढमाळ यांचे 'वडील समजून घेताना' हे त्यांच्या वडिलांविषयीचे पुस्तक प्रकाशित झाले. या पुस्तकात त्यांनी आपल्या वडिलांचे हृद्य चित्रण केले आहे. एका संशोधकाच्या निष्ठेने पाठपुरावा करून आणि मेहनत घेऊन त्यांनी 'असवलीकर ढमाळ पाटील' हा छोटेखानी ग्रंथ लिहिला. 'शहाणीव देणारी पुस्तकं' या ग्रंथाच्या रूपाने त्यांचा १६० पृष्ठांचा ग्रंथ वाचकांसमोर येतो आहे याचे सर्वाधिक समाधान मला आहे.

'शहाणीव देणारी पुस्तकं' या ग्रंथात डॉ. ढमाळ यांनी वेगळ्या धाटणीच्या १६ पुस्तकांचा परिचय करून दिला आहे. त्याचे वर्गीकरण चरित्र-आत्मचरित्रात्मक पुस्तके, प्रेरक आणि मार्गदर्शक पुस्तके, सामाजिक आणि वैचारिक विषयांवरच्या कादंबऱ्या असे स्थूलमानाने करता येईल. बेअर ग्रील्स, वॉल्टर आयझॅकसन, लान्स आर्मस्ट्राँग, प्रा. मॅगी जी, रॉबिन शर्मा, रॅन्डी पाऊश, हारुकी मुराकामी, काझुओ इशिगुरो, अमिताव घोष, टोनी मॉरिसन या जगद्विख्यात लेखकांबरोबर डॉ. एस. एल. भैरप्पा, डॉ. आनंद यादव, डॉ. उमा कुलकर्णी, माधवी देसाई, प्रा. मिलिंद जोशी यांच्या त्यांना भावलेल्या पुस्तकांविषयी सविस्तरपणे डॉ. ढमाळ यांनी या पुस्तकात लिहिले आहे. लोकल टू ग्लोबल असा या पुस्तकाचा व्यापक परिघ आहे. इथली माती, माणसं आणि संस्कृती यांनाच लेखनाचे जीवनद्रव्य मानून लिहिणारे इथले लेखक आणि वैश्विक साहित्यात ठसा उमटविणारे लेखक यांच्या लेखनातला आशय, विषय, मांडणी, प्रयोगशीलता, त्यांना अभिप्रेत असणारी जीवनमूल्ये या मुद्द्यांच्या आधारे या दोन्ही साहित्याचा तौलनिक अभ्यास करणे हे जिज्ञासूंसाठी औत्सुक्याचे ठरणार आहे. एकाच रंगाच्या फुलांनी सजलेल्या उद्यानापेक्षा नानाविध रंगांच्या आणि आकारांच्या फुलांनी बहरलेल्या उद्यानातली भ्रमंती अधिक प्रसन्नता देणारी असते.

तोच आनंद आणि प्रसन्नता वैविध्यपूर्ण विषयांवरील पुस्तकांच्या समावेशामुळे या पुस्तकाच्या वाचनात मिळते हे या पुस्तकाचे वैशिष्ट्य आहे.

डॉ. ढमाळ यांची पुस्तकांचा परिचय लिहिण्याची शैली सुरेख आहे. त्यांच्या या परिचयातून पुस्तक वाचल्याचा आनंद तर वाचकाला मिळतोच, पण त्या वाचनातून आपल्या जीवनाला आहोत त्यापेक्षा अधिक उन्नत अवस्थेला नेण्यासाठी त्या पुस्तकातून आपण काय घेतले पाहिजे हेदेखील ते मार्मिकपणे सांगतात. त्यांचे लेखन समीक्षकी थाटाचे नाही. त्यामुळे ते जडता आणि रूक्षता या दोषांपासून दूर आहे. त्यांची भूमिका आस्वादकाची आहे. या पुस्तकाच्या वाचनातून जे त्यांच्या हाती लागले, तेच त्यांनी इतरांच्या हाती देण्याचा प्रामाणिक प्रयत्न केला आहे. चांगली पुस्तके वाचकांपर्यंत पोहोचावीत असे वाटत असेल, तर ती का वाचली पाहिजेत हे वाचकांना समजेल अशा भाषेत सांगण्याची नितांत गरज असते. सध्याचा समीक्षाव्यवहार आत्ममग्न असल्यामुळे आणि त्यांना ठरावीकच पालख्या खांद्यावर उचलून धरण्याची सवय लागल्यामुळे अनेक चांगल्या पुस्तकांकडे दुर्लक्ष होते. पुस्तके चांगली असूनही ती वाचकांच्या कक्षेत येत नाहीत, ही गोष्ट वाचनसंस्कृतीसाठी हानिकारक आहे. म्हणून वाचकांचे बोट धरून त्यांना चांगल्या पुस्तकांपर्यंत घेऊन जाणाऱ्या डॉ. वैभव ढमाळ यांच्यासारख्या तरुण पिढीतल्या आस्वादक समीक्षकाचे काम आणि त्यातून साकारलेले त्याचे 'शहाणीव देणारी पुस्तकं' हा ग्रंथ महत्त्वाचा ठरतो. अशा लेखनातून नव्या पिढीच्या लेखक समीक्षकाचा व्यासंग, त्यांचे विविधांगी वाचन आणि प्रगल्भ आकलन याचेही दर्शन वाचकांना घडते, ते ही विलोभनीय आहे.

चांगले पुस्तक एकांतात वाचताना त्या पुस्तकातल्या अनुभवांशी एकरूप होताना शब्दांच्या सोबतीने माणूस शब्दांच्या पलीकडे जातो. अनेकदा नि:शब्द होतो. शब्दांपेक्षाही नि:शब्द जाणिवांचे महत्त्व अधिक आहे. शब्द कानापासून मनापर्यंत जातात. नि:शब्द जाणिवा मनापासून अंतरात्म्यापर्यंत जातात. 'शहाणीव' याच मार्गावरती वास्तव्याला असते. पुस्तकांच्या रूपांनी तिचा परीसस्पर्श घडला तर जीवन उजळून जाते. हे सारे घडावे हाच डॉ. वैभव ढमाळ यांचा अट्टहास आणि स्वप्न आहे. ते पूर्णत्वाला जावे यासाठी त्यांच्या पुस्तकाला आणि पुढील लेखनाला मन:पूर्वक शुभेच्छा!

जाणकार आणि चोखंदळ वाचक या आगळ्या वेगळ्या ग्रंथाचे आवर्जून स्वागत करतील, अशी मला खात्री आहे.

■

प्रा. मिलिंद जोशी
कार्याध्यक्ष, महाराष्ट्र साहित्य परिषद, पुणे
दिनांक : २८ मार्च २०२१
होळी पौर्णिमा

लिहित्या वाचकाचे मनोगत

हे लेखकाचे मनोगत समजू नये. हे लिहित्या वाचकाचे मनोगत आहे, असे समजून वाचावे.

माझंही एखादं पुस्तक असेल...याचा कधी विचारही केला नव्हता. 'माझं पुस्तक' हे माझ्या वाचनाचं देणं आहे. मी वाचलेल्या आणि खूप आवडलेल्या निवडक पुस्तकावरचं रसग्रहण आहे. समीक्षा वगैरे नाही. ''जे जे आपणासी ठावे। ते ते इतरांसी सांगावे। शहाणे करून सोडावे। सकल जन।।'' एवढाच विचार या पुस्तकामागे आहे. मी उत्तमोत्तम पुस्तकांचं वाचन केलं आणि विचार भारती, सक्षम समीक्षा, सत्याग्रही या मासिकांसाठी आणि वर्तमानपत्रांसाठी लिहिलं. त्यांपैकी निवडक सोळा लेखांचं संकलन करून विविध पुस्तकांचा वाचकांना एकत्रित अनुभव करून देण्याचा हा प्रयत्न आहे. ही सारी 'शहाणीव देणारी पुस्तकं' आहेत. चरित्र, आत्मचरित्र, कादंबऱ्या व प्रेरणादायी पुस्तके अशा विविध विषयांवरील ही सोळा पुस्तके शहाणीवेचे सोबती आहेत. माहिती (Information), ज्ञान (Knowledge) आणि शहाणीव (Wisdom) या समज-बुद्धी-विचार वृद्धिंगत होत जाण्याच्या तीन वेगवेगळ्या पायऱ्या आहेत. आपण केवळ माहिती अथवा सखोल, अनुभवाधिष्ठीत ज्ञान यावरच विसंबून राहता कामा नये. चिंतन, मनन, परिपूर्ण आकलन, विचारांमधील सुस्पष्टता, त्यानुसारच अनुसरण आणि जीवन आमूलाग्रपणे बदलवून टाकणारी विचारप्रक्रिया म्हणजे शहाणीव होय.

मी जे वाचलं, त्यातून मला जी साहित्यिक अनुभूती मिळाली ती तुमच्यासमोर मांडण्याचे दुसरे उद्दिष्ट म्हणजे, या पुस्तकामधील पुस्तकांवरचे रसग्रहण वाचून तुम्हीही ती पुस्तके वाचायला प्रवृत्त व्हावे असे आहे. साहित्याच्या अथांग सागरातले हे चारच थेंब आहेत, याची मला जाणीव आहे. परंतु या चार थेंबांतही सागर सामावलेला आहे, याचाही मी अनुभव घेत आहे. सागराची अथांगता व साहित्याची अपारता मला

स्तिमित करते. माझ्या मर्यादांची तसेच अमर्याद शक्यतांची जाणीव करून देते. या पुस्तकामधील पुस्तकांचे लेखक अशाच अथांगतेला आवाहन करणारे आहेत. यांच्या लिखाणात विश्वाला गवसणी घालण्याचे सामर्थ्य मी स्वत: अनुभवले आहे. मला आलेली अनुभूती मी शब्दबद्ध केली आहे. तुमच्या पुढं मांडतो आहे.

बी.ए. इंग्रजी शिकत असताना सर्वप्रथम थोर लेखक व विविध साहित्यकृतींचा परिचय झाला. त्यातूनच मराठी व इंग्रजी पुस्तकांसोबत मैत्री झाली. वाचन प्रकाराची गोडी वाटू लागली. प्रसंगपरत्वे अभ्यासक्रमामधील व लायब्ररीमधून घेतलेल्या अवांतर पुस्तकांचे वाचन सुरू झाले. ते वाचन फार विचारपूर्वक, ध्येयनिष्ठ नव्हते पण हे काहीतरी खूप छान आहे, असं मात्र सतत जाणवायचं. पुढे एम.ए. साठी तत्कालीन पुणे विद्यापीठाच्या इंग्रजी विभागामध्ये प्रवेश मिळाला. गावामधून थेट पुणे विद्यापीठात आलेल्या आम्हा अनेकांची विद्यापीठातली डिपार्टमेंट्स, ग्रंथालये, वाचनालये पाहून किती पाहू, किती वाचू अशी अवस्था झाली होती. जयकर ग्रंथालय व वाचनालय ही मोठी पावन वास्तू. याच ठिकाणी शेक्सपिअरची सर्व नाटकं भेटली. उत्तमोत्तम इंग्रजी कवी अनुभवले. अनेक थोर समीक्षक अभ्यासक्रमात होते. अनेक दिग्गज इंग्रजी साहित्यिकांच्या कादंबऱ्या, नाटकं अभ्यासता आली.

त्याचदरम्यान मराठी वाचन देखील सुरू होते. त्या वाचनामधून काय मिळत होते? याचा सूक्ष्म विचार त्या वेळेस मी करत नव्हतो. पण आज आयुष्यातील त्या कालखंडावर नजर टाकली तर लक्षात येते की, त्या काळात मी दोनच गोष्टी फार 'पॅशनेटली' केल्या, एक म्हणजे एन्.सी.सी. आणि दुसरे म्हणजे बी.ए.,एम्.ए. दरम्यानचे वाचन. पुढे शिक्षक आणि प्राध्यापक झालो. आवडीप्रमाणे वाचत राहिलो. पण अगदी मिळेल ते वाचले, असं मात्र नव्हतं...आजही नाही. मी निवडक वाचतो. जे उत्तम आहे व उपयुक्त आहे असं वाटतं...ते वाचल्याशिवाय राहायचं नाही, असा माझ्यापुरता माझा नियम आहे.

आज मागच्या २०-२२ वर्षांचा विचार करताना कळतं आहे की जीवनाच्या त्या विविध टप्प्यांमध्ये मला उत्तमोत्तम लेखकांनी व पुस्तकांनी मोठी साथ दिली. त्यांची सोबत आनंददायी होती. एवढ्या वर्षांच्या वाचनाने पुस्तकांच्या सहवासावरचा माझा विश्वास अधिकाधिक दृढ झाला आहे. गंमत ही आहे की, शालेय-महाविद्यालयीन जीवनात आपण वाचनाच्या फायद्यांचा विचार करून वाचत नाही. अनेकजण वाचनाचे फायदे माहीतच नसल्याने वाचनाच्या वाटेलाच जात नाहीत. हा फार मोठा तोटा आहे. किशोरवयीन मुलांना व तरुणांना जमेल तेवढा जास्त पुस्तकांचा सहवास असायलाच हवा. त्या नकळत्या व उमलत्या वयात पुस्तकं जे काही देतात ती शिदोरी आयुष्याच्या पुढच्या टप्प्यांवर फार-फार उपयुक्त ठरते, असा माझा अनुभव आहे. वाचनातून आपली मानसिक जडण-घडण होत असते. मनाला व विचारांना बळ मिळते. नकळतपणे

मन समृद्ध व सामर्थ्यवान बनत जाते. त्या वयात आपण या फायद्यांचा हिशोब मांडू शकत नाही. परंतु आयुष्यात जसजसे नवे टप्पे सुरू होतात, त्या वाटचालीदरम्यान कळत-नकळतपणे पुस्तके आपली साथ-सोबत करत असतात.

विचारांमधील व्यापकता, मनाचा समतोल भाव, ध्येयनिष्ठ वाटचाल, बऱ्या-वाईटातला भेद ओळखण्याची क्षमता, कठीण प्रसंगांना तोंड देताना उपयोगी येणारी सहनशीलता हे सारे-सारे शहाणीव देणाऱ्या पुस्तकांमुळे मिळते. या फायद्यांचा मी स्वतः अनुभव घेतला आहे. वयाच्या या टप्प्यावर 'वाचन' ही माझी सर्वांत प्रिय गोष्ट आहे. नित्य प्रवाही जीवन अखंडपणे नव-नवी कोडी आपल्या पुढ्यात टाकत असते. त्यांची सोडवणूक केल्याशिवाय पुढचा प्रवास सुखकर होत नसतो. सगळ्याच कोड्यांची-प्रश्नांची उत्तरे आपल्याला माहीत असणं शक्यच नसतं. अशा वेळी पुस्तकं आणि लेखक आपल्या मदतीला येतात. कोडी सुटत जातात. आपला प्रवास सुरूच राहतो. पण पुस्तकांची व त्यातील पात्रांची ती मदत दृश्य स्वरूपात होत नसते. ती सगळी प्रक्रिया अगदी आपल्याही नकळत होत असते. वाचक म्हणून आपण जस-जसे पुढच्या टप्प्यांवर जातो व मागे पाहतो, तस-तसं आपल्याला मागच्या प्रवासाचे अर्थ उलगडायला लागतात. 'अरे, हे सगळे टप्पे मी छान पार केले...' असं लक्षात येतं. त्यातले अडथळे पाहून वाटतं... 'वा! छान! हे अवघड टप्पे मी कसे बरे पार केले असतील...?' या सर्व प्रवासात आपल्या नकळत अनेक पुस्तकांची अदृश्य शक्ती आपल्याला मार्गदर्शन करत असते. हा माझा व्यक्तिगत अनुभव आहे.

अनेकजण हातात येईल ते वाचणारे आणि कोणत्याही विषयातील वाचनाची आवड असणारेही असतील. परंतु मला मात्र माझ्या आवडीप्रमाणे वाचायला जास्त आवडते. मी कथा, कादंबऱ्या, कविता संग्रह, समीक्षनात्मक ग्रंथ यातलं निवडक साहित्य वाचत असतो. पण काय वाचायला जास्त आवडतं? असं विचाराल तर त्याचं उत्तर आहे... आत्मकथनं, आत्मचरित्र, चरित्र व व्यक्तिचित्रं. मोठी माणसं 'मोठी' कशी होतात? हे जाणून घेणं मला जास्त आवडतं. मोठे लेखक, उद्योजक, प्राध्यापक, सामान्य माणसाचं असामान्य आत्मकथन, शोषितांचं करुण अनुभवकथन हे सारं वाचताना त्यांच्यासमोरची संकटे, त्यांचा संघर्ष, त्यांची जीवनमूल्ये आणि शेवटी त्यांच्या अनुभवाचे सार... हे सारे वाचावे असे वाटते.

स्वानुभवाने आपण प्रत्येकजण शिकत असतोच. परंतु, अनुभव हा फार कठोर शिक्षक असतो. काहीतरी किंमत मोजल्याशिवाय स्वानुभव प्राप्त होत नाही. कधी-कधी तर फार मोठी किंमत चुकवावी लागते. म्हणूनच पुस्तकांमधून सहज व मुबलक प्रमाणात मिळणारे अनुभव जर आपण आत्मसात केले तर दुसऱ्यांच्या अनुभवाने येणारे शहाणपण हे फारच लाभदायक असेल हे नक्की. सगळेच अनुभव मिळतील आणि जीवन सोपे होईल असे कधीच नसते. कारण प्रत्येकाची कोडी निराळी असतात. ती

ज्याची त्यानेच आपापल्या कौशल्याने सोडवायची असतात. जीवनातल्या कोड्यांचे-अडचणी सोडवण्याचे निश्चित असे फॉर्म्युले नसतात. अनेकदा तुमच्या-माझ्या प्रश्नांची थेट उत्तरे साहित्यात सापडतीलच असेही नाही. मग जीवनचरित्रं वाचून, साहित्य वाचून आपल्याला काय मिळते?

ग्रंथ जीवनातले प्रश्न सोडवत नाहीत. परंतु जीवनातल्या प्रश्नांकडे पाहण्याची नवी दृष्टी देतात हे मात्र नक्की. प्रश्न सोडवण्यासाठी लागणारे कौशल्य विकसित करायचे असेल तर पुस्तकांना पर्याय नाही. प्रश्न असणारच, पण प्रश्नाचं आकलन करून देऊन उत्तराच्या अनेक शक्यतांचं दार किलकिलं करून देण्याचं काम पुस्तकं करतात. आता दमलोय, पण उत्तर सापडेना...अशा अवस्थेत आपले आवडते आत्मकथन आपल्या हातात बळाच्या अदृश्य मनगट्या घालतं. थकलेल्या खांद्यात आणि वाकलेल्या कण्यात आशावादाचं बळ संचारतं...ते केवळ शहाणीव देणाऱ्या पुस्तकांमुळं. आता सारं अंधारलंय...काहीच मार्ग दिसेना असं वाटतं तेव्हा अनेक पुस्तकं दीपस्तंभ बनून अचानकपणे आपल्या समोर उभी राहतात. उधाणलेला जीवनसागर जेव्हा आयुष्याचा घास घेऊ पाहतो तेव्हा त्यातून सुखरूप किनाऱ्यापर्यंतच्या प्रवासासाठी मार्गदर्शन करणारे देखील अनेक लेखक व पुस्तकेच असतात.

किशोरवयीन मुला-मुलींनी तसेच युवक-युवतींनी या पुस्तकातील सर्वच पुस्तके वाचलीच पाहिजेत अशी आहेत. प्रत्येक पुस्तकाचा विषय वेगळा आहे. विविध भाव, रस, विचार प्रसवणारी ही १६ पुस्तकं नवरसांचा आस्वाद देतात. साहसी-रोमहर्षक जीवनदर्शन घडविणारी बेअर ग्रील्स व लान्स आर्मस्ट्रॉन्ग यांची आत्मचरित्रं; स्टिव्ह जॉब्झ, रॅन्डी पाऊश यांची चरित्रं प्रेरणादायी आहेत. हारुकी मुराकामी, काझुओ इशिगुरो व टोनी मॉरिसन यांच्या कादंबरी विश्वातील अनोखी सफर ही वेगळा आनंद देणारी आहे. डॉ. भैरप्पा, आनंद यादव, माधवी देसाई, अमिताव घोष यांची पुस्तके सामाजिक व वैचारिक साहित्य प्रकाराची अत्यंत प्रभावी उदाहरणे म्हणून आपल्यासमोर येतात. रॉबिन शर्मा, उमा कुलकर्णी व प्रा. मिलिंद जोशी यांची पुस्तके वाचकांना एक नवे अनुभवविश्व-विचारविश्व खुले करून देतात.

पाच मराठी, पाच इंग्रजी आणि सहा अनुवादित अशा एकूण सोळा पुस्तकांवरील लेखांचा समावेश असणारे १६० पानांचे हे पुस्तकांबद्दलचे पुस्तक आहे. सोळापैकी सात पुस्तकं ही चरित्र-आत्मचरित्र या साहित्य प्रकारातील आहेत. पाच कादंबऱ्या आहेत तर उर्वरित चार पुस्तकं ही प्रेरणादायक-मार्गदर्शक स्वरूपाची आहेत. या पुस्तकांवरील ही रसग्रहणे वाचून विविध वयोगटातील वाचक निश्चितपणे मूळ पुस्तकांकडे वळतील असा विश्वास वाटतो. ही सर्व उत्तमोत्तम पुस्तकं ज्ञानाच्याही पलीकडली शहाणीव देणारी आहेत.

वाचकांचे अनुभवविश्व व्यापक करणारी ही सगळी व अशा प्रकारची अनेक पुस्तकं ही 'वाचायलाच हवीत' या सदरात मोडणारी आहेत. ही 'शहाणीव देणारी पुस्तकं' तरुणांच्या मनात स्वप्नं पेरणारी आहेत. ध्येयाप्रत वाटचाल करताना शक्ती देणारी आहेत. ज्या समाजात आपण राहतो त्या समाजाचे आकलन करून देणाऱ्या कादंबऱ्या आपल्या विचारांना चालना देतील. आत्मकेंद्रित व एकांगी विचार आपल्याला अ-हितकारक असतात. ही पुस्तके आपल्या समजेच्या व विचारांच्या मर्यादा ओलांडून अमर्याद अनुभवांचे क्षितिज आपल्यासमोर खुले करतील.

वाचनाकडून लेखनाकडे झालेला हा सहज प्रवास आहे. हा प्रवास मला स्वत:ला समाधान देणारा व स्वत:ची आनंददायी ओळख करून देणारा आहे. वाचन आणि लेखनामुळे स्वत:मधील बदल सुस्पष्टपणे जाणवणारे आहेत. संत तुकारामांच्या 'मीचि मज व्यालो। पोटा आपुलिया झालो।।' या उक्तीचा मी अनुभव घेत आहे. २०१८ पर्यंत वाचन सुरू होते पण आवर्जून लेखन करणे असा प्रकार नव्हता. भारती विद्यापीठाचे मुखपत्र असलेल्या 'विचार भारती' या मासिकामध्ये प्रत्येक अंकासाठी एका इंग्रजी पुस्तकाचे मराठी वाचकांसाठी रसग्रहण लिहावे, अशी सूचना प्रा. मिलिंद जोशी सरांनी केली. त्यांची सूचना हा किती मोठा आशीर्वाद होता, याची आज प्रचिती येते आहे. त्यांच्या सूचनेप्रमाणे लिहीत गेलो. मला माझे विचार मांडण्यासाठी विचार भारतीने मोठे व्यासपीठ उपलब्ध करून दिले याबद्दल मी आदरणीय डॉ. पतंगराव कदम साहेब, मा. डॉ. शिवाजीराव कदम सर व मा. ना. डॉ. विश्वजित कदम साहेब यांचा ऋणी आहे. भारती विद्यापीठ परिवार व विचार भारती हा मोठा ऊर्जास्रोत आहे.

अर्थात, माझ्या आई-बापूंच्या आशीर्वादाशिवाय हे घडणं शक्य नाही, असा माझा दृढ विश्वास आहे. माझा प्रसिद्ध झालेला प्रत्येक लेख ते वाचतात व स्वत:जवळ ठेवतात. सर्वसाधारण कामगार व शेतकरी जीवन जगलेल्या माझ्या वडिलांनी त्यांच्या तरुणपणापासूनच वाचनाची आवड जोपासली होती. त्यांना सतत वाचताना मी पाहिले आहे. हा संस्कार फार महत्त्वाचा होता. त्यांच्या विषयी मी कृतज्ञता व्यक्त करतो.

स्वत: प्रा. मिलिंद जोशी सर, उमा कुलकर्णी, माजी कुलगुरू डॉ. उत्तमराव भोईटे सर, माजी कुलगुरू प्रा. एस्. एफ्. पाटील सर, डॉ. व्हि. एन्. करंदीकर, रा. रं. बोराडे, डॉ. यशवंत पाटणे, डॉ. कीर्ती मुळीक, डॉ. मधुकर देसले, ॲड. माधव खानवेलकर अशा अनेक मान्यवरांनी लेख आवडल्याचे कळवले. त्यांच्या कौतुकाला मोल नाही. त्यामुळेच लिहीत राहण्याचा हुरूप वाढला, या साऱ्यांचे जेवढे आभार मानावेत ते कमीच आहेत.

भारती विद्यापीठातील व इतर विद्यापीठांमधील प्राध्यापक मित्रांनी देखील सूचना केल्या व बळ वाढविले, त्यांचेही आभार मानतो. लेखन प्रवासात अनेक ज्ञात-अज्ञात

सहकाऱ्यांची मदत झाली. त्या सर्वांप्रति कृतज्ञता व्यक्त करतो. माझ्या सर्वच लेखांची पहिली वाचक असते ती माझी १५ वर्षांची मुलगी अनुष्का. बाबा काय वाचत आहेत व कशावर लिहीत आहेत याची तिला उत्कंठा असते. जवळ-जवळ प्रत्येक लेख मी लिहीत असतानाच तिने वाचलेला असतो. तिला कौतुकच अधिक वाटते. सूचना अथवा टिपण्णी करण्याचे वय व समज अजून यायची आहे. पण पुस्तकांशी तिची झालेली घट्ट मैत्री मला अमूल्य समाधान देते. तिच्या निरागस कौतुकासाठी तिचेही आभार. माझी पत्नी सौ. सोनाली हिचे सहकार्य व कौतुक हुरूप वाढवणारे असते. ती रसायनशास्त्राची प्राध्यापिका आहे. पण गेल्या अनेक वर्षांच्या सोबतीने साहित्य आणि विज्ञान यांचे रसायन एकजीव झाले आहे.

माझे मार्गदर्शक प्राचार्या डॉ. मुक्तजा मठकरी मॅडम, डॉ. एल. जी. पाटील सर यांसह अनेक शिक्षकांचे मला नेहमीच मार्गदर्शन लाभले, त्यांचे आशीर्वाद हे फार मोठे बळ आहे.

या पुस्तकाच्या निर्मितीमध्ये साहाय्य करणारे अनेक मित्र-सहकारी आहेत. प्रा. डॉ. सुहास मोहिते, जिल्हा माहिती अधिकारी व उत्तम लेखक युवराज पाटील, मित्रवर्य अमित गोरखे, प्रा. डॉ. वैभव जाधव, बालमित्र व तरुण उद्योजक दत्तात्रय (बंडु) ढमाळ आणि हेमंत चव्हाण, तसेच सुहृद डॉ. सुरेश आगळे, प्रा. अनिल क्षीरसागर, प्रा. रुपेश थोपटे, महेश सैंदाणे, प्रा. गणेश वाघ, डॉ. गणेश सोनावणे या सर्वच मित्रांचे मन:पूर्वक आभार. त्यांच्या 'मस्त रे वैभ्या, चांगलं लिहितोयस...लिहीत राहा...' या शब्दांना माझ्या लेखी मोठे मोल आहे. उत्तम पुस्तकांच्या निर्मितीचा अनुभव व साहित्यिक जाण असलेले 'गोल्डन पेज पब्लिकेशन'चे मित्रवर्य प्रदीप खेतमर आणि अमृता खेतमर यांच्या सहकार्यासाठीही आभार व्यक्त करतो.

लेखनाच्या या प्रवासात अनेकांचे मार्गदर्शन व सहकार्य लाभले आहे. त्यांच्याविषयी कृतज्ञता व्यक्त करणे हे माझे कर्तव्य आहे. प्रत्येकाच्या ज्ञात-अज्ञात सहकार्याबद्दल आभार मानतो. सर्व लहान-थोरांच्या मदतीमुळे व आशीर्वादामुळे हा वाचन-लेखन प्रवास आनंददायक झाला आहे. मी वाचत राहीन... लिहीत राहीन... ही तर सुरुवात आहे.

या पुस्तकाच्या पहिल्या आवृत्तीला स्नेहीजनांचा व वाचकांचा भरघोस प्रतिसाद लाभल्यामुळे उत्साह दुणावला आहे. अल्पावधीतच या पुस्तकाची दुसरी आवृत्ती येणे ही अतिशय आनंददायी बाब आहे. पुस्तक लोकांपर्यंत पोहोचते आहे... याचसाठी तर हा अट्टहास केला आहे. वाचकांच्या आणि पाठीराख्यांच्या या प्रेमामुळे त्यांच्या ऋणातच राहणे मी पसंत करेन.

■

डॉ. वैभव आत्माराम ढमाळ

अनुक्रमणिका

- चिखल, घाम आणि अश्रू : बेअर ग्रील्स याचे थरारक आत्मचरित्र............ १५
- झोंबी, नांगरणी, घरभिंती व काचवेल : डॉ. आनंद यादव यांच्या आत्मचरित्रात्मक कादंबऱ्या ३२
- वॉल्टर आयझॅक्सन लिखीत Steve Jobs : जग बदलणाऱ्या युगप्रवर्तक किमयागाराचे चरित्र ४७
- उमा कुलकर्णी यांचे संवादु अनुवादु : सिद्धहस्त अनुवादिकेचे आत्मकथन.... ५८
- इट्स नॉट अबाउट द बाइक- माय जर्नी बॅक टू लाइफ : सायकलपटू लान्स आर्मस्ट्राँग याचे आत्मकथन ६९
- My Animal Life : प्रा. मॅगी जी यांचे चिंतनशील आत्मकथन ७८
- माधवी देसाई यांचे नाच ग घुमा : कांगावा नव्हे कैफियत ८३
- प्रा. मिलिंद जोशी यांचे पाहावे आपणासी आपण : जीवनदृष्टी देणाऱ्या चिंतनिका ९०
- रॉबीन शर्मा यांच्या The Monk Who Sold His Ferrari : मधील भारतीय तत्त्वज्ञानाचे दर्शन ९५
- प्रा. मिलिंद जोशी लिखित व्याख्यानांचे आख्यान : जागर श्रवणसंस्कृतीचा १०५
- प्रा. रॅन्डी पाऊश यांचे The Last Lecture : मृत्यूच्या छायेतील आनंदगाणे ११०
- डॉ. एस. एल. भैरप्पा लिखित Daatu : भारतीय समाजजीवनातील तीव्र अंतःसंघर्ष ११६
- हारुकी मुराकामी यांची Kafka on the Shore : अर्थहीन जगण्याची अंतहीन कथा १२८
- अमिताव घोष यांची Sea of Poppies : व्यक्ती, कुटुंब, समाज, देश व जगाचे आकलन मांडणारी कादंबरी १३७
- काझुओ इशिगुरो यांची The Buried Giant : अंतर्मनातील स्मृति-विस्मृतींच्या भावविश्वाशी संवाद १४६
- टोनी मॉरिसन यांची Sula : मातृत्व, मैत्र, वर्णद्वेष व सुष्ट-दुष्ट प्रवृत्तींची कथा १५२

■ *''शहाणीव देणारी पुस्तकं' यातील 'शहाणीव' या शब्दाने माझे लक्ष वेधून घेतले.* ***वेगवेगळ्या पुस्तकांचे अत्यंत मार्मिक रसग्रहण करून त्या पुस्तकांच्याविषयी जिज्ञासा निर्माण करण्याचे काम लेखकाने केले आहे.*** *वाचकांची बौद्धिक आणि भावनिक समृद्धी वाढविणारे हे वाचनीय पुस्तक आहे.''*

- ना. श्रीमंत रामराजे नाईक निंबाळकर, सभापती, महाराष्ट्र विधानपरिषद

■ *''मानवी जीवनाच्या साफल्यासाठी माणूस नुसता बुद्धिमान अथवा ज्ञानी असून चालत नाही. त्याच्या ठिकाणी शहाणीव असली पाहिजे, हे सांगणाऱ्या* ***उच्च कोटीतील पुस्तकांचा रसग्रहणात्मक परिचय करून देणार हे पुस्तक डॉ. वैभव ढमाळ यांनी लिहून जीवनकलेच्या वाङ्मयात मोलाची भर टाकली आहे.''***

- डॉ. जयसिंगराव पवार, ज्येष्ठ इतिहास संशोधक व लेखक

■ *''चरित्रं, आत्मचरित्रं, प्रेरणादायी पुस्तकं आणि जीवनमूल्य असलेल्या अप्रतिम कादंबऱ्या अशा बहुविध अनुभवांचा एक अप्रतिम कोलाज म्हणजे 'शहाणीव देणारी पुस्तकं' होय.* ***आपल्या समजेच्या आणि विचारांच्या मर्यादा ओलांडून अमर्याद अनुभवांचं विश्व वाचकांसमोर खुलं करण्याचं सामर्थ्य असलेली ही पुस्तकं आजच्या आभासी जगातही प्रभावी ठरतात*** *आणि आपल्या विचारांना बळ देतात.''*

- लक्ष्मीकांत देशमुख, माजी संमेलनाध्यक्ष, ९१वे अ.भा.म.सा. आणि निवृत्त आय.ए.एस.

■ *''शहाणीव देणारी पुस्तकं'-शीर्षकातच हेतू सिद्धता. कादंबरी, आत्मचरित्र, स्वानुभवी लेखन, अनुवाद, चरित्रात्मक कादंबऱ्या अशा विविध विषयांचा समावेश असलेल्या पुस्तकांविषयीचे डॉ. वैभव ढमाळ यांचे चिंतन स्पृहणीय आहे.* ***आपल्याला मिळालेले विचारधन इतरांना वाटणे, हीच एक वेगळी शहाणीव आहे.''***

- राहुल सोलापूरकर, सुप्रसिद्ध अभिनेते, लेखक, व्याख्याते

■ *''या पुस्तकाच्या नावाप्रमाणे एक अनमोल शहाणीव आणि प्रेरणा तर ही पुस्तके देतातच; परंतु* ***सध्याच्या धूसर, संदिग्ध वातावरणामध्ये जिथे जीवनविषयक तत्त्वांची प्रचंड घसरण झालेली दिसते अशा वातावरणात स्वतःला घडवू पाहणाऱ्या, स्वतःला शोधू पाहणाऱ्या युवकांसाठी*** *वंचनेची स्थिती आहे. ही भयावह पोकळी भरून काढणारं अन्* ***आशेनं पाहावं असं हे पुस्तक आहे.''***

- अंजली ढमाळ, कवयित्री आणि राज्यकर उपआयुक्त, वस्तू व सेवा कर विभाग

■ ***''मूळ पुस्तक ताबडतोब घेऊन वाचण्याची प्रेरणा देते तो खरा पुस्तक परिचय.*** *प्रस्तुत पुस्तकातील सोळाही पुस्तकांच्या परिचयाबाबत हे विधान लागू पडते.* ***केवळ पुस्तक परिचयात अडकून न पडता लेखकाने मोठ्या खुबीने स्वतःचेही विचार पानोपानी पेरले आहेत;*** *जे तितकेच महत्त्वाचे वाटतात. या चोखंदळ 'लिहित्या वाचकाचा' हात असाच लिहिता राहो, ही शुभेच्छा...''*

- शिवराज पिंपुडे, केंद्र प्रशासक, ज्ञान प्रबोधिनी, निगडी केंद्र

चिखल, घाम आणि अश्रू :
बेअर ग्रील्स याचे थरारक आत्मचरित्र

सामान्य माणसाच्या विचार आणि कुवतीपलीकडचं वेडं धाडस हेच बेअर ग्रील्सचे जीवन आहे. संपूर्ण जीवन आवडीच्या कामानं आणि एकाच ध्येयानं भारलेले असणारी माणसं भाग्यवान असतात. बेअर ग्रील्स रोमहर्षक पद्धतीने जीवन जगला आहे. साहस, धैर्य, अव्याहत श्रम व अभेद्य श्रद्धा हे त्याच्या जीवनाचे मूलाधार आहेत. त्याच्या या जीवनमूल्यांना अनुभवाचे कोंदण लाभले आहे. म्हणून त्याचे जीवन जगण्याविषयीचे विचार-तत्त्वज्ञान सर्व वाचकांसाठी आणि प्रामुख्याने तरुणांसाठी नक्कीच उपयुक्त आहेत. अनेक पुस्तकांच्या नशिबी दुसऱ्यांचे जीवन आमूलाग्रपणे बदलवण्याचे भाग्य असते, अशा पुस्तकांपैकी हे एक आहे.

'चिखल, घाम आणि अश्रू' हे ब्रिटिश गिर्यारोहक व साहसवीर बेअर ग्रील्स याच्या 'Mud, Sweat and Tears' या आत्मचरित्राचा मराठी अनुवाद आहे. श्री. अनिल व मिना किणीकर यांनी मनोविकास प्रकाशनाच्या माध्यमातून हा मराठी अनुवाद सिद्ध केला आहे. या आत्मचरित्राची मूळ इंग्रजी आवृत्ती २०११ साली प्रकाशित झाली, तर मराठी अनुवाद जून २०१४ मध्ये प्रकाशित झाला आहे. इंग्रजी वाचकांप्रमाणे मराठी वाचकांनीदेखील हे आत्मचरित्र मोठ्या प्रमाणावर वाचले.

हे आत्मचरित्र का वाचावे?

बेअर ग्रील्सचा जन्म ७ जून १९७४ सालचा. हे आत्मचरित्र २०११ साली म्हणजे बेअरच्या वयाच्या अवघ्या ३७ व्या वर्षी प्रकाशित झाले. एवढ्या कमी वयात त्याच्याकडे सांगण्यासारखे खूप काही होते. त्याचे धडपडीचे, मुक्त वातावरणातले, साहसांनी भरलेले बालपण याविषयी असंख्य आठवणी त्याच्याजवळ होत्या. वयाच्या अवघ्या २० व्या वर्षी ब्रिटिश आर्मी (Special Air Services S-A-S)चे अत्यंत अवघड प्रशिक्षण पूर्ण करून तो SAS-21 च्या स्पेशल फोर्समध्ये दाखल झाला.

त्यानंतर आफ्रिकेमध्ये पॅराशूटच्या जीवघेण्या अपघातातून तो आश्चर्यकारकरीत्या वाचला आणि वयाच्या २३ व्या वर्षी एव्हरेस्ट सर करणारा सर्वांत तरुण ब्रिटिश गिर्यारोहक ठरला. एवढ्या कमी वयात त्याच्याजवळ अनुभवाचे मोठे भांडार साठले होते. या अनुभवांच्या जोरावर त्याने अनेक साहसी मोहिमा पार पाडल्या. अनेक धाडसी कारनामे टीव्ही शो आणि चॅरिटी प्रोग्रॅमसाठी केले. त्याचे किशोरवय व तारुण्य हे अचाट धाडस आणि परिश्रमांनी भरलेले होते. ते अनुभवाचे सार 'चिखल, घाम आणि अश्रू' या थरारक आत्मचरित्राच्या माध्यमातून त्याने त्याच्या जगभरातील चाहत्यांसाठी विशेषत: तरुणांसाठी लिहून ठेवले आहे.

किशोरवयीन विद्यार्थ्यांनी हे आत्मचरित्र वाचायला हवे. स्वप्नांचा पाठपुरावा करण्यासाठी त्यांना बळ मिळेल, साहस आणि धैर्याचे महत्त्व कळेल. अविरत कष्टाशिवाय आयुष्यात मोठे काम करता येत नाही, हा संस्कार त्यांच्या मनावर होईल. महाविद्यालयीन तरुण व नोकरी तसेच व्यावसायिक क्षेत्रात स्वत:ला रुजवू पाहणाऱ्या तरुणांनी हे आत्मचरित्र हृदयात साठवून ठेवावे असे आहे. नवे तंत्रज्ञ, डॉक्टर, उद्योजक आणि स्पर्धा परीक्षांची तयारी करणारे युवक-युवती यांच्या मनाला हिमालयाएवढे सामर्थ्य प्रदान करण्याची क्षमता या पुस्तकामध्ये आहे. कष्ट करताना अत्यावश्यक असणारी प्रेरणा या आत्मकथनामधून मिळेल. अपयशाचे आणि निराशेचे, मनाने खचून जाण्याचे अनेक प्रसंग आपल्यापैकी प्रत्येकाच्या आयुष्यात येतात. आपल्या निराश मनात, थकलेल्या खांद्यात आणि झुकलेल्या कण्यात बेअर ग्रील्सचे हे आत्मचरित्र अजेय-अमर्याद बळ आणि चैतन्य भरेल, यात शंका नाही.

गाळलेला घाम आणि अश्रू कधीच वाया जात नाहीत, हा दृढ विश्वास आपल्याही मनाला उभारी देतो. अत्यंत कठोर आणि कसोटीच्या काळात आपल्या मनातील श्रद्धा किती महत्त्वाची भूमिका बजावते, याबद्दलची आत्मचरित्रामधील उदाहरणे आपल्या मनातील श्रद्धेलाही बळकट बनवतात. आज बेअर वयाच्या चाळिशीमध्ये आहे, पण जीवनाचा हा कमी कालावधीदेखील तो समरसून जगला. सतत स्वप्नांचा पाठपुरावा केला. प्रत्येक टप्प्यावर त्याने स्वत:च्या क्षमतांची परीक्षा घेतली आणि अधिक उत्तम काम व अधिक परिश्रम घ्यायला प्रेरित केले. त्याची ही स्वयंप्रेरणा, स्वयंशिस्त व स्वानुभवाधिष्ठित तत्त्वज्ञान वाचकांना वेगळी दृष्टी देणारे आहे. म्हणूनच पाच प्रमुख विभाग व ११० प्रकरणांमध्ये विभागलेले ४०८ पानांचे हे प्रदीर्घ आत्मचरित्र वाचनीय, मननीय व संग्राह्य आहे.

असाध्य ते साध्य करिता सायास :

एकूण ३५ प्रकरणांमध्ये विभागलेल्या पहिल्या भागात बेअरने त्याचे पूर्वज, आई-वडील, बालपणातले मित्र, बेटावरचे त्यांचे जीवन व बालपणातल्या अनेक

खोड्या, वेडी धाडसं आणि उचापती यांच्या आठवणी सांगितल्या आहेत. मुळात ब्रिटिशांसाठी त्यांचा 'वारसा' हा आत्यंतिक जिव्हाळ्याचा विषय असतो. हा वारसा वास्तू, व्यक्ती, घटना, परंपरा, साहित्य इत्यादी अनेक (जवळपास सर्वच) गोष्टींचा असतो. ब्रिटिश माणसाचे हे एक विवक्षित लक्षणच म्हणावे लागेल. गर्वाला अहंकार स्पर्श करेल एवढा अभिमान ते स्वतःच्या 'वारशा'बद्दल बाळगतात. आपण भारतीय लोकही वारशाचा अभिमान बाळगणारे आहोत, पण कालपरत्वे आपण आपल्या सर्व प्रकारच्या वारशाला धर्म-जाती-पंथ यामध्ये विभागून घेतले आहे. वारसा हा राष्ट्राचा असतो. राष्ट्रामधल्या प्रत्येकाचा असतो. प्रत्येक नागरिकाच्या मनातील वारशाविषयीचा असा अभिमान त्या देशामधील नागरिकांचे देशप्रेम व राष्ट्रीय चारित्र्य घडवत असतो. राष्ट्राच्या अस्मिता नागरिकांचे व्यक्तिमत्त्व व चारित्र्य घडवतात. दुभंगलेल्या अस्मिता व वाटून घेतलेला वारसा राष्ट्राभिमानाला संकुचित करू शकतात.

सुरुवातीच्या काही प्रकरणांमध्ये बेअरने त्याच्या आजी-आजोबा, पणजोबा, खापर पणजोबांच्या अनेक आठवणी सांगितल्या आहेत. सॅम्युअल स्माईल्स (इ.स. १८५९) हे त्यांच्या पणजोबांचे आजोबा. हे सॅम्युअल स्माईल्स अत्यंत उत्साही वृत्तीचे, तत्त्वनिष्ठ, धार्मिक गृहस्थ होते. त्या काळात त्यांनी लिहिलेलं 'सेल्फ-हेल्प' नावाचं पुस्तक फार गाजलं होतं. या पुस्तकानं चार्ल्स डार्विनच्या 'द ओरिजन ऑफ स्पिसिज' या पुस्तकाच्या विक्रीचे उच्चांक मोडले होते. 'सभ्यपणा हा रक्तावरून ठरत नाही, तर व्यक्तीच्या नैतिकतेवरून ठरत असतो.' 'संपत्ती आणि पद यांचा खऱ्या सभ्यतेच्या दर्जाशी संबंध नसतो.' 'दरिद्री वृत्तीचे लोकच खरोखर गरीब असतात. सर्व काही गमावूनही धैर्य, आनंद, आशा, मूल्यं आणि आत्मसन्मान टिकवून ठेवणारा श्रीमंतच असतो.' अशा प्रकारचे विचार मांडणारे ते पुस्तक प्रगती आणि व्यवसाय सिद्धीचे गाइड होते, असा भाव बेअर व्यक्त करतो.

बेअरचे पणजोबा सर वॉल्टर स्माईल्स हे ब्रिटिश सैन्यदलात असामान्य शूर अधिकारी म्हणून प्रसिद्ध होते. ते अनेक वर्षे भारतात राहिले. ब्रिटिश सैन्याधिकारी म्हणून भारतात केलेल्या कामाबद्दल त्यांना 'सर' ही उपाधी प्रदान करण्यात आली होती. वॉल्टर स्माईल्स व पत्नी मागरिट यांची मुलगी पॅट्रिशिया स्माईल्स ही बेअरची आजी. त्या उल्सर प्रांताच्या मेंबर ऑफ पार्लमेंट म्हणून निवडून आल्या होत्या. बेअरचे वडील मायकेल ग्रील्स हेदेखील 'रॉयल मरीन कमांडोज' मध्ये अधिकारी होते. व्यावसायिक आणि राजकारणीदेखील होते. बेअरच्या वडिलांचे वडील लष्करामध्ये ब्रिगेडिअर होते. अशा प्रकारे साहस, शौर्य आणि त्यागाचा वारसा त्याला पूर्वजांकडून मिळाल्याचे बेअर सांगतो व त्याविषयी अभिमान व कृतज्ञताही व्यक्त करतो.

याच भागामध्ये त्याच्या बालपणीच्या अनेक आठवणी त्याने सांगितल्या आहेत. आई-वडिलांनी त्याला मोकळेपणानं वाढण्याची संधी दिल्याचं तो प्रामुख्यानं नमूद करतो. कारण कुटुंबामधील वातावरण व वडिलांसोबतचे मैत्र त्याच्या जडणघडणीत प्रभावी ठरल्याचे तो सांगतो. Wight (वीट) बेटावरील, डार्टमूरमधील तसेच डोनाघडीच्या पोर्तावो पॉइंट येथील समुद्र किनाऱ्यावरील बालपणात बेअरने अनेक उपद्व्याप, धाडसं आणि गमती केल्या. त्यातून अनेकदा बरे-वाईट धडे मिळाले. मर्यादा व क्षमता यांची जाणीव होण्याचा हा काळ त्याच्या जडणघडणीत महत्त्वाचा होता.

वयाच्या अकरा-बारा वर्षांपर्यंत बेअर वडिलांसोबत मनसोक्त भटकला होता. त्या भटकंतीदरम्यान तो अनेक नव्या गोष्टी शिकला. मुळात म्हणजे घराच्या सुरक्षित वातावरणातून बाहेर पडून निसर्गाच्या सान्निध्यातले अज्ञात-जग आणि त्याची अगम्य आव्हाने माणसाला मोठे तत्त्वज्ञान शिकवतात, हा धडा बेअरला त्या भटकंतीने दिला. नवा प्रदेश, नवे लोक, नव्या अडचणी आपले अनुभवविश्व व्यापक करतात, असा अनुभव कित्येक वेळा घेतल्याचे बेअर सांगतो.

शालेय वयातच बेअरला बोर्डिंग स्कूलमध्ये पाठवण्यात आले. भीतीमुळे आणि घरापासून दूरचे बोर्डिंगचे जीवन त्याला सुरुवातीला आवडले नाही, पण हेदेखील त्याने जहाजावरचे आव्हान म्हणून स्वीकारले होते. घरापासून लांबच्या वास्तव्याने त्याला आत्मनिर्भरता शिकवली. पुढे बेअरने इटॉन कॉलेजमध्ये प्रवेश घेतला. ते एक अत्यंत नामांकित कॉलेज होते. बेअरच्या जडणघडणीमध्ये या कॉलेजच्या मोकळ्या वातावरणाचा मोठा हातभार आहे. इटॉनमध्ये मुक्त पोषक वातावरण होते. मात्र तेथे दोन गोष्टी केलेल्या अजिबात आवडत नसत. एक म्हणजे आळशीपणा आणि दुसरे म्हणजे निरुत्साहीपणा. विद्यार्थी सतत उपक्रमशील आणि कार्यमग्न आहेत तोवर नियमबाह्य गोष्टीही इटॉनमध्ये माफ असत. बेअरला हेच अधिक आवडत असे. इटॉननं त्याला शिकवलं की मैत्री अमूल्य असते. तुम्हीच तुमचं आयुष्य घडवत असता. तुम्हाला यश आयतं मिळू शकत नाही. तुम्हाला धडपड करून स्वतःला घडवावं लागतं. ही शिकवण त्याला इटॉनमध्येच मिळाली. इटॉन कॉलेजमध्येच त्याचे विशिष्ट असे ब्रिटिश व्यक्तिमत्त्व घडले. 'कष्ट करा, खूप खेळा, नम्र रहा, सर्वस्व देऊन काम करा, मनःपूर्वक काम करा, स्वतःचीसुद्धा खिल्ली उडवा, आणि गरज असेल तर चपराकसुद्धा द्या.' *(१०२)*

बेअर ग्रील्सची शरीरयष्टी किरकोळ आणि अशक्त होती. त्याविषयी त्याच्या मनात न्यूनत्वाची भावना होती; परंतु कराटे-मार्शल आर्टस् शिकायला सुरुवात केल्यानंतर मात्र त्याने प्रयत्नपूर्वक आपल्या शरीराच्या क्षमता वाढवल्या. चिकाटी आणि एकाग्रता वाढवली. सक्षम शरीर हेच मोठी आव्हाने घेऊ शकते आणि सशक्त

शरीरातच सामर्थ्यवान मन वास करते, हा धडा मार्शल आर्टस्च्या प्रशिक्षणाने बेअरला दिला. कराटेमधील ब्लॅक बेल्ट त्याने मिळवला. हा ब्लॅक बेल्ट आपण विकत घेऊ शकत नाही, तो मिळवावा लागतो. विकत घेणे आणि मिळवणे यांतला मोठा फरक यामुळे बेअरच्या लक्षात आला. तो लिहितो, 'ब्लॅक बेल्टकडे जाणारा मार्ग तसा कुणी विकत घेऊ शकत नाही... मार्शल आर्ट म्हणजे केवळ बेल्टस् नाहीत, तर ती वृत्ती (spirit) आहे...' (७१) बालवयात मनावर झालेले हे लढाऊ वृत्तीचे संस्कार पुढे बेअरच्या जीवनतत्त्वज्ञानाचा भाग बनले.

बेअर शालेय जीवनात सतत विविध उपक्रमांमध्ये भाग घेत असे, पण त्याला नेहमीच यश मिळत नसे. तसा तो फार हुशार अथवा कुशल नव्हता, पण तो प्रत्येक गोष्ट सर्वस्व देऊन आणि उत्साहाने करायचा. त्याचे वडील त्याला सांगायचे, तू उत्साहाने आणि समर्पित वृत्तीने काम करत राहिलास तर प्रत्येक काम उत्तम करू शकशील. उत्साही माणसासोबत काम करायला कुणाला आवडणार नाही? गिर्यारोहणाची सुरुवात अगदी शालेय जीवनापासून झाली. वेल्स पर्वत रांगांमधल्या माऊंट स्नोडेन या सर्वांत उंच शिखरावर त्याने गिर्यारोहण केले. पर्वत आणि निसर्ग यांच्यापासून बेअर ग्रील्स अनेक गोष्टी शिकला. पर्वतांमुळे आणि निसर्गाच्या सान्निध्याने माणसा-माणसांत अतूट बंध निर्माण होतात. गिर्यारोहण तुमच्या शारीरिक आणि मानसिक क्षमतांची पुरेपूर परीक्षा घेते. पर्वत तुम्हाला झोकून देऊन प्रयत्न करायला उद्युक्त करतात, लढायला शिकवतात.

बालपणापासून ते कॉलेजपर्यंत आणि पुढे साहसी मोहिमांपर्यंत बेअरला त्याच्या कुटुंबाकडून विशेषत: आई-वडिलांकडून नेहमीच प्रेरणा आणि ऊर्जा प्राप्त झाल्याचे तो नमूद करतो. बेअर सांगतो की, अभ्यासातील प्रगतीबाबत त्याच्यावर कोणताही दबाव नसायचा. त्याला निकालाची आणि पराभवाची कधीच भीती वाटली नाही, कारण पराभवाबद्दल त्याला कधीच शिक्षा झाली नाही. आयुष्य हा एक मोठा प्रवास आहे. काही अपयशांनी खचून जाण्याएवढा हा प्रवास लहान अथवा क्षुल्लक नाही. त्याचे आई-वडील नेहमी म्हणायचे, ''आयुष्यात एक गोष्ट सर्वांत महत्त्वाची असते, ती म्हणजे स्वप्नांचा पाठलाग करणं. असा पाठलाग करताना मित्रांची आणि कुटुंबाची काळजी घेणं.'' (१०१)

शालेय वयापासून बेअरला भटकण्याची, धाडसी प्रवास करण्याची ओढ होती. त्यामुळेच शालेय शिक्षण संपल्यानंतर त्याने देशाटन करायचे ठरवले. त्यासाठी त्याने घरोघर वर्तमानपत्रे टाकून व इतर काही कामे करून पैसे मिळवले. त्या पैशातून त्याने एकट्यानेच युरोपमधील अनेक शहरे पाहिली. भ्रमंतीत फार मोठा अनुभव प्राप्त होतो, हे आपण जाणतोच. बेअरनेदेखील अनेक अडचणींचा सामना करत भ्रमंती केली. बेअरच्या विचारप्रक्रियेत यांमुळे मोठा बदल झाला. या प्रवासादरम्यान त्याला अनेक

बरे-वाईट अनुभव आले. दारिद्र्य, श्रीमंती यांसह अनेक विरोधाभासांचा या निमित्ताने जवळून परिचय झाला. युरोपच्या प्रवासानंतर बेअरने पुन्हा एकदा पैसे जमवले आणि त्याचा जुना मित्र वॅटी याच्यासोबत उत्तर भारतात दीर्घकाळ भटकला. हिमाचल प्रदेश, दार्जिलिंग, कलकत्ता येथेही त्याने भटकंती केली.

महाविद्यालयीन शिक्षणामध्ये त्याला फारसा रस नव्हता, पण त्या दरम्यान भेटलेले अनेक नवे मित्र आणि त्यांच्यासोबतच्या गमती-जमती त्याला आवडत असत; पण लवकरच त्याच्या लक्षात आले की, तो अशा प्रकारचे सामान्य जीवन जगू इच्छित नाही. मित्रांसोबत त्याने ऑफिसर्स ट्रेनिंग कॉर्पस् (OTC)मध्ये प्रवेश घेतला. तेथेच त्याचे सैन्यदलाविषयीचे आकर्षण आणखी तीव्र झाले. त्याच्या पूर्वजांपासून सैन्यदलातल्या सेवेचा वारसा त्याच्याजवळ होताच. याविषयी बेअर लिहितो, ''दोन गोष्टींमुळे SAS रिझर्वमध्ये जाण्यास मला प्रेरणा मिळाली. एक म्हणजे, आयुष्यात काहीतरी वेगळं करायचं आणि चिरकाल टिकणारं करायचं, असा माझा निर्धार होता. मी सर्व काही सहन करू शकलो, माझा कस लागला आणि मी चिकाटी सोडली नाही, हेच मला अभिमानानं सिद्ध करायचं होतं.'' *(१३१)* बेअरचा दृढ विश्वास होता की, आपल्याला मोठे काम करायचे असेल तर वेगळा मार्ग निवडला पाहिजे. S-A-S चा प्रवेश महाकठीण होता आणि म्हणूनच बेअरला केवळ तेच मिळवायचे होते. त्यासाठी अत्यावश्यक असलेली अंत:प्रेरणा त्याच्या आत ठासून भरली होती. बेअरचे हे स्वयंप्रेरणेचे विचार तरुणांनी शिकण्याची व अनुकरण करण्याची आवश्यकता आहे.

"Who Dares, Wins" :

आत्मचरित्राच्या दुसऱ्या भागामध्ये त्याने S-A-S (Special Air Service) मधील प्रशिक्षणपूर्व चाचण्यांचा अतिशय खडतर प्रवास कथन केला आहे. हा या आत्मचरित्रामधील सर्वाधिक उत्कंठावर्धक व भीषण अनुभवांनी भरलेला भाग आहे. केवळ वाचतानादेखील मनात भीतीची एक तीव्र लकेर उमटून जाते; परंतु बेअरची 'S-A-S चा बॅज' आणि धारदार सुऱ्यासारखं टोक असलेली 'करड्या रंगाची ती प्रसिद्ध टोपी' मिळवण्यासाठी कितीही कष्ट करण्याची तयारी होती.

S-A-S मधील निवडीसाठी प्रयत्न करताना कोणत्याही नैसर्गिक क्षमतेपेक्षाही लढवय्या वृत्ती आणि मनाचा निग्रह या दोन गोष्टी महत्त्वाच्या ठरणार होत्या. ''S-A-S म्हणजे चैतन्य आणि लढवय्या वृत्तीचा शोध. शरीरातील प्रत्येक हाड विश्रांती मिळवण्यासाठी आकांत करत असतं, तेव्हाही जे अधिक प्रयत्न करून पुढे जात राहतात, अशा सैनिकांच्या शोधात S-A-S असते.'' *(१३८)* बेअरला पूर्णत: जाणीव होती, की धाडस केल्याशिवाय हे साध्य होणार नाही आणि अपयश आले तरीही आपण प्रयत्न करता-करता अपयशी ठरलो याचे समाधान लाभेल, अशा उत्कट

भावना तो व्यक्त करतो. वयाच्या अवघ्या विसाव्या वर्षी हे अशक्यप्राय ध्येय ठेवण्यामागे केवळ त्याची अंत:प्रेरणा होती... वारशाविषयीचा अभिमानही होता... आणि धाडस-शौर्य यांचं अनिवार आकर्षणही होतं. हे सारं बेअरच्या मनात कुणीही बिंबवलं नव्हतं. जवळ बसवून कोणी शिकवलेलं नव्हतं. हे त्याचं त्यालाच अस्वस्थ करत होतं. बेअर खरोखरच एक स्वयंप्रेरित लढवय्या होता. म्हणूनच वयाच्या अवघ्या विसाव्या वर्षी त्याला अशा प्रकारच्या जीवनाचे आकर्षण वाटत असे.

प्रकरण क्र.३८ ते ६५ मध्ये बेअरने Special Air Service च्या खडतर चाचण्यांचा वृत्तांत कथन केला आहे. २३ मार्च १९९४ रोजी S-A-S च्या प्रशिक्षणपूर्व चाचण्यांना सुरुवात झाली. या प्रयत्नात बेअर आणि अन्य सर्व उमेदवारांच्या शारीरिक आणि मानसिक क्षमतांचा कस लागणार होता. हा प्रवास कष्टप्रद आणि रोमहर्षक होता. S-A-S चे उद्दिष्ट साध्य करण्याचा मार्ग म्हणजे वारंवार प्रयत्न करणं, घाम गाळणं आणि अघोरी कष्ट होय. प्रत्येक 'रानटी' सत्रानंतर बेअरला त्या यातनांविषयी आनंदच वाटायचा, कारण तो एक टप्पा त्याने पार केलेला असायचा. S-A-S मध्ये टिकून राहण्यासाठी 'यातना सहन करणं' हा एकच गुरुमंत्र होता.

उमेदवारांमधील क्षमता व उणिवा लक्षात याव्यात म्हणून प्रशिक्षकांनी अवघड चाचण्या निर्माण केल्या होत्या. उमेदवारांमध्ये चिकाटी आहे का? ते सतत प्रयत्नशील राहतात का? ते तणावाखाली शांत राहू शकतात का? संकटसमयी ते स्वत:वर ताबा ठेवू शकतात का? अशा विविध क्षमतांची तपासणी निरीक्षकांच्या माध्यमातून केली जात असे. उदा. एका तासात टेकडीवर आठ मैल पळणे, हल्ला प्रशिक्षण, पुन्हा दोन तासांचा लाँग मार्च आणि वेळेच्या आत निश्चित ठिकाणी पोहोचणे हे सारे फार थकवणारे होते. "हातपाय विश्रांतीसाठी आकांत करत. थकल्यानंतर सावरण्यासाठी थोडाही वेळ न मिळता पुढच्या टप्प्याला सुरुवात होणं, हे फार कठीण होतं. पुढच्या टप्प्यात प्रत्येक प्रशिक्षणार्थी उमेदवाराला छोट्या ड्रेनेजच्या मॅन-होल मधून खाली ढकलण्यात आलं. नंतर वरील झाकणाला कुलूप लावण्यात आलं. त्या गटाराच्या भूमिगत, अरुंद, ठार अंधाऱ्या बोगद्यांमधून स्वतंत्रपणे रस्ता शोधून निश्चित ठिकाणी पोहोचायचे होते." अशा प्रकाराचे कितीतरी भीतीदायक अडथळे उमेदवारांना पार करावे लागत. याविषयी बेअर सांगतो, "निवडीची एकूण प्रक्रिया म्हणजे फक्त शारीरिक तंदुरुस्ती नाही. त्यासाठी प्रगतीचा दृष्टिकोन, मनाचा लवचिकपणा, स्वयंशिस्त या गोष्टी महत्त्वाच्या असतात. काही वेळा पाय आणि सर्व शरीरही विश्रांती मिळावी म्हणून आकांत करत असतात. त्याच वेळी प्रचंड निग्रह करून स्वत:ला पुढे रेटत चालत राहण्याची गरज असते." *(१५३)*

पण बेअर हे सारं कशासाठी करत होता...? कारण त्याला माहीत होतं की, चांगल्या गोष्टी केवळ धैर्य आणि अपार कष्ट यामुळेच मिळतात. प्रत्येक मौल्यवान

गोष्टीला किंमत ही मोजावीच लागते. S-A-S च्या बाबतीत मात्र ही किंमत म्हणजे 'हजारो पिंप भरून घाम' अशी होती. बेअर त्यासाठी तयार होता.

सैन्यदलामधील निवडीसाठी आवश्यक असलेला हा दृष्टिकोन सामान्य मानवी जीवनातही अनुकरणीय असा आहे. सैन्य निवडीचे निकष हे जीवन तत्त्वज्ञानही मांडतात, कारण ज्या क्षणी 'आता पुरे' असे वाटते, तीच पुढचा प्रवास सुरू करण्याची वेळ असते. 'मागे राहणं म्हणजे सर्वनाशच' हा विचार तरुणांना प्रेरक आहे. प्रत्येकाच्या जीवनात कसोटीचे अनेक प्रसंग वारंवार येत असतात. त्यातूनच आपले कणखर व लढाऊ व्यक्तिमत्त्व तयार होत असते. निराशेने आपण प्रयत्न करायचे सोडून न देता पुन्हा एकदा उरलंसुरलं धैर्य गोळा करून, मनाला उभारी देऊन लढण्याचे बळ बेअरचे शब्द देतात. जीवनातली संकटं, लहान-मोठ्या अडचणी आपल्याही मानसिक आणि भावनिक क्षमतांची परीक्षा घेतात. त्या वेळी केवळ धैर्य, चिकाटी आणि मनाचा समतोल भाव हेच आपल्या कामाला येते. बेअरचे हे सारे विचार व अनुभव म्हणजे प्रयत्नवादाचे ज्वलंत उदाहरण आहे.

ब्रिटिश स्पेशल फोर्सेसच्या S-A-S मध्ये प्रवेश मिळवण्यासाठी बेअरने मनापासून प्रामाणिक प्रयत्न केले, पण बरेचदा काही एक उणीव राहून जाते आणि यश थोडक्यात हुकते. बेअरसोबतही असेच झाले. S-A-S निवडीच्या अंतिम चाचणीत तो नापास झाला. सगळे कष्ट, सगळा घाम, सगळ्या यातना वाया गेल्याची भावना त्याच्या मनात निर्माण झाली. बेअरला पराभूत, अपयशी आणि शून्यवत वाटू लागले. हे अपयश अनपेक्षित होते. प्रत्येक लढाऊ माणसाच्या लढवय्या वृत्तीची चाचणी त्याच्या विजयापासून कधीच होत नसते. तुमचे पहिले अपयश हेच तुमच्या विजयाचा पाया असते, सुरुवात असते. जिथे अपयश आले, तिथूनच पुन्हा सुरुवात करण्यात खरी वीरश्री सामावलेली असते. बेअरनेदेखील हाच विचार केला. पुन्हा एकदा S-A-S च्या निवडप्रक्रियेला पहिल्यापासून सुरुवात करण्याचे त्याने मनाशी ठरवले. त्याला अंतर्मनात खोलवर वाटत होतं, की तो पुन्हा हे करू शकेल. याविषयी बेअर सांगतो की, "स्वतःबद्दल जे मूल्यमापन असतं, त्यामुळे आपल्या ध्येयपूर्तीला मर्यादा पडतात. आपण जर सतत स्वतःला सांगितले की, 'हे जमणार नाही' तर तेच नकळत वास्तव होतं. पण मला माहीत होतं, की मी जर माझ्या शंकांचं रूपांतर आशेमध्ये, भीतीचं रूपांतर धैर्यामध्ये, स्वतःबद्दलची कणव स्वाभिमानात रूपांतरित केली, तर मला जे साध्य करायचं आहे ते मी साध्य करू शकेन." *(१८७)*

दुसऱ्या प्रयत्नामध्ये S-A-S च्या प्रशिक्षणपूर्व चाचणीचे सर्व टप्पे बेअरने उत्तमरीत्या पूर्ण केले. पूर्वीचा अनुभव मोठ्या प्रमाणावर उपयोगात आल्याचे तो सांगतो. त्यामुळे दुसरा प्रयत्न अधिक आनंददायी व आशावादी होता आणि त्याचाच त्याला अधिक फायदा झाला. पात्रता चाचणीच्या एन्ड्युरन्स या अंतिम परीक्षेला

सुरुवात झाली. S-A-S पासून बेअर केवळ एक पाऊल दूर होता. आत्तापर्यंतच्या दोन्ही प्रयत्नांत बेअरने घाम आणि अश्रू गाळले होते, पण या चाचणीच्या अंतिम टप्प्यात तो एका नव्या अनुभवाला सामोरा गेला. याविषयीचा वृत्तांत वाचनीय आहे.

VW व्हॅली ही निवडीसाठी चढावी लागणारी शेवटची पर्वतरांग होती. VW म्हणजे व्हॉलंटरी विड्रॉवल होय. याचा अर्थ स्वखुशीने घेतलेली माघार... हा पर्वत पाहूनच अनेकजण आपले प्रयत्न सोडून देतात. S-A-S प्रत्येक उमेदवाराला हा पर्याय देते. हा पर्वत चढण्याचे आव्हान स्वीकारणे हाच उमेदवाराचा पहिला विजय असतो. सरळ उंच चढाव, सतत घोंघावणारा वारा आणि पाठीवरचं वजन यांमुळे अनेक उमेदवार प्रयत्न सोडून देतात, पण बेअर असं करणार नव्हता. त्याला त्याच्या अपमानाचा आणि पराभवाचा जणू बदला घ्यायचा होता. VW पर्वताच्या अखेरच्या चढाईत बेअर शरीराने व मनाने खचत चालला होता. पावलं पुढे टाकणं अशक्य होऊन बसलं होतं. त्याच वेळी त्याचा मित्र आणि सहउमेदवार ट्रकर हा बायबलमधील काही ओळी पुटपुटत होता. "I am holding you by your right hand, Do not be afraid. I am here to help you." *(Isaiah, 41;13)* बेअरच्या प्रथमच लक्षात आले की त्याला आता मनोधैर्यासोबतच देवाच्या आधाराची सर्वाधिक गरज होती. याविषयी बेअर लिहितो, ''सर्वकाही व्यवस्थित सुरू असताना 'अशी काही गरज नसते' असं वाटणं ठीक असतं; पण निवड प्रक्रियेने मला एक गोष्ट शिकवली. ती म्हणजे, प्रत्येकाच्याच स्वतःच्या अशा मर्यादा असतात. या मर्यादांपलीकडे जायचं असेल तर स्वतःपलीकडे काही असण्याची, कशाची तरी गरज असते. माझ्या श्रद्धेनं मला हेच शिकवलं, हेच मला दिलंय- अत्यंत गरज असते तेव्हा एका सुप्त शक्तीचा पुरवठा आणि मदत या श्रद्धेनं मला केलेली आहे.'' *(२१२)*

जिवाच्या आकांताने बेअरने नरकयातनांचा तो शेवटचा टप्पा वेळेच्या आधी पूर्ण केला. २१ तासांच्या अथक प्रयत्नानंतर त्याने मॅट आणि ट्रकर या सहकाऱ्यांसमवेत एन्ड्युरन्सची अंतिम परीक्षा सर्वप्रथम पूर्ण केली. थकलेल्या शरीरात आणि मनात निवडीचा आनंद सामावत नव्हता. त्याला सुटल्यासारखं वाटत होतं, त्याच वेळी स्वतःचा अभिमानही वाटत होता. हे सारं बेअरने S-A-S (Special Air Service) ची 'कॅप' आणि 'Who Dares, Wins' असं लिहिलेला 'बॅज' मिळवण्यासाठी केलं होतं. स्वप्नपूर्तीसाठी अविश्रांत कष्ट आणि स्वतःच्या सर्व मर्यादा ओलांडून क्षमता वाढविणे हेच बेअरचं व्यक्तिमत्त्व होतं.

अनेक गोपनीय बाबी, ज्यांचे सविस्तर वर्णन करता येत नाही, ते सारे टाळून केलेले वर्णन वाचनीय आहे. S-A-S च्या प्रशिक्षण कार्यक्रमाची आखणीच अशी केलेली होती की, प्रशिक्षणार्थीला शारीरिकरीत्या हतबल करायचं आणि तो उमेदवार कसा आहे, ते शोधायचं. याविषयी बेअर सांगतो की, 'S-A-S' च्या

प्रशिक्षणार्थींकडून काही मूलभूत अपेक्षा होत्या, 'तुम्ही भराभर शिकत आहात का? तुम्ही प्रतिसाद देऊ शकता का? तुम्ही शिकवलेलं आत्मसात करू शकता का? स्वत:त अपेक्षित सुधारणा करू शकता का? दबाव असताना तुम्ही शांत राहू शकता का? टीममध्ये किंवा एकटेसुद्धा काम करू शकता का? तुम्ही स्वयंशिस्तबद्ध आणि पद्धतशीर आहात का? आणि तरीही गरज असेल तेव्हा आवश्यक तेवढे आक्रमक होता का?' *(२१७)* हा एकच परिच्छेद अनेक अर्थांनी सर्व तरुणांना, परीक्षार्थींना, स्वप्नांचा पाठलाग करणाऱ्यांना उपदेशकारक आणि प्रेरणादायक असा आहे. नवे तंत्रज्ञ, प्रशासकीय क्षेत्रात प्रवेशासाठी प्रयत्न करणारे अशा सर्वांसाठी बेअरचे हे अनुभव फारच उपयुक्त असल्याचे वारंवार जाणवते.

22 S-A-S च्या प्रशिक्षणपूर्व व मुख्य प्रशिक्षण कार्यक्रमादरम्यान बेअरच्या लक्षात आले की, त्याला केवळ सैनिकांच्या वेशाचे, बॅरे अथवा बॅज्चे आकर्षण नव्हते. त्याच्या S-A-S च्या स्वप्नामागे याहून महान उद्देश होता. त्याला काही चिरंतन मूल्यांची, निष्ठा आणि उद्दिष्टांची, वारसा आणि परीक्षांची, शौर्य आणि त्यागाची आस होती. ही सर्व मूल्ये असलेली एक व्यवस्था तो नकळतपणे शोधत होता. हे सारं केवळ British Military Services च्या 22 S-A-S (Special Air Services) मध्ये सामावले होते, हे त्याच्या लक्षात आले. कामाराऽडरी-मैत्र, स्वेट-घाम, स्कील-कौशल्य, ह्युमिलिटी-नम्रता, एन्ड्युरन्स-सहनशक्ती आणि कॅरॅक्टर शील/वृत्ती या सद्गुणांचा समुच्चय S-A-S मध्ये होता. बेअरला नेहमीच S-A-S चा सैनिक म्हणून स्वत:चा अभिमान वाटला आहे. त्याच्यासाठी त्याहून मोठे दुसरे काहीच नव्हते.

प्रतिकूलतेहून मोठा गुरू नाही :

प्रतिकूलता माणसाला सर्वाधिक प्रभावी शिक्षण देते. काहींना सुगम जीवनाचा वारसा मिळालेला असतो; परंतु आपल्यापैकी बरेचजण प्रतिकूल गोष्टींविरुद्ध लढा देत आपला जीवनप्रवास करत असतात. कधी आर्थिक स्थिती, कधी अज्ञान, कधी नैसर्गिक संकटे तर कधी स्वनिर्मित अडचणी...मोठं होण्याचा, महान होण्याचा मार्ग येथूनच सुरू होत असावा.

बेअरचं आयुष्य आनंदात चाललं होतं. स्वत:च्या आवडीसाठी निर्माण केलेल्या साहस आणि आव्हानांव्यतिरिक्त जीवन शांत होतं...आणि अचानक १९९६ च्या उन्हाळ्यात एक अघटित घडलं. दक्षिण आफ्रिकेतील 'गेम फार्म' या ठिकाणी बेअरचा पॅराशूट अपघात झाला. भरकटलेल्या विमानातून त्याने पॅराशूटच्या मदतीने बाहेर उडी मारली. दुर्दैवाने तीन हजार फूट उंचीवर पॅराशूट उघडण्याचा प्रयत्न फसला. पॅराशूट नीट उघडले नाही, आयताकृती आकाराऐवजी त्याचा गुंतवळा झाला. या

गडबडीत राखीव पॅराशूट उघडण्याची वेळ निघून गेली. त्या प्रयत्नात उरले-सुरले संतुलनही बिघडले. काहीशा अनियंत्रित अवस्थेत बेअर वाळवंटी जमिनीवर धाडदिशी आदळला...चिंध्यांच्या बाहुलीसारखं त्याच शरीर उडालं...पाठीवर बांधलेल्या पॅराशूट पॅकवर कोसळल्याने बेअरचे तीन मणके मोडले. हा फार मोठा शारीरिक व मानसिक आघात होता. बेअर वारंवार डॉक्टरांना विचारत होता की, मला किमान पूर्वीसारखं परत चालता येईल का? या प्रश्नाचं उत्तर मिळत नव्हतं. बेअरला खोल अंधाऱ्या गर्तेत कोसळल्यासारखं झालं होतं. हे भयंकर स्वप्नाहूनही वाईट होतं.

त्या अपघातानं बेअरमधलं सारं स्फुलिंग आणि चैतन्य हरवलं. शरीर आणि मन दोन्हींवर त्याचं नियंत्रण राहिलं नव्हतं. तो काळ बेअरसाठी फारच वाईट होता. अशा आजारामधून बाहेर पडणं हे एखादा महाकाय पर्वत चढण्याइतकं अवघड असतं, याची त्याला जाणीव होत होती. स्वतःवर ताबा मिळवण्यासाठी थोडा वेळ जावा लागला. हळूहळू बेअरचे मन स्थिर होऊ लागले. त्या वेळच्या सकारात्मक विचारांबाबत बेअर लिहितो, ''आयुष्य क्षणोक्षणी निसटून जात असतं. तसं ते निसटून जाण्यापासून रोखण्यासाठी त्यावर झडपच घालावी लागते. कधीतरी आयुष्यात धक्का बसावा लागतो.'' *(२५३)*

बेअरने या वाईट प्रसंगामध्ये चांगल्या गोष्टी शोधायला सुरुवात केली. त्याच्या लक्षात आले की, त्या भीषण अपघातामधून तो वाचला, हा देवाचा एक चमत्कारच होता. याशिवाय त्या अपघाताच्या पूर्वी तो केवळ स्वतःच्या शरीराच्या व इच्छाशक्तीच्या ताकदीवर अनेक साहसं-आव्हानं स्वीकारत होता. त्याच्या मनात दृढ ख्रिश्चन श्रद्धेचा अभाव असल्याचे त्याच्या लक्षात आले. त्याच्या कुटुंबाला तो किती हवा होता, याचीही त्याला जाणीव झाली. या आजारातून बाहेर पडणं हेच मोठं आव्हान असल्याचं त्याच्या लक्षात आलं. बेअरला जगण्यासाठी आणि आयुष्य हवे-हवेसे वाटण्यासाठी भरपूर कारणं सापडली होती. अपघाताच्या काळ्या-खोल दरीत कोसळलेला बेअर आशावादाच्या फटीतून आत येणाऱ्या स्वप्नं, प्रेम आणि श्रद्धारूपी किरणांकडं पाहत होता.

आठ महिन्यांच्या उपचारानंतर बेअरच्या प्रकृतीत सुधारणा झाली. दैवाने दिलेल्या त्या दुसऱ्या संधीबद्दल बेअर कृतज्ञ होता. आशावाद अधिक बळकट झाला होता. हॉस्पिटल आणि रिहॅबिलिटेशन सेंटरमधून सोडल्यानंतर बेअरला S-A-S मिलिटरी कॅम्पमध्ये पाठवण्यात आलं; परंतु आता सैनिकी सेवा बजावताना अनेक अडचणी येणार असल्याचं डॉक्टरांनी सांगितलं. बेअर स्क्वाड्रनमध्ये परतला, पण टीम सोबत मोहिमा करणं कठीण जात होतं. स्वतःचं अस्तित्व टिकवण्यासाठी काही काळ त्यानं युनिटमध्ये शिकवण्याचंही काम केलं, पण त्याचं साहस त्याला स्वस्थ बसू देत नव्हतं. युनिटमध्ये त्याची घुसमट होत होती. शरीराच्या दुर्बलतेपुढं बेअर अगदी

असहाय होऊन गेला होता. S-A-S मध्ये अशा कमकुवत शरीराच्या आणि जखमी लोकांसाठी कोणतेही स्थान नसते. बेअरसाठी ही परिस्थिती कमालीची तणावपूर्ण आणि वेदनादायी होती.

खूप विचार केल्यानंतर बेअरने S-A-S मधून बाहेर पडण्याचा निर्णय घेतला. हा निर्णय बेअरसाठी किती कठीण असेल, याची कल्पना न केलेली बरी. लढाऊ लोकांसाठी अपयश हे मरणाहून वाईट असतं. बेअर पुन्हा एकदा मानसिक द्वंद्वामध्ये सापडला. अशा प्रतिकूल परिस्थितीतून बाहेर पडण्यासाठी आता बेअरला एका नव्या स्वप्नाची गरज होती. जे त्याच्यामधील स्फुलिंग आणि चेतना यांना पुनर्जागृत करू शकेल.

बेअरला पर्वतांविषयी नेहमीच कमालीचे आकर्षण होते. पर्वत हे आव्हानांचे साक्षात रूप असते. पर्वतारोहण केल्याशिवाय ते लक्षात येत नाही. बेअरला पुन्हा एकदा स्वतःसाठी स्वतःला सिद्ध करायचे होते. त्याने स्वतःपुढे नवे आव्हान ठेवले. 'एव्हरेस्ट' सर करण्याचे... मरणाच्या दारातून परत येऊन, मोडलेल्या कण्याने एव्हरेस्ट सर करण्याचे स्वप्न पाहणे ही मुळातच भयंकर कल्पना होती, पण बेअर असाच आहे. त्याला माहीत नव्हते की हे तो कसे करणार आहे, पण त्याला एक नक्की ठाऊक होते की, त्याला आता केवळ एव्हरेस्ट सर करायचे आहे. गमावलेली शारीरिक आणि मानसिक क्षमता परत मिळवण्यासाठी बेअरने ठेवलेले लक्ष्य अशक्यप्राय असेच होते.

एव्हरेस्ट मोहिमांबद्दल ज्यांनी वाचले असेल, त्यांनाच याची कल्पना येऊ शकेल. प्रकरण क्र. ७४ ते ९७ या भागामध्ये बेअरने एव्हरेस्ट मोहिमेचा रोमहर्षक वृत्तांत कथन केला आहे. एखादा थरारक चित्रपट पाहावा अशा अनुभूतीने ही प्रकरणे वाचली जातात. क्षणोक्षणी उत्कंठा, निराशा, आशावाद, असफलता, श्रद्धा, मैत्र, निसर्गाची अमर्याद शक्ती आणि मानवाची दुर्दम्य इच्छाशक्ती अशा अनेकविध भाव-भावनांची प्रत्यक्ष अनुभूती केवळ वाचनातून आपल्यापर्यंत प्रभावीपणे पोहोचते. हा भाग निश्चितपणे प्रत्येक वाचकाला पूर्णतः नवा अनुभव देतो.

बेअरचे पर्वतांवर प्रेम होते. हिमालय तर साक्षात पर्वतराज... तो जेवढा आकर्षक तेवढाच रौद्र आहे. त्याचे आकर्षण-वेड अनेकांना मृत्यूपर्यंत घेऊन गेले आहे. तरीही गिर्यारोहकांचे प्रेम तसूभर कमी होत नाही. मृत्यूशी मुकाबला करून केवळ एक शिखर पादाक्रांत करण्याच्या तीव्र इच्छाशक्तीला समजून घेणे आपल्यासाठी फार कठीण आहे. एव्हरेस्ट शिखर गिर्यारोहकांची हरप्रकारे परीक्षा घेते. याविषयी बेअर लिहितो, ''अडथळे नसलेला मार्ग कदाचित कुठंही नेत नाही.'' (If you can find a path with no obstacles, it probably doesn't lead anywhere) *(११४)* एव्हरेस्टच्या ध्येयासाठी बेअरने आपले सर्वस्व पणाला लावायचं ठरवलं होतं. त्यासाठी काहीही

भोगावं लागलं तरी त्याची तयारी होती. २७ फेब्रुवारी १९९८ रोजी 'ब्रिटिश अमा दब्लाम' या मोहिमेला सुरुवात झाली. त्या वेळी बेअरचे वय अवघे २३ वर्षे होते. महत्त्वाकांक्षा आणि ध्येयाने प्रेरित झालेल्या ४० गिर्यारोहकांच्या टीमने या मोहिमेला सुरुवात केली.

आरोग्याचे प्रश्न, क्षणोक्षणी बदलणारे हवामान, विरळ ऑक्सिजन, निसर्गाचा प्रकोप, तुफानी वारे अशा अनेक अडचणींचा मुकाबला करत मोहीम सुरू होती. दर दिवशी नवे अनुभव येत होते. दुसऱ्या टप्प्यापासूनच एव्हरेस्टने त्यांची परीक्षा घ्यायला सुरुवात केली. कॅम्पकडे जाताना बेअरचा जीवघेणा अपघातही झाला. ग्लेशियरच्या खोल अंधाऱ्या फटीत पडलेल्या बेअरला निमा शेर्पाने योग्य वेळी वाचवले. अन्यथा त्या क्षणी बेअरचा मृत्यू अटळ होता. याविषयी बेअर भावुकपणे लिहितो, ''जीवन आणि मृत्यूमधील धूसर रेषा माणसाला घडवते किंवा ढासळूनही टाकते... गेल्या काही वर्षांत मी दुसऱ्यांदा मरता मरता वाचलो होतो... मला इतक्यात मरायचं नाही, ही माझी पक्की धारणा आहे...'' *(११२-११३)* पर्वत किती निष्ठुर असतात, याची प्रचिती बेअरला वारंवार आली; परंतु त्यामुळे एव्हरेस्ट सर करण्याची इच्छा आणखी प्रबळ झाली.

केवळ भरपूर पैसा खर्च करून एव्हरेस्टवर जाता येत नाही. माणसाची अतिप्रचंड मनोवृत्तीच त्याला या पर्वतशिखरावर घेऊन जाऊ शकते. गिर्यारोहणासाठी आवश्यक असणारा ९९ टक्के सावधपणा आणि १ टक्का धाडस या नियमाला समोर ठेवून अनिश्चितपणे वागणाऱ्या एव्हरेस्टविरुद्ध त्यांचा लढा सुरू होता. एकेका टप्प्यावर काही सहकारी माघारी फिरत होते. कधी आजारपण, कधी अपघात तर कधी मनोधैर्य संपल्याने गिर्यारोहक बेसकॅम्पवर परतत होते. सहकाऱ्यांचे अपघात मनातली भीती गडद करत होते. पर्वत कोणतीही दयामाया दाखवत नव्हता, पण बेअरला एक माहीत होते की, धोका जितका मोठा, तेवढी संधी मोठी असते. 'जेव्हा सभोवतालची परिस्थिती अंधकारमय असते, तीच तेजानं चमकण्याची संधी असते... एव्हरेस्टवर तर हा गुण म्हणजे सर्वकाही आहे.'' *(३११)*

बेअरची शारीरिक क्षमता उत्तमच होती. त्याचे मनोधैर्य उच्च कोटीचे होते. त्याचबरोबर आव्हानांच्या त्या काळात त्याची अभेद्य श्रद्धा त्याच्यासोबत होती. ती अधिक दृढ होत होती. ''मी तुझ्याबरोबर कायम असेन- अगदी पृथ्वीच्या अंतापर्यंत'' (Be sure of this, that I am with you always, even unto the end of the earth. – *Matthew 28.20*) *(३०३)* माणसाची श्रद्धा कठीण प्रसंगातून त्याला तारून नेत असते, याची प्रचिती बेअरला पदोपदी येत होती. आधुनिक तरुण-तरुणींना श्रद्धा म्हणजे दुर्बलता, out of fashion, भाकड गोष्ट वाटत असावी. कदाचित तरुणाईच्या आधुनिक जगात श्रद्धा mis-fit होत असावी; परंतु श्रद्धा माणसाला

अशक्यप्राय उद्दिष्ट गाठायला मनोबल देते. चांगले, योग्य कार्य करायला प्रवृत्त करते. सुष्ट आणि दुष्ट यांच्यातील भेद सुस्पष्ट करून सत्याच्या वाटेवर चालायला प्रेरित करते. श्रद्धा माणसाला आशावादी आणि सकारात्मक बनवते. आपल्या जीवनातील श्रद्धेचे अनन्यसाधारण महत्त्व अधोरेखित करणारे अनेक प्रसंग या आत्मचरित्रामध्ये वाचकांना सापडतात.

मनोधैर्य आणि अभेद्य श्रद्धेचा भीतीवर विजय :

आत्मचरित्राच्या चौथ्या भागामध्ये एव्हरेस्ट मोहिमेच्या शेवटच्या उत्कंठावर्धक घटनांचा वृत्तांत कथन केला आहे. एव्हरेस्टच्या २७,५०० फूट उंचीवर 'डेथ झोन' नावाचा पॉइण्ट आहे. त्या ठिकाणी तापमान उणे ४० अंश एवढे असते. दैवाशिवाय आणि पर्वताच्या अनुमतीशिवाय तिथं जिवंत राहणं केवळ अशक्य होतं. तो साक्षात मृत्यूसोबतचा प्रवास होता. ते वर्णन अंगावर काटा आणणारे आहे. एवढे की, वाचतानादेखील आपण गारठून जातो. पण प्राणही गमवावा एवढं महत्त्व एव्हरेस्टला का आहे? हे आपल्याला पुरेसे कळणार नाही. ते एक विचित्र आकर्षण असावे. ती एक अतिमानवीय आसक्ती असावी.

अंतिम चढाईच्या त्या जीवघेण्या प्रयत्नादरम्यान श्रद्धेची नितांत आवश्यकता असलेल्या क्षणी बेअर देवाचा धावा करताना स्वत:ला सांगत राहतो, 'Even the youth shall faint and be weary, and the young men shall fall. But those who wait upon the Lord shall renew their strength. They shall mount up with wings like eagles. They shall run and not be weary. They shall walk and not faint. (*Isaiah 40:29-31*)' *(३३२)* ध्येय आणि संघर्षाची एक गंमत असते, ज्या क्षणी प्रयत्न-संघर्ष सोडून द्यावेसे वाटतात, त्याच क्षणी ध्येयपूर्ती दिसत असते. जे अंतिम क्षणी आपले धैर्य टिकवून ठेवतात, तेच ध्येयाप्रत पोहोचतात. एक-एक टप्पा पार करत बेअर साऊथ समिटपर्यंत पोहोचला होता. एव्हरेस्ट शिखर केवळ ४०० फुटांवर होतं. २९,००० फूट उंचीवर, ताशी ४० मैल वेगाने वाहणारे वारे शेवटच्या पावलापर्यंत परीक्षा घेणार होते, पण हेच पर्वत तुम्हाला शक्ती देतात. पर्वत जगू देतो म्हणून तुम्ही जगता, असा विश्वास निर्माण करणारे क्षण बेअर अनुभवत होता.

अखेरीस २६ मे १९९८ च्या सकाळी ७ वाजून २२ मिनिटांनी बेअरने एव्हरेस्टवर पाऊल ठेवले. एव्हरेस्ट पर्वतरांगांवरून जाणारं शेवटचं वळण पार करताना बेअर मास्कच्या आत रडू लागला. भावना अनावर झाल्या. पाणावलेल्या डोळ्यांनी तो २९,०३० फूट उंचीवरची एव्हरेस्टची भूमी निरखून पाहत होता. आयुष्यातील सर्वांत मोठी ध्येयपूर्ती केल्याचा भाव बेअरच्या मनामध्ये दाटला होता. एव्हरेस्ट

शिखराच्या माथ्यानं स्वतःचे विशाल हात पसरून बेअरचे स्वागत केले होते. कारण त्या अतिविशाल पर्वताने बेअरला त्या योग्यतेचे मानले होते. तंत्रज्ञान मानवाला चंद्रावर घेऊन जाऊ शकेल, पण एव्हरेस्ट शिखरावर त्याला स्वतःला पायीच जावे लागते. या मोहिमेत विज्ञान-तंत्रज्ञान गिर्यारोहकांना बऱ्याच प्रमाणात साहाय्य करेल, पण निसर्ग आणि पर्वताशी लढा देत मानवाला केवळ 'चालतच' त्या सर्वोच्च ठिकाणी पोहोचता येऊ शकते. ७ वाजून ४८ मिनिटांनी बेअरने एव्हरेस्टवरून खाली परतायला सुरुवात केली. म्हणजे तो केवळ २६ मिनिटे जगातल्या सर्वोच्च भूमीवर होता. त्याहून अधिक काळ तेथे थांबताही येत नाही, कारण पाठीवरचा ऑक्सिजन टँक मर्यादित असतो. याचा अर्थ पर्वताच्या सर्वोच्च ठिकाणी काही मिनिटे थांबता आले, परंतु त्यासाठी बेअरने ३ महिने पायी प्रवास केला होता. आपल्या शारीरिक आणि मानसिक मर्यादा ओलांडून, मृत्यूचे पदोपदी दर्शन घेत ती मोहीम यशस्वीपणे पूर्ण केली होती. हा सगळा अट्टहास त्याने स्वतःला सिद्ध करण्यासाठी केला होता.

एव्हरेस्ट मोहिमेने बेअरला जीवनातले सर्वांत मोठे धडे दिले. त्याने पर्वतांची थोरवी अनुभवली. निसर्गाशी एकरूप व्हायला शिकविले. स्वतःचे धैर्य आणि चिकाटी तपासून पाहता आली. मैत्र आणि श्रद्धा हे भाव खूप जास्त दृढ झाले... आणि सर्वांत महत्त्वाचे म्हणजे मानवाच्या मर्यादा व जीवनाचे महत्त्व त्याला कळाले. एव्हरेस्ट मोहिमेत त्याने अनुभवलेले तत्त्वज्ञान आपल्या जीवनालाही लागू करता येते. याविषयी बेअर लिहितो, ''जगणं आणि मरणं यांतील सीमारेषा अगदी धूसर असते... आम्ही जिवंत राहिलो आणि कुणीतरी मरण पावलं...असं का?...स्वतःची स्वप्नं साकार करण्यासाठी सर्वस्व पणाला लावावं लागतं... अत्यंत कठीण काळातील मैत्र आणि मनात टिकून राहिलेली श्रद्धा याहून मोठे काहीच नाही...'' *(३६०-३६१)*

या आत्मचरित्राचे नाव 'चिखल, घाम आणि अश्रू' असे असले तरी या तीन महत्त्वाच्या गोष्टीसोबत मला आणखी एका गोष्टीचे सातत्यपूर्ण अस्तित्व बेअरच्या साहसकथेमध्ये दिसते. ती चौथी गोष्ट म्हणजे बेअरची 'अभेद्य श्रद्धा'. स्वतःचे कर्तृत्व व क्षमता सर्वथा सिद्ध केलेल्या या साहसवीराचा देवाच्या अस्तित्वाविषयीचा व त्याच्या अखंड सोबत असण्याविषयीचा भाव बेअरला सच्चा ख्रिश्चन व सश्रद्ध माणूस बनवतो. वयाच्या १६व्या वर्षी त्याचे गॉडफादर स्टीफन यांच्या अचानक मृत्यूने बेअर हादरून गेला होता. त्यांच्या मृत्यूने बेअर शून्यवत झाला, देव व धर्माविषयीचा श्रद्धाभाव नाहीसा झाला होता. या घटनेनंतर त्याने दीर्घकाळ स्वतःच्या श्रद्धेविषयी विचार केला. बेअरची खरी श्रद्धा त्याला स्वतःच्या कृतींमध्ये सापडली. तो लिहितो, ''माझ्या मते ख्रिश्चन श्रद्धा म्हणजे भावबंध, संवाद, क्षमाशीलता, सहनशीलता आणि प्रेमळ असणं...पण आपल्यापैकी बहुतेकजण ख्रिश्चन श्रद्धेचा हा अर्थ विसरतात आणि आपण फक्त धार्मिक कर्मकांड लक्षात ठेवतो.'' *(११)*

ख्रिस्तावरची अढळ श्रद्धा त्याला आत्मविश्वास देते, सामर्थ्य देते. अनेकदा जेव्हा हताश व्हायला होतं, प्रयत्न सोडून द्यावेसे वाटतात, तेव्हा हीच श्रद्धा त्याला मन:शक्ती देते. स्वत:वर ताबा ठेवण्यासाठी, संयम ठेवतानादेखील हीच श्रद्धा त्याच्या मदतीला आल्याचे अनेक अनुभव त्याने सांगितले आहेत. हा भाग वाचनीय असून त्याच्या व्यक्तिमत्त्वामधील वेगळ्या पैलूचे दर्शन घडवणारा आहे. आजच्या तरुणांनी कर्मावर विश्वास ठेवून आपले कर्तव्य बजावत असताना जर हृदयामध्ये श्रद्धाभाव जपला, तर ते प्रत्येक काम अधिक आनंदाने आणि प्रभावीपणे करू शकतात, असे वाटते. मनगटावर/कर्मावर विश्वास असणं म्हणजे श्रद्धेशी फारकत नव्हे. श्रद्धेशी फारकत म्हणजे मन:सामर्थ्यामधील उणीव होय, असेही वाटते.

एव्हरेस्ट मोहिमेनंतर बेअरचा विवाह त्याची मैत्रीण शारा सोबत झाला. शारा आणि बेअर हे एक छान दांपत्य आहे. दोघेही अत्यंत कुटुंबवत्सल आणि समजूतदार स्वभावाचे आहेत. त्यांची तीन मुले आणि कुटुंबीय असे त्यांचे स्वत:चे छोटेसे जग आहे. मुलांनी आपल्यासारखेच साहसी आणि स्वप्नांचे जीवन जगावे, अशी त्यांची अपेक्षा आहे.

नवी सुरुवात :

आजही जगाच्या कानाकोपऱ्यात बेअरच्या विविध साहसी मोहिमा सुरूच असतात. त्याच्या आयुष्यात स्थैर्यापेक्षा साहसांना आणि आव्हानांना अधिक स्थान आहे. तो आजही अनेक सेवाभावी संस्थांशी जोडलेला आहे. चॅरिटी शोच्या माध्यमातून त्या संस्थांना तो मदत करतो. बेअरने एकूण ११ पुस्तके लिहिली आहेत. जगातील २८ दशलक्ष स्काऊट्सचा तो 'चीफ स्काउट' म्हणून काम करतो आहे. त्याच्या टी.व्ही. शोला सर्वाधिक प्रेक्षक वर्ग लाभला आहे. कर्तृत्व आणि प्रसिद्धीच्या सर्वोच्च शिखरावर असणारा बेअर ग्रील्स आजही त्याच्या साहसी जीवनावर तेवढेच प्रेम करतो. नवी आव्हानं आणि अज्ञात साहसं हाच त्याचा श्वास आहे. मरण कधीतरी येणारच आहे, पण तोपर्यंतच जीवन थरारकपणे जगण्याची त्याची ऊर्मी शिकण्यासारखी आहे. जीवन जगण्याची ही रीत बेअरने स्वत: निवडली आहे आणि अत्यंत मनस्वीपणे तो जगत आहे.

आत्मचरित्राच्या या शेवटच्या भागातील पाच प्रकरणांमध्ये बेअरने टीव्ही शो आणि विविध साहसी मोहिमांचा वृत्तांत थोडक्यात कथन केला आहे. प्रदीर्घ आणि संपन्न साहसी जीवन जगल्यामुळे बेअरकडे अनुभवांचे भांडार आहे. व्याख्याने, परिषदा, चर्चासत्रे, टीव्ही शो, चॅरिटी शो अशा विविध उपक्रमांमधून तो लहान मुले, तरुण व व्यावसायिक लोकांशी त्याच्या अनुभवांचे आदान-प्रदान करतो. आज बेअर ग्रील्स हे नाव संपूर्ण जगाला डिस्कव्हरी चॅनलवरील Man vs Wild या मालिकेमुळे माहीत

झाले आहे. हा शो म्हणजे त्याच्या जीवनातील आणखी एक मोठी संधी असल्याचे तो सांगतो. याविषयी अत्यंत नम्रपणे बेअर सांगतो, ''प्रचंड प्रसिद्धी हे काही माझं कर्तृत्व नाही...ही टी.व्ही. ची शक्ती आहे...चांगलं नशीब, भन्नाट टीम आणि धोके पत्करण्याची तयारी यांमुळे हे शक्य झालं...माझ्या टीमशिवाय मी कुणीही नाही...'' *(३८१-३१३)* या साहसी शोने त्याला जगाच्या कानाकोपऱ्यात पोहोचविले. पण बेअर ग्रील्स म्हणजे केवळ Man Vs Wild नाही...तर त्या ठिकाणापर्यंत पोहोचण्यापूर्वी त्याने अपार कष्ट घेतले आहेत. प्रचंड ज्ञान संपादन केले आहे. स्वत:ला सिद्ध केले आहे. त्यातून त्याचे स्वत:चे असे जीवनविषयक तत्त्वज्ञान त्याने शोधले आहे.

समारोप :

बेअरचे हे आत्मचरित्र अत्यंत प्रेरणादायक आणि उत्कंठावर्धक आहे. त्याच्या जीवनाची साहसी सफर वाचताना वाचकालाही त्या सफरीचा थरारक अनुभव येत राहतो. अनेक प्रसंग वाचताना ते अक्षरश: डोळ्यांसमोर उभे राहतात. बेअरचे जीवघेणे कष्ट आपल्यालाही जाणवतात, त्याची वेदना वाचकांशी एकरूप होते. कठीण काळातल्या त्याच्या अविचल श्रद्धेने आपल्यालाही मनोधैर्य प्राप्त झाल्याचा अनुभव येतो. आत्मचरित्राच्या जवळपास प्रत्येक प्रकरणात असेच विविध भाव वाचकाला बेअरच्या चरित्राशी बांधून ठेवतात. सळसळत्या रक्ताच्या, आकांक्षांनी हृदय भरलेल्या तरुणांसाठी हे आत्मचरित्र प्रेरणेचा व मार्गदर्शनाचा फार मोठा स्रोत आहे.

आजच्या तरुणाईच्या हृदयाला साद घालण्याची क्षमता बेअरच्या विचारांमध्ये आहे. यामुळेच बेअरचे अनुभव, ज्ञान आणि तत्त्वज्ञान सर्व तरुणांना निश्चितपणे मार्गदर्शक आहे. हेच या आत्मचरित्राचे सर्वांत मोठे यश आहे. त्याचे तत्त्वज्ञान केवळ चिंतनातून निर्माण झालेले नाही. चिंतनातून येणारे तत्त्वज्ञानही उत्तमच असते. तरीही घाम, अश्रू आणि रक्त सांडून निर्माण झालेले तत्त्वज्ञान बरेचसे वेगळे असते.

■

झोंबी, नांगरणी, घरभिंती व काचवेल

डॉ. आनंद यादव यांच्या आत्मचरित्रात्मक कादंबऱ्या

डॉ. आनंद यादव ही मराठी साहित्यविश्वातील ठसठशीत नाममुद्रा आहे. पन्नास वर्षांच्या साहित्यिक जीवनात त्यांनी कविता, कथा, ललित लेख, कादंबरी, समीक्षात्मक साहित्य असे विपुल लेखन केले. जीवनातल्या प्रदीर्घ प्रतिकूलतेला व वेदनांना त्यांनी शब्दांच्या मोत्यांचा साज चढविला. मानवी दुःखं, वेदना कधीच सुंदर नसतात. मात्र शब्दांच्या रूपानं अजरामर जरूर होतात. असाच एक वेदनेचा पांथस्थ म्हणजे डॉ. आनंद यादव. नाव आनंद...बाकी सारा संघर्षच...कधी प्रारब्धातला तर कधी व्यवस्थांनी निर्माण केलेला... पण डॉ. यादवांनी त्यांचा शैक्षणिक, साहित्यिक प्रवास मोठ्या हिमतीने आणि चिकाटीने पूर्ण केला. शून्यातून विश्व निर्माण करणे म्हणजे काय हे पहायचे असेल तर डॉ. यादवांच्या जीवनकथेकडे पाहावे. ज्या मातीत ते जन्मले त्या मातीशी व माणसांशी असलेली नाळ शेवटपर्यंत कायम ठेवली.

मातीच्या महावेदाचे उपासक :

डॉ. आनंद यादव यांचे बालपण अत्यंत प्रतिकूल होते. तारुण्य संघर्षमय होते. प्रस्थापित साहित्यिक म्हणूनही त्यांचे जीवनकार्य प्रवाहाच्या विरोधातले होते. या तिन्ही कालखंडांत ते केवळ विपरीत परिस्थितीतले जीवन जगले नाहीत, तर स्वतःचे व आजूबाजूच्या माणसांचे जीवनही त्यांनी समजून घेतले. त्यांचे स्वतःचे कुटुंब, गावातील सर्वसामान्य लोक, पुढे शहरांमध्ये भेटलेली ती सारी माणसे त्यांच्या विशिष्ट काळातील जगण्याला कशा प्रकारे प्रतिसाद देत होती, हेही त्यांनी समजून घेतले. त्यांच्या वेदना व त्यांची मने संवेदनशीलपणे अभ्यासली. सर्वकाळ

संघर्षमय जीवन जगलेल्या मोठ्या माणसाचे जीवन सामान्यजनांसाठी कुतूहलाने भरलेले आणि प्रेरणादायी असते. डॉ. यादवांच्या या विपरीत जीवनकथेला त्यांनी स्वतःच्या प्रतिभाशक्तीद्वारे अर्थपूर्ण, नाट्यपूर्ण, कलात्मक बनविले व वाचकांसमोर ठेवले. त्यांची स्वतःची दुःख-वेदना ही मोठ्या समूहाशी जोडलेली असल्याने त्या वेदनेची व्याप्ती वाढली. व्यापक वेदनेने त्यांचे मन चिंतनशील बनले. यातूनच ग्रामीण जीवनाबद्दल बोलण्याची, लिहिण्याची तीव्र गरज यादवांना भासू लागली. केवळ लिहून भागणार नव्हते. नव्या ग्रामीण लेखकांची एकजूट करून त्यांना व्यासपीठ मिळवून देण्याची आवश्यकता असल्याचे लक्षात आल्यावर त्यांनी ग्रामीण साहित्य चळवळीसाठी स्वतःला वाहून घेतले. स्वतःसह सगळ्यांचा जीवनसंघर्ष त्यांनी आपल्या साहित्यामधून जगासमोर मांडला.

डॉ. आनंद यादवांची पिढी ही स्वातंत्र्योत्तर काळातील साहित्यिकांची दुसरी पिढी आहे. १९६० नंतर त्यांचे लेखन प्रसिद्ध होऊ लागले. या पिढीच्या लेखनात स्वातंत्र्याच्या मुक्त वातावरणाचा उत्साह होता. स्वातंत्र्यपूर्व काळातील ग्रामीण जीवनाचा अनुभव घेतलेले ग. दि. माडगूळकर, व्यंकटेश माडगूळकर, द. मा. मिरासदार, मंगेश पाडगावकर, जी. ए. कुलकर्णी, शंकर पाटील, रणजित देसाई इत्यादी लेखकांकडे पाहून त्या काळातल्या डॉ. आनंद यादवांसारख्या अनेक नवलेखकांचा पिंड घडत होता. त्यासाठी पूर्वसूरींची प्रेरणा व साहित्य हे नव-लेखकासाठी फार महत्त्वाचे होते. स्वातंत्र्योत्तर काळातील पोषक वाङ्मयीन वातावरण नव्या पिढीला लेखन-वाचनाकडे आकर्षित करत होते.

स्वातंत्र्य मिळून २० वर्षे उलटून गेल्यावर देश अनेक सामाजिक, आर्थिक, राजकीय बदलांना सामोरा जात होता. या महत्त्वाच्या बदलांचे तरंग नाटक, सिनेमा व साहित्यामध्ये उमटत होते. खेड्यांचा भ्रमनिरास झाला होता. युवक व शिक्षितांमध्ये अपेक्षाभंगाचा भाव रुजू लागला होता. परंपरागत ग्रामीण जीवन मोडकळीस यायला सुरुवात झाली होती. गावातला युवक शहराकडे स्थलांतर करू लागला. खेड्यांचा भारत शहरांकडे आशाळभूतपणे पाहू लागला. शहराला स्वतःच्या नवलाईतून इतरांकडे पाहायला वेळ नव्हता. यातूनच दरी निर्माण व्हायला लागली होती.

या सगळ्या पार्श्वभूमीवर नव-साहित्यिक चळवळीची जुळवाजुळव झाली. गावच्या मातीवर पोसलेले मन मातीसाठी हळवे होऊ लागले. विपरीत सामाजिक परिस्थितीच्या पार्श्वभूमीवर लेखणीला स्फुरण चढले. चाकोरी आणि आखलेल्या सीमा धुडकावून लेखणी ग्रामीण जीवनाचा वेध घेऊ लागली. हे सोपे नव्हते. एखाद्या प्रस्थापित साम्राज्याच्या असाव्यात तशा पोलादी भिंती ओलांडून मातीचं लेकरू आईकडे धाव घेऊ लागलं. विचारांच्या व लेखनाच्या सीमा व्यापक होऊ लागल्या, बंडखोरीशिवाय हे शक्य नव्हते. डॉ. आनंद यादव हे ग्रामीण जीवन, जनसामान्यांचा

अपेक्षाभंग, वेदना, आशावाद आणि वास्तव यांच्याविषयी लिहू लागले. व्याख्याने देऊ लागले. त्यांची लेखणी व व्याख्याने नवे साहित्यिक विचार प्रस्थापित करणारी होती. यादवांनी सामाजिक वास्तव समजून घेतले व कलात्मकरीत्या ते साहित्यात गुंफले. यातूनच ग्रामीण साहित्य चळवळीची बीजं प्रस्थापित साहित्यक्षेत्रात रुजली.

आत्मविष्कारात्मक कादंबऱ्या :

'झोंबी', 'नांगरणी', 'घरभिंती' व 'काचवेल' या डॉ. आनंद यादव यांच्या 'आत्मचरित्रात्मक कादंबऱ्या' आहेत. 'आत्मचरित्र मीमांसा' या आपल्या संदर्भग्रंथात डॉ. यादव यांनी आत्मचरित्र आणि कादंबरी या स्वतंत्र प्रकरणामध्ये याविषयी सविस्तर विवेचन केले आहे. त्यांच्या मते, 'आत्मचरित्र हे मानवी जीवनातील आणि समाजातील एक घटित वास्तवात घडून गेलेले जीवन असते... कादंबरी ही मुळात प्रातिभ आणि काल्पनिक असते. ती वास्तववादी असेल तर केवळ आभास निर्माण करू शकते. अनेक मूलभूत भेदांमुळे आत्मचरित्र व कादंबरी हे भिन्न साहित्यप्रकार ठरतात. आत्मचरित्रात्मक कादंबरी असा एक प्रकार कादंबरी-वाङ्मयात रूढ आहे. कादंबरीकार आपल्या जीवनातील घटना, प्रसंग, अनुभव किंवा आपल्या जीवनपटाचा काही भाग घेऊन कादंबरी लिहू शकतो. आपल्या अनुभवांचे गैरसोईचे भाग काढून टाकू शकतो किंवा त्यात सोयीनुसार विपर्यास करूनही, त्याची मांडणी उलटी-पालटी, मागे-पुढे, कमी-जास्त करूनही तो कादंबरी लिहू शकतो. याचाच अर्थ असा की आत्मचरित्रात्मक कादंबरी म्हणजे, 'आत्मचरित्र जिचा आत्मा आहे, अशी कादंबरी होय.' *(यादव आनंद, आत्मचरित्र मीमांसा, १०४-१०८)*

लेखक डॉ. आनंद यादव यांच्या भोवतालची माणसं त्या काळात घडणाऱ्या घटनांना कशा प्रकारे प्रतिसाद (खरंतर प्रतिकार) देत होती, याची कल्पना त्यांच्या कथा-कविता-ललित लेखन यांच्या माध्यमातून येते. वृत्तपत्रातील बातम्या, मौखिक चर्चा, शासकीय कागद, घटनांचे वृत्तान्त यांमध्ये सामाजिक घडामोडींच्या केवळ नोंदी असतात. परंतु समाजात निर्माण होणारे त्या-त्या काळातील साहित्य माणसांच्या मनात घडणाऱ्या वादळांच्या, संघर्षाच्या, क्रिया-प्रतिक्रियांच्या भावनिक नोंदी करून ठेवत असते. तेच काम डॉ. आनंद यादव यांनी केले आहे.

या चारही आत्मकथनांमध्ये केवळ स्मरणांच्या प्रचंड नोंदीच आहेत असे नाही. आपण किती व्यापक, संघर्षपूर्ण, वैविध्यपूर्ण जीवन जगलो, हे सांगण्याचा उद्देश नाही तर आपल्या वाट्याला विशिष्ट प्रकारचे जीवन का आले?, आपल्या जगण्याचा आपण काय अर्थ लावला?, आपली जीवनमूल्ये कोणती होती?, आणि आपल्या जीवनाची फलनिष्पत्ती काय आहे? या प्रश्नांचा प्रांजळ व चिंतनशील आढावा म्हणजे डॉ. आनंद यादव यांची ही चार आत्मकथने होत.

बहुतांश आत्मचरित्रे किंवा आत्मकथने ही त्या व्यक्तीच्या जीवनाच्या अखेरच्या

टप्प्यात लिहिलेली असतात. याचे कारण म्हणजे तोपर्यंत साधारणपणे संपूर्ण जीवन जगून झालेले असते. पैलतीरी लागलेले नेत्र स्वत:कडेही तटस्थपणे पाहू लागतात. अशा टप्प्यावर जीवनाचा हिशेब मांडणे सोईचे असते. परंतु या चार आत्मचरित्रात्मक कादंबऱ्यांचे वैशिष्ट्य असे की झोंबी १९८७, नांगरणी १९९०, घरभिंती १९९२ आणि काचवेल १९९७ साली लिहिल्या गेल्या. म्हणजेच वयाच्या ५२ ते ६२ अशा १० वर्षांत लिहिल्या गेल्या आहेत. पहिला खंड वयाच्या ५२ व्या वर्षी लिहिला तर शेवटचा ६२व्या वर्षी. जीवनकथा सांगण्यासाठी त्यांनी सत्तरी-पंचाहत्तरीची वाट पाहिली नाही.

त्यांच्या 'साहित्यिक जडण-घडण' या पुस्तकात ते या अंत:प्रेरणेविषयी लिहितात, ''आपण आपल्या जीवनाचा अस्सल नमुना या समाजासमोर लेखनाद्वारे उभा केला पाहिजे, तरच त्यांना तो पटेल, अशी जाणीव होऊन मी 'झोंबी'च्या लेखनाकडे वळलो. मी भोगलेले आणि अंतर्मनात घर करून बसलेले माझे जीवनानुभव आणि माझ्या जीवनविषयक धारणा आणि समजुती या अगोदर लेखनाद्वारे निपटून काढल्या पाहिजेत. तसे केल्याशिवाय आपण ग्रामीण मराठी जीवनाचा वस्तुनिष्ठरीतीने अभ्यास करू शकणार नाही आणि निष्कर्षही काढू शकणार नाही.'' यादवांचे हे विचार त्यांच्या लेखनामागील भूमिका स्पष्ट करतात. कोणत्याही सकस साहित्यकृतीसाठी अलौकिक प्रतिभाशक्ती व जीवनानुभवाचं संचित या दोन गोष्टी अत्यावश्यक असतात. पैकी प्रतिभाशक्ती ही दैवी देणगीच्या स्वरूपात असते. तर दुसरी दुर्दैवी वास्तव म्हणून प्रारब्धात लिहिलेली असते. डॉ. आनंद यादव यांच्याकडे दोन्हीही होते. या अर्थाने अभावाचे जीवन नशिबी आलेल्या या माणसाच्या हाताला साहित्यशारदेने प्रतिभेचे पाचू जडवले होते. त्यामुळे यादवांचे जीवन उजळून निघाले.

झोंबी : शिक्षणाचा ध्यास आणि संघर्ष

ही आत्मचरित्रात्मक कादंबरी डिसेंबर १९८७ साली मेहता पब्लिशिंग हाउस यांनी प्रकाशित केली. पुस्तकाचे मुखपृष्ठ बोलके आहे. अस्वस्थ करणारे आहे. काळ्याकुट्ट अंधाराच्या पार्श्वभूमीवर दिवळीत ठेवलेल्या रॉकेलच्या चिमणीच्या उजेडामुळे दिवळीचा तो भाग प्रकाशमान झाला आहे. त्या उजेडात चिमणीशेजारची काही पुस्तकं स्वत:चं अस्तित्व दाखवून देत आहे. मिणमिणती चिमणी आणि ती पुस्तकं हेच सभोवतालचा अंधकार दूर करू शकतात, म्हणून कधीही प्रकाशाची व पुस्तकांची-ज्ञानाची साथ सोडू नका, असा संदेश जणूकाही हे मुखपृष्ठ देते. पुस्तकाचे मलपृष्ठही अंधाराने व्यापलेले आहे. त्यावरचा छोटेखानी ब्लर्ब प्रकाशाच्या तेजस्वी सूर्याकडे निर्देश करणारा आहे. पुस्तकाची पाठराखण करताना पु.ल. देशपांडे लिहितात, ''आजच्या आर्थिक आणि सामाजिक परिस्थितीत अस्वस्थ होऊन धुमसणे हाच ग्रामीण जीवनाचा स्थायिभाव आहे. त्या अस्वस्थपणाचा स्फोट मराठी

साहित्यात झालाच आहे. ते व्हायला हवेच होते. शिवाय साऱ्या जगातलं साहित्य समृद्ध केलं आहे ते या 'झोंबी'सारख्या वाचकाला अस्वस्थ करणाऱ्या ग्रंथांनीच!" म्हणून या आत्मचरित्राचे मुखपृष्ठ व मलपृष्ठ वाचकाला जेवढे अस्वस्थ करणारे आहे, तेवढेच आश्वस्तही करते. साक्षात पु.ल. देशपांडे यांनी वरील शब्दांत पुस्तकाची पाठराखण केल्यावर आणखी काही बोलण्याची गरज उरत नाही.

'माझ्या गावच्या मायमातीस' या शब्दांत वत्सल आणि चिरंतन लेकुरवाळ्या मातीस त्यांनी हे पुस्तक अर्पण केले आहे. हे अर्पणपत्र मोठे समर्पक आणि प्रतीकात्मक आहे. यादवांच्या कित्येक पिढ्या मातीत राबल्या. या अर्थी त्यांचा आणि मातीचा संबंध पिढ्यान्-पिढ्यांचा. तेही त्याच मातीत जन्मले, वयाच्या पंचविशीपर्यंत त्याच मातीत पुष्ट झाले. ज्या रानमातीचा जीवनरस त्यांनी चाखला, त्या मायमातीशी ते शेवटपर्यंत एकनिष्ठ राहिले. तिचेच त्यांनी गुणगान केले. तिच्याच रक्षण आणि संवर्धनासाठी लिहिले-बोलले. हृदयातील कृतज्ञताभाव कधीच आटला नाही. आत्मकथनाच्या रूपात जेव्हा त्यांनी आपले हे जीवनसंचित जगासमोर मांडले, तेही आधी मायमातीस अर्पण करूनच.

आपल्या संघर्षमय बालपणाचा संपूर्ण वृत्तान्त त्यांनी त्यांच्या 'झोंबी' या आत्मचरित्रात्मक कादंबरीमध्ये अजरामर करून ठेवला आहे. त्यांच्या जन्माच्या आधीपासून ते अकरावी (एस.एस.सी.) पर्यंतचा जीवनकाळ हा 'झोंबी'मध्ये आला आहे.

'झोंबी' या पहिल्या भागाची सुरुवात डॉ. आनंद यादव यांच्या आई-वडिलांच्या म्हणजे रतनु व तारा यांच्या कौटुंबिक परिस्थितीच्या माध्यमातून होते. रतनूचे वडील व आजोबा, त्यांच्या आधीची बरी व नंतर बदललेली आर्थिक स्थिती या साऱ्यांचा थोडक्यात उल्लेख पुस्तकाच्या सुरुवातीला आलेला आहे. याच ठिकाणी तत्कालीन कौटुंबिक व सामाजिक परिस्थितीवर लेखकाने नेमके बोट ठेवले आहे. यावरून कौटुंबिक कलहाचा त्या कुटुंबावर विशेषत: लहान मुलांच्या कोवळ्या मनावर होणाऱ्या खोल परिणामांची वाचकांना जाणीव होते. भाऊबंदकीचा शाप किती त्रासदायक असतो याचाही उल्लेख यात आला आहे.

आठ-नऊ वर्षांच्या रतनूचा पाळण्यातल्या एक वर्षांच्या तारासोबत झालेल्या विवाहाच्या उल्लेखाने अनुभवकथनाला सुरुवात होते. नकळत्या वयातल्या आईवरचे कौटुंबिक अत्याचार वाचून अंगावर काटा येतो. जनावराचे जीवन बरे म्हणावे एवढे वाईट जीवन नवऱ्याच्या घरात तिच्या वाट्याला आले होते. नवऱ्याचा चाबकाचा, काठीचा मार आणि लहानग्या ताराला गावातल्या माहेराची वाटणारी ओढ काळीज पिळवटणारी आहे. भरीसभर म्हणून ताराला एका मागोमाग दोन मुलीच झाल्या. ताराच्या दुर्दैवाला पारावार उरला नाही. पोटी वंशाचा दिवा नाही म्हणत रतनूचे आई-

बापही मरून गेले. वंशाच्या दिव्यासाठी त्याचे आई-बाप हाय खाऊन मेल्याचा रतनूने समज करून घेतला आणि बायको तारावरचे अत्याचार आणखी वाढले. तिसऱ्या गर्भारपणातील ताराचे हाल तर कल्पनेपलीकडचे आहेत, जे वाचताना सहनही होत नाहीत. ताराबाईने उपाशीपोटी अखंड वाहत्या डोळ्यांनी जोतिबाला साकडे घातले. शेवटी देवालाच दया आली असावी. तारा आणि तिच्या दोन मुलींचा जीव वाचावा म्हणून तिसऱ्या वेळेस मुलगा झाला. सगळीकडे आनंदी आनंद झाला... म्हणून 'आनंद' नाव ठेवले.

लहानग्या आनंदाचे मुलगा म्हणून कोडकौतुक झाले. वडिलांनी कौतुकाने शाळेत नाव घातले. चौथीपर्यंत शाळा बरी चालली. मात्र पाचवीत शाळेला खंड पडला. शेतातील कामाची जबाबदारी बायको व सर्व मुलांनीदेखील घ्यावी असा वडिलांचा दुराग्रह होता. यावरून घरात सतत भांडणे होत असत. छोट्या आनंदाची शाळा व अभ्यासाची तळमळ वाचकांनाही अस्वस्थ करणारी आहे. लेखक आनंद यादव यांचा अगदी लहान वयातला ते एस.एस.सी. पर्यंतचा दीर्घ संघर्ष फार कारुण्यपूर्ण आहे.

परिस्थिती जेवढी प्रतिकूल त्यापेक्षा मोठी लढाऊ आणि आशावादी वृत्ती माणसात हवी. ती आनंद यादवांकडे अगदी बालपणापासून होती. त्यामुळे पुढ्यात वाढलेल्या सगळ्या विपरीत परिस्थितीतून त्यांनी वाट काढली. शिक्षणासाठी छोट्या आनंदाने खूप जास्त मार खाल्ला. याविषयीचे कित्येक प्रसंग लेखकाने झोंबीमध्ये चित्रित केले आहेत.

शेतातली कामं करून कुटुंबाला हातभार लावणं अत्यावश्यक होतं पण त्यामुळं शाळा बंद होत होती. छोट्या आनंदासमोर हा फार मोठा प्रश्न होता. आपलं जीवन आता याच शेणा-मुतात जाणार याची जाणीव होऊन यादव लिहितात, ''रानातली कष्ट उपसत होतो... मला गणपाबरोबर मळ्यातच डांबलं जात होतं... जलमभर आपल्याला आता असंच मरावं लागणार... सारा जलम या मळ्यातच जाणार... आपल्या बोटांच्या नखात कायम श्याण असतंय. त्येनंच आपूण जेवतोय... पोटात आता जलमभर असंच श्याण जाणार..'' ***(झोंबी, १०९-११०)***

पशू-पक्षीदेखील आपल्या पिलांसाठी घासातला घास देतात. निसर्गाने दिलेल्या कमी-अधिक कुवतीनुसार पिलांचे संगोपन करतात. लहानग्या आनंदाच्या मनुष्य असलेल्या वडिलांना यातले काही माहितीच नव्हते. आईला ते कळत होतं, पण तो जीव भाळी नाइलाज घेऊन जन्मला होता. सगळीकडेच हतबलता. बापानं हूंऽ म्हणून खाऊन शिल्लक राहिलेलं अन्न सगळी मुलं आपसात वाटून खात असत. यावरूनच रत्नाप्पाचे 'बाप'पण लक्षात येते.

'झोंबी' हा आत्मचरित्राचा पहिला भाग आनंद यादवांनी स्वतःचे आत्मकथन म्हणून लिहिला खरा, तो तर त्यांची आई ताराबाईंच्या दुर्दैवाची गाथा वाटते. लेखक

त्या वेदनेच्या गाथेमधलं एक नकळत पात्र होते. ताराबाईंनी जे भोगलं, त्याच्या तुलनेत आनंदाचं दु:ख फार मोठं नव्हतं. त्या मायमाउलीच्या वेदना वाचताना मन आणि मेंदू बधिर होतो. ते जीवन यादवांची झोंबी होती... पण आईचा तो फास होता. उभं आयुष्य तिनं असंच अधांतरी अगतिकपणे घालवलं होतं. झोंबीपेक्षा फास जीवघेणाच असतो.

दारिद्र्य आणि प्रतिकूलता यांच्यापेक्षा मृत्यू हा मोठा गुरू असतो. मृत्यूचा अनुभव जीवनातले सर्वांत महत्त्वाचे धडे देतो. लहान बहीण चंद्रा आणि थोरली अनसा यांचे मृत्यू यादवांना जवळून पाहावे लागले. ते मृत्यूही साधे-सुधे नव्हते. हालअपेष्टांच्या सोबत केवळ मरणाचा धावा करणारे ते मृत्यू भीषण होते. किडामुंगीसारखं आलेलं ते मरण यादवांना अधिकच निराश करणारं होतं. धाकट्या चंद्राचं अकाली जाणं आणि थोरल्या अनसाचं भरल्या संसारातून निघून जाणं, यापेक्षा आपण या दोघींसाठी काहीच करू शकत नाही, ही भावना त्यांच्यासाठी फार त्रासदायक होती.

दुसऱ्या वर्गात एस.एस.सी. पास झाल्याचा आनंद आभाळ ओसंडून वाहत होता. अनेक वर्षांच्या संघर्षाला यश आले होते. खडकावर पडलेल्या, ऊनवाऱ्यात तगलेल्या, खडक फोडून मातीच्या ओलाव्याकडे धावलेल्या रोपाला पिकाचं रूप आलं होतं. सगळ्या प्रतिकूलतेशी झोंबी घेत पीक तरारून आलं होतं. पिकाचं कष्ट आणि भाग्य म्हणायचं ते. पण खरा आनंद त्या मायमातीला-ताराबाईला झाला असेल. तिची कूस अगदीच वाया गेली नाही. लक्षावधी लोकांची बौद्धिक आणि भावनिक भूक भागवणारं पीक तिच्या पोटी जन्मू पाहत होतं. ते तरारलं होतं. आता पुढच्या काळात त्याला घसघशीत कणसं लगडणार होती. आनंदच्या जीवनात पहिल्यांदाच काहीतरी आनंदाचं घडत होतं.

नांगरणी : व्यक्तिमत्त्वाची जडण-घडण

'नांगरणी' हा डॉ. आनंद यादव यांच्या आत्मचरित्रात्मक कादंबरीचा दुसरा भाग ऑगस्ट १९९० साली प्रकाशित झाला. या भागामध्ये लेखकाने त्यांच्या एस.एस. सी. (अकरावी) ते एम.ए. पर्यंतच्या प्रवासाचे कथन केले आहे. नांगरणीमधील संघर्ष हा बहुतांशी शैक्षणिक व सामाजिक आहे. महाविद्यालयीन जीवनातील प्रतिकूलता, प्रलोभने, संधी, सामाजिक, साहित्यिक जडण-घडण अशा अनेक घटनांची प्रदीर्घ मालिका उत्कंठावर्धक कथेला साजेशा पद्धतीने शब्दबद्ध केली आहे. लेखकाच्या भाषेत सांगायचं तर, ''कणखर सकसता आणण्यासाठी भूमीनं स्वत:वर धारदार अवजारांनी आडवे-उभे घाव घालून घेणे आणि सूर्यभट्टीत अंतर्बाह्य होरपळणे म्हणजे नांगरणी.'' मातीचा देह धारण केलेल्या माणसालादेखील जमिनीसारखंच रणरणत्या जीवनात बऱ्या-वाईट अनुभवांच्या मदतीने स्वत:चे जीवन नांगरून घ्यावे लागते.

म्हणजे येणारे पीक सकस-जोमदार होते. विचारांची व भावविश्वाची उलथा-पालथ झाली पाहिजे. त्याशिवाय जीवनाला संघर्षाचा नवा अर्थ गवसत नाही. यादवांनाही हेच अभिप्रेत असेल. कारण संकटांचा उभा फाळ जीवनरूपी जमिनीत रुतला की, हिरव्या चैतन्याला जन्म देऊ पाहणाऱ्या माणसाची खोल नांगरणी होते. कृषिशास्त्राचा नियम मानवी जीवनासही लागू होतो.

याही पुस्तकाचे मुखपृष्ठ अर्थपूर्ण आहे. 'नांगरणी' हे शीर्षक लिहिलेल्या कोऱ्या पानांमधून हिरवं रान बाहेर डोकावतं आहे. पानाच्या वरून सहजी दिसत नसलं तरी पानाच्या आत-लेखकाच्या मनात कायम हिरवंगार रान फुललेलं असतं. त्या हिरव्या रानातून विविधरंगी फुलपाखरं कागदावर आली आहेत. कोऱ्या पानांवर रंग भरत आहेत. या मुखपृष्ठावरून लेखक डॉ. आनंद यादव यांच्या लेखनसत्त्वाविषयी कल्पना येते. त्यांच्या पहिल्या-वहिल्या कवितासंग्रहाचे नावही 'हिरवे जग' असेच होते. हे हिरवे जग फुलते ते महाराष्ट्रामध्ये येणाऱ्या मोसमी पावसाच्या आधारावर. हा मोसमी पाऊस देणारा पश्चिम सागर-अरबी समुद्र जीवनदाता आहे. त्या पश्चिम सागरास ही कादंबरी अर्पण करून जणू काही महाराष्ट्राच्या चैतन्य-दात्या अरबी सागराचे त्यांनी आभार मानले आहेत असे वाटते.

आनंदा एस.एस.सी. (अकरावी) झाला आणि घरातील सगळ्यांच्या अपेक्षा वाढल्या. लगोलग एखादी नोकरी धरून घरच्यांच्या मुखात सुखाचा घास पडावा अशी आई-वडिलांची इच्छा होती. आनंदाला पुढे शिकायचे होते. या कारणाने कुटुंबात पुन्हा संघर्ष उभा राहिल्याचे लेखकाने सविस्तरपणे लिहिले आहे. हा प्रश्न न सुटल्याने आनंदा घरातून पळून जातो व रत्नागिरीच्या सर्वोदय छात्रालयामध्ये राहतो. या वास्तव्याचे व तेथील एक वर्षाच्या शिक्षणाचे वर्णन कादंबरीच्या सुरुवातीच्या भागात आहे. कोकणचा निसर्ग, घरापासून दूर असण्याचे ते दिवस, भूदान चळवळ, छात्रालयातील आठवणी हे सारे लेखकाने दृश्यरूपात उभे केले आहे.

पुढे पु.ल. देशपांडे व जे. पी. नाईक यांच्या मदतीमुळे कोल्हापुरातील प्रिन्स शिवाजी बोर्डिंगमध्ये प्रवेश मिळाला. कादंबरीच्या या भागात अनेक लहान-लहान प्रसंगांच्या आठवणी नोंदवलेल्या आहेत. इंटरचे वर्ष आणि बी.ए. मराठी या संपूर्ण शिक्षण प्रवासाच्या आठवणी या लेखकाच्या व्यक्तिमत्त्व विकासासाठी पूरक असल्याचे लक्षात येते. शिक्षणाचा हा टप्पादेखील यादवांनी चिकाटीने पूर्ण केल्याचे वाचनातून जाणवते. याच दरम्यान कौटुंबिक पातळीवरचा संघर्ष मात्र सातत्याने सुरूच होता. घरातून कसलेच सहकार्य अथवा प्रेरणा नव्हती. या कौटुंबिक असहकार्याचा सगळा वृत्तान्त नांगरणीमध्ये मोठ्या प्रमाणावर आला आहे. प्राचार्य भावे सरांमुळे पहिल्यांदा आनंद यादव यांची पु.ल. देशपांडे व सुनीताबाई यांच्यासोबत भेट झाली. हा लेखकाच्या जीवनातील परमोच्च आनंदाचा क्षण होता; जीवनाला कलाटणी देणारा

होता. पु.ल. आणि सुनीताबाईंनी कवितांचं तोंडभरून कौतुक केलं. कवितेच्या पहिल्या पानावर स्वत:च्या हस्ताक्षरात पुलं नी 'हिरवं जग-आनंद यादव' असं लिहिलं. आनंद जकातेचा आनंद यादव झाला. पुलं नी त्यांच्या कवितेची वही पुण्याला मागवून घेतली. पुढंही लिहीत राहण्याविषयी गुरुमंत्र दिला. ते म्हणाले, ''तुम्हाला तुमच्या शेतात त्या बहिणाबाईप्रमाणं गुप्तधन सापडलंय; ते सांभाळा...'' *(नांगरणी, ६१)* 'आई-वडिलांच्या पुण्याईने तुम्ही त्यांच्या पोटी जन्माला आला आहात, त्यांना विसरू नका' असंही म्हणाले. नियतीने निवडलेल्या त्या...तशा आई-बापांमुळेच संघर्षमय जीवन वाट्याला आले होते. कदाचित त्याच ग्रामीण 'आंद्या'तून 'डॉ. आनंद यादव' निर्माण होऊ शकतात, असं त्या द्रष्ट्या साहित्यिकाला सुचवायचे असेल.

'हिरवं जग' ही कवितेची वही ग.दि. माडगूळकर, बा.भ. बोरकर, व्यंकटेश माडगूळकर यांनी वाचली. त्या कविता सर्वांना आवडल्या. पुणे आकाशवाणीच्या कार्यक्रमात कवितांचं वाचन झालं. काही मोठे कवी, प्राचार्य, शिक्षक, आजूबाजूचे मित्र अशा अनेकांकडून कौतुक झालं. ही सगळी किंमत केवळ कवितेमुळे मिळू लागल्याचं त्यांच्या मनाला स्पष्टपणे जाणवलं. मन कवितेकडे आणखी ओढ घेऊ लागलं.

वि.स. खांडेकर, कवी यशवंत, कवी गिरीश यांच्यासमवेत कवितांवर चर्चा व्हायच्या. लेखन सुधारायला त्यातून मोलाचे मार्गदर्शन होत असे. डॉ. द.भि. कुलकर्णी, डॉ. अनुराधा पोतदार, व ह.वि. पिटके यांच्या सोबत बौद्धिक आणि वाङ्मयीन चर्चा फार आनंददायक असायची. साहित्यिक आदान-प्रदानाच्या व मार्गदर्शनाच्या सविस्तर आठवणी हा 'नांगरणी' या आत्मचरित्रात्मक कादंबरीचा गाभा आहे.

बी.ए. पूर्ण झाल्यावर लेखकाच्या काव्यप्रतिभेमुळे पुणे आकाशवाणी केंद्रामध्ये त्यांना नोकरी मिळाली. या पहिल्या नोकरीचे अनेक बरे-वाईट अनुभव त्यांनी सविस्तरपणे मांडले आहेत. यानंतर त्यांनी एम.ए. ला प्रवेश घेतला व यशस्वीपणे पूर्णही केले. अत्यंत संघर्षपूर्ण प्रवासाची सांगता झाली. लेखकाचा संपूर्ण शैक्षणिक प्रवास हा खाच-खळग्यांनी भरलेला होता. पण मदतीचेही अनेक हात वेळोवेळी सहकार्यासाठी धावून आले होते. हा सारा रोमहर्षक शैक्षणिक प्रवास म्हणजे लेखकाच्या जीवनाची नांगरणी होय.

आकाशवाणीची नोकरी हीदेखील काव्यप्रतिभेचीच देण होती. पण प्रतिभेचं हे देणं त्यांना कुणाकडून मिळालं असेल याचा पुस्तकात पूर्वी कोठेही उल्लेख आलेला नाही. या संदर्भातला नोकरीसाठी निघण्याच्या पहाटेचा प्रसंग मोठा प्रतीकात्मक आहे. तारा आई भल्या पहाटे दळायला बसली होती. जात्यावरच्या ओव्या ती नेहमीच म्हणायची. त्यात तिच्या स्वत:च्याही रचना असायच्या.

बाई, म्हंबई शेरातऽ / कुणी देवदूत फुलंऽ /
माझ्या लेकाच्या कळीचंऽ / त्येच्या वंजळीत झालं फूलऽऽ
बाई, म्हंबई शेरातऽ / कुणी देवावाणी बयाऽ
माझ्या लेकाची घातलीऽ / हाऊ गंगेत तिनं कायाऽऽ

आपल्या मुलाच्या आयुष्याचं फुलं देसपांडे ('पुलं'साठी 'फुलं' हा समर्पक शब्द अडाणी ताराआईने नकळत वापरला होता) आणि त्यांच्या पत्नी सुनीताबाई यांनी सोनं केलं. त्यांच्याविषयीची कृतज्ञता सहजपणे ओवीच्या रूपाने मुखातून आली...

जमिनीतल्या जीवनरसांच्या आधारावर ज्याप्रमाणे पिकाचं भरणपोषण होतं, तसंच आईकडून आनंद यादवांना कवितेचं देणं मिळालं. कवितेमुळेच आयुष्यात खूप चांगल्या घटना घडल्या. काव्याचं जीवनसत्त्व आईकडून घेऊन आनंद यादवांचं कवितेचं शेत बहरलं होतं. आणि 'नांगरणी'च्या सुरुवातीला पु.ल. देशपांडे यांच्या तोंडचं तेव्हा मला न पटलेलं एक वाक्य आठवलं, ''आईवडिलांच्या पुण्याईनं तुम्ही त्यांच्या पोटी जन्माला आलात, त्यांना विसरू नका...'' *(नांगरणी, ६१)* पुलंना जे दिसतं...जाणवतं ते आमच्यासारख्या सामान्यांच्या कुवतीपलीकडचं असतं, हे ध्यानात आलं.

घरभिंती : दुभंगलेलं घर सावरताना

'घरभिंती' हा डॉ. आनंद यादव यांच्या आत्मचरित्रात्मक कादंबरीचा तिसरा भाग ऑगस्ट १९९२ मध्ये प्रकाशित झाला. या भागामध्ये लेखकाने प्राध्यापक झाल्यापासून ते पुढील अठरा वर्षांपर्यंतचा काळ (१९६१ ते १९७८) रेखाटला आहे. ही कादंबरी ग्रामीण मराठी साहित्याच्या प्रवासामधील मैलाचा दगड आहे.

या पुस्तकाचे मुखपृष्ठ व मलपृष्ठ कथानकाच्या आशयाला यथार्थपणे व्यक्त करणारे आहे. जुनाट भिंतीचे घर, तेवढेच जीर्ण छप्पर, ओबडधोबड दगडी बांधकाम हे सारे कथेतल्या नायकाच्या घराचे चित्र उभे करते. एका भिंतीतून आकार प्राप्त झालेला एक शून्यमनस्क हतबल चेहरा, मिटल्या डोळ्यांनी त्याची अगतिकता वाचकांना सांगण्याचा प्रयत्न करतो आहे, पण त्याला ओठच नाहीत. त्यामुळे त्याला काही बोलता येणार नाही, असेही चित्रकाराला सांगायचे असेल. मलपृष्ठावरील याच घराच्या पडक्या भिंतीवर प्रा. गो.म. कुलकर्णी यांचा अप्रतिम ब्लर्ब आहे. श्री. गो. म. कुलकर्णी त्यांच्या ब्लर्बमध्ये लिहितात की, '...आजच्या जनसामान्यांच्या दैनंदिन जीवनातही महाभारतसदृश संघर्षपूर्ण घटना केवळ अस्तित्वासाठी घडत असतात. याचे वास्तवपूर्ण भेदक दर्शन म्हणजे घरभिंती...' ग्रामीण महाराष्ट्रामधील नवशिक्षित तरुणांच्या पिढीने परिस्थिती बदलण्यासाठी दिलेला हा प्रातिनिधिक लढा आहे. म्हणून लेखक आनंद यादव यांनी हे पुस्तक 'लक्षावधी भारतीय खेड्यांतील सुशिक्षित होत असलेल्या

भूमिपुत्र तरुण पिढीस...' असे म्हणून अर्पण केले आहे.

पंढरपूरच्या पांडुरंगाच्या साक्षीने अध्यापन कार्यास सुरुवात झाली. अध्यापन छान सुरू होते, पण त्याव्यतिरिक्त जीवनात बरीच शिथिलता आली होती. सोसलेल्या कष्टाचा काही विसर पडावा म्हणून मन आळसावलेलं आणि निष्क्रिय झालं होतं. डॉ. यादवांना स्वतःच्या खुशालचेंडूपणाची जाणीव झाली. मन पुन्हा चिंतन आणि लेखनाकडे वळलं. 'सत्यकथा' आणि 'मौज' यांच्या साहित्यिक आधिपत्याच्या त्या काळात आनंद यादवांच्या नव्या वळणाच्या कविता आणि ग्रामीण कथा प्रसिद्ध झाल्या. नव्या लेखकांची 'मौज' आणि 'सत्यकथेनं' दखल घेणं म्हणजे प्रतिष्ठित लेखक झाल्यासारखं होतं.

याच दरम्यान गावाकडच्या शेताबाबत मोठ्या घटना घडत होत्या. कूळ कायद्यासंदर्भात सरकारी पातळीवर अनेक महत्त्वाचे निर्णय होत होते. त्यामुळे जमिनींचे मूळ मालक आणि त्यांची कुळे यांच्यात दावे-प्रतिदावे सुरू झाले. यादवांचे कुटुंब कसत असलेल्या जमिनीचा हक्क मूळ मालकाने कोर्टातून घेतला. कुटुंबावर हा मोठा आघात होता. कुणब्याऐवजी रोजंदारीचे जीवन जगावे लागणार होते. मळ्याचा कब्जा देण्याचा प्रसंग लेखकाने फार भावुक होऊन लिहिला आहे. मळ्याचा ताबा दिल्यानंतरचा एक लहानसा प्रसंग लेखकाने फार प्रतीकात्मक व करुणामयरीत्या रेखाटला आहे. ते लिहितात, ''व्हळीच्या वैरणीच्या तळावर जागा करून उंदरं व्याली होती. त्यांची दहाबारा कोवळी, डोळे मिटलेली मांसाच्या गोळ्यासारखी दिसणारी पिलं.... तिथल्या तिथं उताणीपाताणी वळवळत पडलेली... अचानकपणे घारी त्या पिलांवर झडप घालून, झपाटे मारून ती नेत होत्या नि आभाळात उंचावर अंतराळी फिरत पायांत गच्च पकडलेले मांसाचे जिते गोळे दयामाया न करता फस्त करत होत्या. आईची नजर तिकडं गेलेली.'' *(घरभिंती, १५)* लेखक स्वतःच्या कुटुंबाला त्या उंदरांच्या परिस्थितीशी जोडत होते. या प्रसंगाला कोणत्याही विश्लेषणाची गरज नसावी, एवढा करुण प्रसंग लेखकाने वाचकांच्या डोळ्यासमोर जसाच्या तसा उभा केला आहे.

हिरा, सुंदरा, धोंडूबाई यांपैकी कुठल्याच बहिणीचा संसार सुरळीत चालला नाही. सतत विवाद आणि सासुरवासामुळे माहेरी निघून येण्याचे प्रकार घडत होते. शेताच्या रोजगाराच्या अडचणीबरोबर बहिणींच्या नांदण्याचा त्रास सगळ्यांनाच दीर्घकाळ सोसावा लागला. 'घरभिंती' या आत्मकथनाचा मोठा भाग याच सगळ्या घटनांच्या वर्णनाने भरलेला आहे. या सगळ्या वर्णनातून असे वाटले की, विवाहसंस्थेला भारतीय समाजात भरभक्कम स्थान आहे तसेच पवित्र आणि मानवी विकासाला पूरक मानले आहे. पण लेखकाच्या आजूबाजूला घडणाऱ्या घटना या विवाहसंस्थेचा पोकळपणा आणि तकलादूपणा अधोरेखित करणाऱ्या होत्या. अज्ञान-अंधश्रद्धा-व्यसन-कर्जबाजारीपणा या सगळ्यामध्ये विवाहसंस्थेचं पावित्र्य आणि गरज नसल्याचे स्पष्ट

होत होते. केवळ प्रातिनिधिक उदाहरणांवरून तत्कालीन विवाहसंस्थेच्या ढासळलेल्या भिंतींची कल्पना करता येते. जर विवाहसंस्थाच एवढी कमकुवत असेल, तर समाजाच्या सशक्त असण्याविषयी फार आशा बाळगणे चुकीचे आहे. विवाहसंस्थेच्या 'घरभिंती' पडल्या की समाजही ओसाड होणारच.

कौटुंबिक पातळीवर खूप काही घडत असले तरी ते सगळे ताण सहन करीत यादवांची लेखनसाधना सुरूच होती. पुण्यात आल्यानंतर लेखनाला चांगला वेग आला होता. 'मातीखालची माती' आणि 'खळाळ' ही दोन पुस्तकं प्रकाशित झाली. साहित्य वर्तुळात उठबस वाढली होती. 'सत्यकथा' व इतर काही मासिकांमध्ये भराभर कथा प्रसिद्ध होत होत्या. प्रचलित ललित लेखनापेक्षा वेगळ्या आशय व अभिव्यक्तीमुळे वाचक समीक्षकांचं लक्ष वेधलं जात होतं. श्री. पु. भागवत व प्रा. राम पटवर्धन यांचं बहुमोल मार्गदर्शन लाभल्यामुळे लिखाणात सुधारणा होत होती. लिखाणातून आनंद व प्रसिद्धी मिळतच होती, पण चांगले पैसेही मिळत होते. त्याचाही संसाराला मोठा हातभार लागत असे. तर दुसरीकडे घरातल्या प्रत्येक सदस्याची तऱ्हा निराळी. प्रत्येकाचे तोंड वेगळ्या दिशेला. यादवांनी बांधाबांध तरी किती आणि कशी केली असेल..? घरातल्या सदस्यांच्या खांद्यावर घराचे स्थैर्य विसावलेले असते. प्रत्येकजण वेगळ्या दिशेला धावल्यावर घरभिंती सुरक्षित राहणार कशा...? या प्रदीर्घ काळात यादवांना सर्वाधिक मनस्ताप त्यांच्या आईच्या वागण्याचा झालेला दिसून येतो. तिचे यादवांवर खूप प्रेम होते. पण तिच्या हट्टी, रागीट, अज्ञानी स्वभावामुळे यादवांना अतोनात मनस्ताप सहन करावा लागला. खरेतर आर्थिक परिस्थिती सुधारल्यानंतर सगळ्यांनी गुण्या-गोविंदाने, दोन कमी, पण सुखाचे घास खायला हवे होते. परंतु हा मेळ बसला नाही.

या सगळ्या रामरगाड्यात पीएच.डी.चे कामही सुरू होते. महाराष्ट्राच्या कानाकोपऱ्यात व्याख्याने-चर्चासत्रे यांच्यासाठी निमंत्रणे येत होती. आनंद यादव प्रस्थापित लेखक म्हणून मान्यता पावत होते. यादव स्वत:च्या जीवनातील विविध अनुभवांकडे तटस्थपणे व कलात्मक अंगाने पाहू लागले. याविषयी यादव लिहितात, ''मनात अनुभवाचे डोंगराएवढे ढीग आहेत असं वाटत होतं. ढिगातला एक-एक अनुभव त्यातल्या माणसांसह, घटनाप्रसंगांसह अलग करून मनासमोर ठेवत होतो नि एकांतात तो न्याहाळत बसत होतो...मला त्याची साहित्यवस्तू घडवावी, असं वाटत होतं. मी घडवत होतो.'' *(घरभिंती, ३३७-३३८)*

'घरभिंती' ही आत्मचरित्रात्मक कादंबरी म्हणजे बदलत्या कौटुंबिक, सामाजिक परिस्थितीचा उत्तम दस्तऐवज आहे. यात बदलत्या साहित्यिक व राजकीय परिस्थितीचाही आढावा घेतलेला आहे, पण तो गरजेपुरताच. साधारणपणे १९६१ ते १९७८ अशा अठरा वर्षांचा हा लेखाजोखा आहे. १९६१च्या पूर्वीची कुटुंबसंस्था,

विवाहसंस्था यांच्यात १९६१-६२ नंतर होत असलेले मोठे बदल त्यांनी स्वत:च्या घरात व आजूबाजूला नोंदवले होते. दळणवळणाची व्यवस्था, वीज, काही प्रमाणातील यांत्रिकीकरण, कृषी व्यवस्था यांमध्ये झालेल्या कालसुसंगत बदलांमुळे गावातील बलुतेदार/ पारंपरिक व्यावसायिक यांच्या उत्पन्नाची साधनेच नामशेष झाली. हा फार मोठा समूह आर्थिकदृष्ट्या देशोधडीला लागला. त्याचा परिणाम ग्रामीण अर्थव्यवस्था व समाजजीवनावर झाला हेदेखील विविध प्रसंग वाचताना जाणवते.

काचवेल : संघर्षाचा कळसाध्याय

डॉ. आनंद यादव यांच्या चार खंडात्मक आत्मकथनाचा हा चौथा भाग ऑगस्ट १९९७ रोजी प्रकाशित झाला आहे. या भागामध्ये त्यांनी आपला १९७५ ते १९९५ पर्यंतचा २० वर्षांचा जीवनकाळ रेखाटला आहे. याही पुस्तकाचे मुखपृष्ठ नितांत सुंदर व अर्थवाही आहे. ग्रामीण भागामध्ये पूर्वीच्या काळी घरातील शेणाने सारवलेल्या जमिनीवर बांगड्यांच्या काचांचे रंगीबेरंगी तुकडे जोडून कुटुंब-वेल रेखलेली असे. ही आकृती वंशवेलीचंही प्रतीक असते. तसेच समाजाचं आणि संस्कृतीचंही ही प्रतीक असते. डॉ. यादव स्वत:ला अशी काचवेल म्हणवून घेत आहेत. पूर्वीच्या तीन भागांपेक्षा या पुस्तकाची मांडणी सलग कथारूपाने न करता विषयानुरूप प्रकरणे करून कथन केली आहे. प्रत्येक प्रकरण हे एक नवा जीवनानुभव उलगडते. त्या अनेकरंगी अनुभवांची ही 'काचवेल' निश्चितपणे सुबक, अर्थपूर्ण आणि प्रतीकात्मक झाली आहे. हे सारे जीवनसंचित त्यांनी सर्जनशीलतेच्या अधिनायकास... 'संत ज्ञानेश्वर माउलींच्या चरणी' अर्पण केले आहे.

मुलींचे शिक्षण, नोकरी, इतर कौटुंबिक जबाबदाऱ्या हे सर्व करत असताना १९७५ नंतर लेखनाकडे पुरेशा गांभीर्याने पाहायला त्यांनी सुरुवात केली. पुण्यातील विविध साहित्यिक व साहित्य संस्था यांच्या नित्य सहवासामुळे विचारांची व लिखाणाची बैठक पक्की होत गेली. श्री. पु. भागवत, प्रभाकर पाध्ये, गो. म. कुलकर्णी, शंकर पाटील, मुकुंदराव किर्लोस्कर, विद्याधर पुंडलिक, प्रा. चंद्रकांत बांदिवडेकर, डॉ. अनिल अवचट, प्रा. अ. वा. कुलकर्णी, माधव कानिटकर, अनंत अंतरकर, ग. वा. बेहरे, राजेंद्र बनहट्टी अशा एकापेक्षा एक सरस लेखक, संपादक व समीक्षकांचा सहवास आणि मार्गदर्शन त्यांना लाभले. चाचपडत लिहिणाऱ्या हाताला वाङ्मयीन व तांत्रिक कसब आत्मसात होत गेले. श्री. पु. भागवत यांनी यादवांना लेखक म्हणून घडविल्याचे त्यांनी अत्यंत कृतज्ञतापूर्वक आणि अगदी सविस्तरपणे मांडले आहे. याशिवाय वि. स. खांडेकर, पु. ल. देशपांडे, बा. भ. बोरकर, व्यंकटेश माडगूळकर यांचेही आशीर्वाद सोबत होतेच.

१९७५ पासून ग्रामीण साहित्य चळवळीकडे लेखकाचे मन ओढ घेत होते. त्यातूनच तरुण ग्रामीण लेखकांना एका व्यासपीठावर आणून संपूर्ण साहित्यिक

वर्तुळाचे, सामाजिक वर्गाचे लक्ष वेधून घेण्यासाठी मेळावे घेण्याचा विचार त्यांच्या मनात आला. हे ऐतिहासिक व भरीव कार्य भारती विद्यापीठाचे वैचारिक व्यासपीठ असलेल्या 'विचार भारती' या मासिकाच्या पुढाकाराने घडून आले. २१-२२ नोव्हेंबर १९७७ साली पुण्यातील भारती विद्यापीठ या शैक्षणिक संस्थेत पहिला ग्रामीण साहित्यिक मेळावा आयोजित करण्यात आला होता. या मेळाव्याला अपेक्षेपेक्षा फार मोठा प्रतिसाद लाभला. भारती विद्यापीठाचे संस्थापक-कुलपती आदरणीय डॉ. पतंगराव कदम साहेब यांना अखंडपणे ग्रामीण समाजाच्या उत्कर्षाचा ध्यास होता. डॉ. पतंगराव कदम यांच्या आत्मीयतेविषयी डॉ. यादव लिहितात की डॉ. कदम यांना ''सतत या समाजाविषयी काहीतरी नवीन करावं असं वाटत होतं... नवे काही सुचले की धडाडीनं त्याच्यासाठी धडपड करत राहायची त्यांची बुद्धी मला दिसली... कोणतंही काम यशस्वी करून दाखविण्याविषयी त्यांच्यात एक घनदाट आत्मविश्वास वसत होता...'' *(काचवेल, ७५)* अशा शब्दांत त्यांनी डॉ. पतंगराव कदम साहेबांच्या व्यक्तिमत्त्वाचा व कार्यकर्तृत्वाचा गौरव केला आहे. पुढे काही वर्षांनी डॉ. आनंद यादव यांनी 'विचार भारती' या मासिकाच्या संपादकपदाची जबाबदारीही स्वीकारली. मातीची ओढ आणि ग्रामीण जीवनाविषयी अपार आस्था असणाऱ्या या दोन्ही थोर विभूतींचा स्नेह शेवटपर्यंत दृढ होता. पुढे अनेक वर्षे डॉ. आनंद यादव यांनी व्रतस्थपणे ही चळवळ चालविली. नामांकित व प्रस्थापित साहित्यिक ग्रामीण साहित्य चळवळीच्या व्यासपीठावर आणले. सकस व व्यापक चर्चा घडवून आणली.

कराडमधील एका कार्यक्रमानंतर तत्कालीन मुख्यमंत्री यशवंतराव चव्हाण साहेब यांनी डॉ. यादवांना घरी बोलावून घेतले व अनेक विषयांवर मोकळेपणानं चर्चा केली. याच चर्चेदरम्यान ते म्हणाले की, ''नव्यानं ग्रामीण विभागात जन्मलेल्या तरुण सुशिक्षित पिढीचे प्रश्न तुम्ही जेवढे जवळून जाणू शकाल, तेवढी आमची पिढी जाणू शकणार नाही... तुम्ही मांडत राहा. तसे मांडत राहिल्यानं ते सोडवण्यास कार्यकर्त्यांना मदतच होत राहणार आहे.'' *(काचवेल, १११)* महाराष्ट्राच्या अत्यंत संवेदनशील, व्यासंगी व कर्तृत्ववान मुख्यमंत्र्यांनी या चळवळीची अशा शब्दांत पाठराखण केली होती.

डॉ. यादव यांच्या यापूर्वीच्या तीन आत्मचरित्रात्मक कादंबऱ्या बऱ्याचशा कौटुंबिक-व्यक्तिगत पातळीवरचा संघर्ष दाखविणाऱ्या आहेत. मात्र 'काचवेल'मधील संघर्ष हा विस्तृत सामाजिक-साहित्यिक पातळीवरील आहे. साहित्य अकादमी पुरस्कार, परदेशातली मराठी माणसं, परदेशाटन : डायरीतील नोंदी ही प्रकरणे 'काचवेला'च्या कशिद्यामधील झगमगती नक्षी आहे. अभिमानाच्या व सुखाच्या अशा निवडक घटनांनी आनंद यादवांच्या चळवळीच्या कार्यात काही सुखद क्षण पेरल्यासारखे वाटले.

समारोप :

आजही आनंद यादव यांच्या कादंबऱ्या आपल्याशा का वाटतात? या प्रश्नाचे उत्तर त्यांच्या लेखनप्रेरणेमध्ये व प्रतिभाशक्तीमध्ये दडलेले आहे. विविधांगी जीवनानुभवांना त्यांनी स्वत:च्या भाषाशैली, लेखनतंत्र, कल्पनाशक्ती, निरीक्षणशक्ती आणि अंतरीच्या जिव्हाळ्याच्या माध्यमातून मराठी वाचकांसमोर ठेवले. त्यांच्या कथा आणि त्यातली माणसं तुमच्या-माझ्यातलीच आहेत. जे-जे म्हणून काही शेवटच्या माणसापर्यंत पोहोचतं, ते-ते काळाच्या पटलावर चिरकाळ टिकून राहतं आणि म्हणूनच आज ४०-५० वर्षांनंतरही डॉ. आनंद यादवांचे साहित्य वाचले, अभ्यासले जात आहे. अनेक प्रश्नांची उत्तरे अजूनही तेथेच दडलेली आहेत. ४०-५० वर्षांपूर्वी निर्माण झालेल्या साहित्यात आजच्या प्रश्नांची उत्तरे दडलेली असावीत, याला साहित्यिकांचे द्रष्टेपण म्हणावे की आपल्या समाजव्यवस्था आणि राजकीय इच्छाशक्तीचा कर्मदरिद्रीपणा म्हणावा?

त्यांच्या लेखनाचे विषय हे मानवी जीवनाचे अविभाज्य घटक असल्याने ते सर्वकाळ टिकणारे आहेत. शिवाय त्यांनी जे काही लिहिले ते सकस, वाचनीय व परिवर्तनवादी अशा स्वरूपाचे आहे. म्हणून डॉ. आनंद यादव यांच्या कथा-कादंबऱ्या आजही वाचल्या जातात. काळ कितीही बदलला, जग कितीही आधुनिक झाले तरी मूलभूत मानवी मूल्ये, भाव-भावना, परस्परविरोधी गोष्टींमधला संघर्ष आणि माणसाची दुर्दम्य इच्छाशक्ती या गोष्टी कधीही लोप पावणार नाहीत. त्या आहेत म्हणून खरंतर विश्वाचा हा गाडा अव्याहतपणे सुरू आहे. हे जीवनचक्र सुरू आहे तोपर्यंत तरी डॉ. आनंद यादवांसारखे अनेक लेखक आपल्यामध्ये कायम राहतील. 'असणे' म्हणजे काय? हे अशा लेखकांमुळेच आपल्याला कळते.

प्रा. सरोजिनी कुलकर्णी यांच्याकडे पुस्तके परत द्यायला गेले असताना 'हिरवे जग' या कवितासंग्रहाला शासनाचा पुरस्कार मिळाल्याचे यादवांना कळले. ''येताना'तला मी व 'जाताना'तला मी किती हा मोठा फरक!'' *(नांगरणी, २१६)* डॉ. आनंद यादवांनी त्या वेळी अनुभवलेला फरक आम्ही मराठी वाचकदेखील आज अनुभवत आहोत. कागलहून पुण्याला 'आलेला' 'आन्द्या' 'जाताना' 'थोर साहित्यिक प्रा. डॉ. आनंद यादव' होते. यातच त्यांच्या स्वत:च्या आणि त्यांच्या आई-वडिलांच्या जन्माचे सार्थक आहे. मातीत जन्मलेल्या आनंद यादवांच्या जन्माचे साहित्याने बावनकशी सोने केले. सोनं असलं म्हणून ते काही आभाळातून बरसत नाही. खोल जमिनीतून खोदूनच ते बाहेर काढावं लागतं. आई ताराबाईचे जात्यावरचे गाऱ्हाणे प्रभू श्रीरामाच्या सीतामाईने ऐकले असावे. सीतामाईच्या अंगणात आईने तिच्या कष्टाच्या राशी लावल्या होत्या... त्याची फुलं झाली... त्याच फुलांनी आज साहित्यशारदेचा देव्हारा सजला आहे.

■

वॉल्टर आयझॅकसन लिखीत
Steve Jobs :
जग बदलणाऱ्या युगप्रवर्तक
किमयागाराचे चरित्र

अटळ मृत्यूच्या पार्श्वभूमीवरच जीवनाची उदात्तता अवलंबून असते. 'अंतिमतः मृत्यू येणारच आहे' हा विचार माणसाला महान कार्य करण्यास प्रवृत्त करतो. आपल्या हातून असे काही तरी भव्य-दिव्य कार्य घडावे, जे आपल्या मृत्युपश्चातही कायमस्वरूपी जिवंत राहावे, अशी मानवाची अंतःप्रेरणा हे एक वरदान आहे. आपले जग सर्वार्थाने आनंदी व संपन्न व्हावे यासाठी अनेकांनी आपले जीवन सत्कारणी लावले. मानवाच्या येणाऱ्या सर्व पिढ्या त्या पूर्वजांप्रति कृतज्ञ असतील. आपल्या पूर्वजांनी आपल्यासाठी ठेवलेला वारसा हा पुढच्या पिढ्यांसाठी सर्वांत अमूल्य व मूलभूत असा ठेवा असतो. आपले संपूर्ण जीवन व कार्य हे वारशाच्या रूपाने अवघ्या विश्वासाठी मागे ठेवून गेलेल्या युगप्रवर्तक किमयागारांमधील एक अग्रगण्य नाव म्हणजे स्टीव्ह जॉब्झ.

लेखक :

या चरित्राचे लेखक वॉल्टर आयझॅकसन हे ॲस्पेन इन्स्टिट्यूटचे CEO आहेत. तत्पूर्वी ते CNN चे चेअरमन व 'टाईम' (Time) मासिकाचे व्यवस्थापकीय संपादकदेखील होते. अल्बर्ट आईन्स्टाईन, बेंजामिन फ्रँकलिन, हेन्री किसिंजर या जगद्विख्यात व्यक्तिमत्त्वांचे चरित्रग्रंथ त्यांनी लिहिले आहेत. स्टीव्ह जॉब्झ या युगपुरुषाचे चरित्र रेखाटण्यासाठी वॉल्टर आयझॅकसन यांच्यासारख्या जबरदस्त ताकदीच्या चरित्रकाराचीच आवश्यकता होती. आयझॅकसन यांनी चरित्र लेखनाचे हे शिवधनुष्य लीलया पेलले आहे. अत्यंत ओघवत्या भाषेमध्ये त्यांनी लिखाण केले आहे. स्टीव्ह जॉब्झ यांना व्यक्ती, तंत्रज्ञ, उद्योजक, कुटुंबप्रमुख, विचारवंत, कलासक्त दृष्टिकोन असलेला किमयागार म्हणून चित्रित करताना वरील सर्व महत्त्वाच्या गोष्टींना पुरेसा न्याय दिल्याचे लक्षात येते. आणि म्हणूनच आयझॅकसनलिखित हे चरित्र अनेकविध दृष्टिकोनांनी अभ्यासायला हवे. स्टीव्ह जॉब्झबद्दल सांगताना हे

पुस्तक आपल्याला संगणक युगाची गाथा कथन करते. संगणक नावाचे एक यंत्र कशा प्रकारे मानवी जीवनाचा अविभाज्य घटक बनले त्याचा इतिहास वाचकांसमोर उलगडते. हे पुस्तक ॲपल या कंपनीची स्थापना व प्रवास याविषयीचा आलेख प्रस्तुत करते. व्यक्ती व कंपन्यांमधील संघर्ष, मैत्री व कट-कारस्थाने यांच्याबरोबरच स्वप्नं, कल्पकता आणि नवनिर्मितीचा आनंद असे विविध रस वाचकांसमोर प्रस्तुत करणारे हे चरित्रलेखक वॉल्टर आयझॅकसन यांचे साहित्यक्षेत्रासाठी केलेले फार मोठे योगदान आहे.

हा चरित्र ग्रंथ २०११ साली Simon & Schuster या प्रकाशन संस्थेने युनायटेड स्टेटस्‌मध्ये प्रकाशित केला. याचा मराठी अनुवाद डॉ. विलास साळुंखे यांनी केला आहे व डायमंड पब्लिकेशनने ते प्रकाशित केले आहे. हे चरित्र स्टीव्ह जॉब्झ यांचे बालपण, शिक्षण, तारुण्यातील भटकंती, इलेक्ट्रॉनिक्सचे वेड, ॲपलची स्थापना, संगणक युगातील क्रांतिकारक पर्व आणि जगाची दिशा बदलवणारे क्रांतिकारक योगदान यांचा ऐतिहासिक दस्तऐवज आहे.

चरित्राचा संक्षिप्त सारांश :

५३१ पानांचे हे प्रदीर्घ चरित्र ४१ प्रकरणांमध्ये विभागलेले आहे. पहिल्या चार प्रकरणांमध्ये स्टीव्हचे बालपण, शिक्षण व सुरुवातीच्या काळाविषयी माहिती मिळते. या व्यतिरिक्त उर्वरित सर्व ३७ प्रकरणांमध्ये ॲपल या संस्थेचा जन्म, मॅक कम्प्युटरचा जन्म, बिल गेट्स आणि स्टीव्ह जॉब्झ, नेक्स्ट आणि पिक्सार (NeXT & Pixar), ॲपलचे जाहिरातयुग, आयफोन, आयपॅड अशी क्रांतिकारक उत्पादने व त्यांच्या निर्मितीचा वास्तवदर्शी इतिहास वर्णन करतात. यावरून मला वाटते की, स्टीव्ह जॉब्झ या माणसाचे संपूर्ण जीवन हे तंत्रज्ञानातील क्रांतीसाठी वाहिलेले होते. 'स्टीव्ह म्हणजे ॲपल' आणि ॲपल ही कंपनी नसून 'स्टीव्हचे प्रतिरूप' भासावे एवढी एकरूपता या दोघांमध्ये आहे.

Childhood : Abandoned and Chosen या पहिल्याच प्रकरणामध्ये आपल्या असे लक्षात येते की, स्टीव्ह जॉब्झच्या जीवनावर व विचारसरणीवर त्यांच्या जन्माच्या पार्श्वभूमीचा आणि बालपण या दोन गोष्टींचा परिणाम झाल्याचे जाणवते. त्यांचा जन्म २४ फेब्रुवारी १९५५ साली एका कुमारी मातेच्या पोटी झाला. एका संस्थेमार्फत स्टीव्हला पॉल राईनहोल्ड जॉब्झ व क्लारा हॅगोपियन जॉब्झ या अर्धशिक्षित जोडप्याकडे दत्तक देण्यात येते. पॉल व क्लारा या अत्यंत सुसंस्कृत दांपत्याने त्याला अतिशय चांगल्या प्रकारे सांभाळले व वाढवले. परंतु आपल्याला जन्मदात्या आई-वडिलांनी नाकारले असल्याची भावना स्टीव्ह जॉब्झ यांच्या हृदयात खोलवर रुतून बसली होती. त्यांना जवळून ओळखणाऱ्या काहींनी त्यांच्या अलिप्त, विक्षिप्त स्वभावाच्या मागे हेच नाकारलेपण असल्याचे सांगितले आहे.

पॉल जॉब्झ यांनी स्टीव्हला उत्तम शाळांमध्ये प्राथमिक, माध्यमिक शिक्षण घेण्याची संधी उपलब्ध करून दिली. खरेतर स्टीव्हसाठी निवडलेल्या सर्वच शाळांची फी त्यांच्या आवाक्याबाहेर होती. शिक्षणाप्रति सजग असलेल्या या दांपत्याने स्टीव्हला सर्वोत्तम शिक्षण देण्याचा सातत्याने प्रयत्न केला. पॉल जॉब्झ यांनी त्यांच्या गॅरेजमध्ये काम करत असताना स्टीव्हला अनेक गोष्टी शिकवल्या. बाप-लेकाला त्या सर्व तांत्रिक यंत्रामध्ये विलक्षण रस असायचा. लेखक सांगतात, "Jobs remembers being impressed by his father's focus on Craftsmanship. 'I thought my Dad's sense of design was pretty good,' he said, 'because he knew how to build anything. If we needed a cabinet, he would built it'...I could work with him." *(5)*, "He loved doing things right. He even cared about the look of the parts you couldn't see."*(6)*

लहानग्या स्टीव्हचे मन शाळेत व अभ्यासात फारसे कधी रमलेच नाही. तो शाळेमध्ये अतिशय खोडकर होता. सह-विद्यार्थी व शिक्षक यांना अगदी नकोसे करून सोडत असे. परंतु शाळेमधील गैरवर्तनासाठी वडिलांनी त्याला कधीही शिक्षा केली नाही. याउलट त्यांना असे वाटत असे की, शिक्षकांनाच त्याचे लक्ष वेधून घेता येत नसेल व त्याला गुंतवून ठेवण्यात ते कमी पडत असावेत. या विषयी स्टीव्ह एक आठवण सांगतात, "Look, it's not his fault...if you can't keep him interested, it's your fault...knew the school was at fault for trying to make me memorize stupid stuff rather than stimulating me."*(11-12)*

याच सुमारास इमोजिन हिल नावाच्या शिक्षिकेने स्टीव्ह यांच्या जीवनाला कलाटणी दिली. मिसेस हिल यांनी चतुराईने, बक्षिसाचे व शाबासकीचे आमिष दाखवून स्टीव्हकडून भरपूर अभ्यास करून घेतला. त्यांच्याविषयी कृतज्ञता भाव व्यक्त करताना स्टीव्ह म्हणतात, "...one of the saints of my life."*(12)*, "I learn more from her than any other teacher, and if it hadn't being for her I am sure I would have gone to jail."*(12)* मॅट्रिकपर्यंतचे शिक्षण अशा प्रकारे यथा-तथा पार पडले. शिक्षणात त्याचे मन कधीच रमणार नाही, हे फार लवकर त्यांच्या पालकांच्या लक्षात आले. स्टीव्हला अनुभवजन्य शिक्षणाचा व सतत नवीन काही तरी करीत राहण्याचा ध्यास असल्याचे त्यांना जाणवले.

१९७२ मध्ये मॅट्रिक झाल्यावर स्टीव्हने पोर्टलँडमधील रिड या नामांकित कॉलेजमध्ये प्रवेश घेतला. या ठिकाणी त्याला अनेक नवे मित्र मिळाले. अभ्यासाव्यतिरिक्त भरपूर भटकणे, अमली पदार्थांचे सेवन करणे व 'जीवनाचा अर्थ काय?' अशा प्रश्नांचा शोध घेणे, असे उद्योग सुरू झाले. याच काळात त्याची रॉबर्ट फ्राईडलँड या सिनियर विद्यार्थ्यासोबत मैत्री झाली. रॉबर्ट हा समोरच्यावर

जबरदस्त प्रभाव टाकणारा, सतत तत्त्वज्ञानाच्या चर्चा करणारा, प्रखर व्यक्तिमत्त्वाचा विद्यार्थी होता. स्टीव्हने त्याच्याकडून या सर्व गोष्टी आत्मसात केल्या. ही वैशिष्ट्ये अंगभूतरीत्या स्टीव्हमध्ये असतीलच परंतु रॉबर्ट सोबतच्या मैत्रीमुळे फार लवकर हे गुण त्याच्या वागण्यातून दिसू लागले.

सततच्या अभ्यासेतर गोष्टींमुळे स्टीव्हला लवकरच कॉलेज व शिक्षणाचा कंटाळा आला. आपल्या आई-वडिलांच्या कष्टाचे पैसे आपण वाया घालवत आहोत, असा अपराधी भाव त्याच्या मनात येऊ लागला. याच काळात त्याचे लक्ष स्वत:मध्ये होत असलेल्या आंतरिक बदलांवर केंद्रित झाले. आत्मज्ञानाचा व आत्मोन्नत्तीचा विचार त्याला ग्रासू लागला. पारंपरिक शिक्षण आपले जीवन उद्दिष्ट गाठण्यास पूरक नाही हे त्याच्या लक्षात आले. त्यामुळे आंतरिक शक्तींच्याद्वारे स्वत्वाचा शोध व आत्मोन्नती यांचा ध्यास त्याने घेतला. याविषयी ते सांगतात, “Our consciousness was raised by Zen, and also by LSD…creating great things instead of making money, putting things back into the stream of history and of human consciousness as much as I could.”*(37-38)*

अखेरीस १९७४ मध्ये शिक्षणाला रामराम ठोकून त्यांनी ‘अतारी’ या व्हिडिओ गेम बनविणाऱ्या कंपनीमध्ये नोकरी सुरू केली. १९७३ मध्ये त्याचा मित्र रॉबर्ट फ्राईडलँड हा आध्यात्मिक शोधासाठी भारतात गेला होता. रॉबर्टचा आग्रह होता की स्टीव्हनेदेखील लौकिक जीवनात न रमता भारतात यावे व निमकरोलबाबा (महाराजजी) यांच्याकडे राहून आध्यात्मिक शोधाचा अभ्यास करावा. १९७४ या वर्षामध्येच गुरूच्या शोधार्थ नोकरी सोडून स्टीव्ह भारतात आला. जॉब्झ तेथे पोहोचला तोपर्यंत निमकरोलबाबा मृत्यू पावले होते. सात महिने जॉब्झ उत्तर भारतात व हिमालयाच्या परिसरात भटकला. आध्यात्मिक शोधाचा उद्देश सफल होत नसल्याचे त्याला जाणवले, परंतु भारतासारख्या आध्यात्मिक देशामध्ये दीर्घकाल भटकंती केल्याने त्यांना अनेक नवीन गोष्टी पाहायला व शिकायला मिळाल्या. याबाबत ते सांगतात, “Coming back to America was, for me, much more of a cultural shock than going to India... in the villages of India, they never learned it… that’s the power of intuition and experiential wisdom.”*(45)* भारत भ्रमणादरम्यान आलेले अनुभव हे त्यांच्या जीवन तत्त्वज्ञानाचा भाग झाले. ते सांगतात, ग्रामीण भारतातील लोक पाश्चिमात्यांप्रमाणे तर्कशास्त्र व बुद्धिप्रामाण्यवादाचा वापर करत नाहीत. अनुभवजन्य ज्ञानाच्या आधारे दैववादी मानसिकतेमुळे ते अंतर्ज्ञानावर अधिक भर देतात. त्यामुळे भारतीयांच्या आंतरिक क्षमता जगातील इतर लोकांपेक्षा अधिक आहेत. अंत:प्रेरणेला स्टीव्ह जॉब्झ खूप महत्त्वाची व आवश्यक गोष्ट मानतात. अंत:प्रेरणेचा मला संकटाच्या, गोंधळाच्या व अनिश्चिततेच्या काळात खूप

फायदा झाल्याचे ते आवर्जून नमूद करतात. १९७५ च्या शेवटी स्वानुभवाची एक मोठी शिदोरी घेऊन ते अमेरिकेला परत गेले.

बालपण, शिक्षण व तारुण्यातील भटकंती या पहिल्या चार प्रकरणांनंतर The Apple-1: Turn On, Boot Up, Jack In या पाचव्या प्रकरणापासून तंत्रज्ञ व युगप्रवर्तक स्टीव्ह जॉब्झ यांच्या अद्भुत कार्याचा वृत्तांत कथन केलेला आहे. १९६०च्या अखेरीस अमेरिका व विशेषत: सिलिकॅन व्हॅलीमध्ये अनेक सांस्कृतिक बदल झाले. तंत्रज्ञानाच्या क्षेत्रामध्येदेखील लक्षणीय बदल होत होते. स्टीव्हसारख्या बहुरंगी, तांत्रिक दृष्टी असलेल्या व कल्पकतेचा ध्यास घेतलेल्या तरुणासाठी हा सर्वोत्तम काळ होता.

The Apple-1: Turn On, Boot Up, Jack In आणि Apple-2 : Down of a New Age या दोन प्रकरणांमध्ये ॲपल कम्प्युटर्स ची स्थापना व सुरुवातीचा व्यावसायिक संघर्षाचा काळ चित्रित केला आहे. ही दोन प्रकरणे वाचल्यानंतर स्टीव्ह जॉब्झ ज्या प्रकारचे उच्च दर्जाचे सर्जनशील आयुष्य जगले त्याची प्रचिती येते. ॲपलच्या निर्मितीमागे दडलेल्या द्रष्ट्या व विद्रोही व्यावसायिक कृतीचे दर्शनदेखील या प्रकरणांमधून वाचकांना होते. कंपनीसाठी लागणारे भांडवल उभारताना लढविलेल्या युक्त्या व त्याचे धाडस वाखाणण्याजोगे आहे. ॲपल कम्प्युटर्सच्या १६ वर्षांच्या कार्यकाळात Apple-2 चे विविध कम्प्युटर्स ६ दशलक्षपेक्षा अधिक ग्राहकांनी वापरले. Apple-2 ने Personal Computer या व्यवसायाची मुहूर्तमेढ रोवली हे निर्विवाद सत्य आहे. २१व्या शतकात तंत्रज्ञानाची क्रांती होत असताना या यांत्रिक युगाचा मेरुमणी Apple ने निर्माण केलेला Personal Computer आहे यात शंका नाही.

ॲपल कम्प्युटर्स व स्टीव्ह जॉब्झ यांच्या आयुष्यातील आणखी एक महत्त्वाचा टप्पा म्हणजे मॅकइनटॉश (Macintosh) ची निर्मिती होय. Computer Science चा तज्ज्ञ असलेल्या जेफ रस्किन, बरेल स्मिथ आणि इतर सहकाऱ्यांच्या मदतीने जॉब्झ यांनी मॅक कम्प्युटर बनवला. ॲपलचा पर्सनल कम्प्युटर अथवा मॅकइनटॉश संगणक प्रणाली ही काही एकट्या स्टीव्ह जॉब्झची निर्मिती नाही. परंतु वॉझनियॅक, जेफ रस्किन यासारख्या प्रतिभावंतांना वास्तवाच्या पलीकडे नेऊन, वस्तुस्थितीचा विपर्यास करून प्रचलित तंत्राच्या कित्येक पट पुढे जाऊन पूर्णत: नवी अद्वितीय यंत्रे निर्माण करण्याचे काम त्यांनी केले. केवळ विचार मांडून ते थांबले नाहीत, तर त्या कल्पक विचारांची सत्यात परिणती व्हावी यासाठी अविश्रांत कष्ट घेतले.

ॲपल, मॅक, पिक्सार, नेक्स्ट या सर्वच उत्पादनांच्या निर्मितीमध्ये अनेक गोष्टी समान होत्या. तंत्रज्ञानावर आधारित युगाचा चेहरा बदलणाऱ्या या कंपन्या स्टीव्ह जॉब्झ यांच्या वास्तविकतेच्या पलीकडे जाणाऱ्या कल्पकतेचे प्रत्यक्ष रूप

होत्या. त्यांचा कामाचा ध्यास, नावीन्याचा शोध, सर्वोत्तमतेचा दुराग्रह, या गोष्टी सहकाऱ्यांसाठी काही वेळेस प्रेरक तर काही वेळेस त्रासदायक ठरत. उत्पादनांच्या बाबतीत व्यवहार्य व विश्वसनीय तडजोडी त्यांना अमान्य असत. त्यांना प्रत्येक गोष्ट सर्वोत्तम व बिनचूक हवी असायची. या बाबतीत ते आग्रहाच्या पलीकडे जाऊन वागत असत. आयझॅकसन लिहितात, "Job's prickly behavior was partly driven by his perfectionism and his impatience with those who made compromises in order to get a product out on time and on budget.... he could not make trade-offs well."*(112)*

स्टीव्ह जॉब्झच्या दुराग्रहाचा व रागाचा सहकाऱ्यांना त्रास होई, पण त्यातील बहुतेकांना त्यांच्या स्वत:च्या क्षमता ओलांडण्यासाठी याचा फायदाच होत असे. याचे एक उत्तम उदाहरण म्हणजे लॅरी केन्यन हा होय. Macintosh Operating System वर काम करणारा हा तरुण इंजिनिअर. स्टीव्ह यांनी तक्रार केली की, 'लॅरी, तुझा संगणक चालू होण्यासाठी जास्त वेळ घेत आहे.' लॅरीने त्यावर आपले स्पष्टीकरण देण्यास सुरुवात केली. त्याला मध्येच थांबवून स्टीव्ह म्हणाले, 'तू असे गृहीत धर की, एखाद्याचे जीवन वाचविण्यासाठी या संगणकाचा उपयोग होणार असेल, तर हा संगणक सुरू होण्यासाठी लागणारा वेळ तू १० सेकंदानी कमी करू शकशील का?' हे शक्य होऊ शकेल असा आशावाद लॅरीलादेखील वाटायला लागला. यानंतर जॉब्झ बोर्डजवळ गेले व त्यांनी गणित मांडून लॅरीला दाखविले की, जर ५० लाख लोक Macintosh Operating System सिस्टीम वापरत असतील, दर दिवशी त्या सर्वांना हा संगणक चालू करण्यासाठी केवळ १० सेकंद लागत असतील तर त्यांचे वर्षाला कित्येक दशलक्ष तास वाचू शकतील. याचा दुसरा अर्थ असा की वाचवलेले हे लक्षावधी तास उपयुक्त कामासाठी वापरता येतील. हे ऐकून लॅरी प्रचंड प्रभावित झाला. त्याने अनेक दिवस या समस्येवर काम केले. आश्चर्य म्हणजे नवी Operating System चक्क २८ सेकंद लवकर सुरू होऊ शकली. स्टीव्हच्या अपेक्षेपेक्षा अधिक चांगले काम लॅरी केन्यन यांनी केले होते. स्टीव्हला लोकांकडून असे सर्वोत्तम काम करून घेण्याची विलक्षण हातोटी होती. त्यातूनच सहकाऱ्यांना अधिक मोठे काम करण्यासाठी तो प्रेरित व प्रवृत्त करायचा. हर्टझफेल्ड हा सहकारी स्टीव्ह यांच्या कार्यपद्धतीविषयी सांगतो की, "Jobs thought of himself as an artist and he encouraged the design team to think of ourselves that way to...it was to do the greatest thing possible, or even a little greater." *(113)*

जॉब्झ स्वत:ला तंत्रज्ञ नव्हे तर एक कलाकार समजत असत. सहकाऱ्यांनादेखील ते असाच विचार करायला भाग पाडत. उद्योग क्षेत्रातील प्रतिस्पर्ध्यांवर मात करून

अधिकचे उत्पन्न/नफा कमावणे हे त्यांचे उद्दिष्ट कधीच नसे. 'सर्वोत्तम गोष्टी बनविणे' हे एकमेव उद्दिष्ट त्यांनी स्वत:साठी ठरवून ठेवले होते. सर्वोत्तम गोष्टी केवळ बोलून बनत नाहीत. त्यासाठी अविश्रांत कष्ट घ्यावे लागतात व मनोधैर्याची कठोर परीक्षा घेणारा काळ अनुभवावा लागतो. अनेक सहकारी तग धरून राहायचे, काहींचा धीर मात्र तुटून जात असे.

आपली सर्वोत्तम उत्पादने बनविणाऱ्या सर्वोत्तम टिमविषयी जॉब्झ स्वत: सांगतात की, "I have learned over the years that when you have really good people you don't have to baby them ...by expecting them to do great things, you can get them to do great things." *(113-114)* टीममध्ये सर्वांत उत्तम लोक असतील तर त्यांना सांभाळण्याची आवश्यकता नसते. उत्कृष्ट लोकांकडून उत्कृष्ट दर्जाचे काम करून घेण्यातच यशाचे व नवनिर्मितीचे मर्म आहे. माझ्या टिमनेच मला शिकविले की, अ+ दर्जाच्या व्यक्तींना एकमेकांसोबत काम करायला आवडते. तुम्ही जर अशा लोकांना दुय्यम दर्जाचे काम दिले तर ते कसे सहन करतील? मॅक टिममधील सहकारीच तुम्हाला सांगतील की, सर्वोत्तम काम करताना एवढ्या यातना सहन करणं व कष्ट घेणं हे रास्तच होतं. त्याशिवाय कल्पनेच्या विश्वात असलेले काम वास्तवात येऊच कसं शकेल? स्टीव्ह यांचा वरील विचार त्यांच्यामधील CEO पदासाठी अत्यावश्यक असलेल्या नेतृत्व गुणांवरदेखील प्रकाश टाकणारे आहेत.

यश व उन्नतीच्या काळात नेतृत्व प्रसिद्धी पावत असते. परंतु कणखर नेतृत्वाची खरी कसोटी लागते ती संकटाच्या व सर्वनाशाच्या काळातच! Icarus: What Goes Up या प्रकरणामध्ये मॅकइनटॉशच्या घसरणीचा वृत्तांत कथन केला आहे. १९८४ च्या दरम्यान मॅकइनटॉश कम्प्युटरच्या विक्रीमध्ये कमालीची घट झाली. व्यवसायावर त्याचा विपरीत परिणाम झाला. भरीस भर म्हणून संचालक मंडळातील विरोधक डोके वर काढू लागले. ॲपलचा CEO जॉन स्कली यांच्यासोबत तीव्र मतभेद झाल्याने संचालक मंडळदेखील स्टीव्ह यांच्या विरोधात गेले व स्टीव्हला ॲपल सोडावी लागली. स्वत: स्थापन केलेल्या कंपनीमधून वयाच्या ३० व्या वर्षी काढून टाकले जाणे हे त्यांच्यासाठी प्रचंड धक्कादायक व निराश करणारे होते. एकवेळ तर त्यांनी सिलिकॉन व्हॅली सोडून जाण्याचाही विचार केला होता. स्टीव्ह जॉब्झ यांचे व्यक्तिमत्त्व कोणत्याही संकटासमोर हार मानणारे नव्हतेच. तात्कालिक निराशा लवकरच गळून पडली. आशावादी व धीरोदत्त स्टीव्हने विचार केला की, ही तर नवे, अधिक मोठे काम करण्याची संधी आहे. गमावण्यासारखे आपल्याकडे काहीच नाही. उलट अशा परिस्थितीत जीवनाची सुरुवात नव्याने करायला काहीच हरकत नाही, असे विचार त्याच्या मनात घोळायला सुरुवात झाली.

याच दरम्यान व्यक्तिगत जीवनात मैत्री व काही प्रेमप्रकरणे हे विषय सुरूच होते. परंतु नात्यांना स्थिरता नव्हती. स्टीव्हसारख्या मनस्वी माणसाला बांधून ठेवणे हे फार कठीण काम असले पाहिजे. १९८९ साली एक कार्यक्रमाच्या निमित्ताने त्यांची लॉरीन पॉवेल या तरुणीशी ओळख झाली व पुढे त्याचे प्रेमात रूपांतरही झाले. या विषयीचा वृत्तांत A Regular Guy : Love is Just a Four Letter Word या एका प्रकरणात लेखकाने कथन केला आहे. लॉरीन पॉवेल व स्टीव्ह यांचा १९९१ साली विवाह झाला. लॉरीन ही त्यांच्या आयुष्यातील एक समंजस व खंबीर जोडीदार होती. अत्यंत आनंदी व समाधानी दांपत्यजीवन त्यांना लाभले. रिड, एरिन व इव्ह या तीन मुलांसोबत ते अतिशय सुंदर कौटुंबिक जीवन जगले. प्रचंड व्यावसायिक व्यस्ततेतही त्यांनी कुटुंबाला पुरेसा वेळ दिला. लॉरीन यांचा मोठेपणा मान्यच करायला हवा, कारण अनिश्चिततेच्या व संकटांनी भरलेल्या सागरात सफारी करणाऱ्या स्टीव्ह यांच्या जीवनात त्यांनी 'अँकर' ची भूमिका बजावली.

१९८५ च्या ऑगस्टमध्ये युरोपचा दौरा करून परतल्यावर भविष्यातील योजनांचा त्यांनी नव्याने विचार सुरू केला. या विषयीचा वृत्तांत NeXT: Prometheus Unbound या अठराव्या प्रकरणात कथन केला आहे. कंपनी बदलली तरी स्टीव्ह तोच होता. कल्पक, चाकोरीबाहेरचा विचार करणारा, कोणालाही स्वप्नात न दिसणाऱ्या गोष्टी उघड्या डोळ्यांनी पाहणारा... स्टीव्हच्या नेतृत्वाखाली NeXT ने नेत्रदीपक कामगिरी केली आणि दशकभरातच एक नामांकित कंपनी म्हणून प्रस्थापित झाली. १९८५ ते १९९५ या दहा वर्षात संगणक उत्पादन करणाऱ्या कंपन्यांच्या व्यावसायिक क्षेत्रात अनेक मोठे बदल झाले. व्यावसायिक गणिते बदलली. ॲपलला NeXT ची गरज भासू लागली. The Restoration: The Loser Now will be Later to Win या प्रकरणामध्ये ॲपलमधून पदच्युत केलेल्या स्टीव्ह जॉब्झ यांचे ॲपलमधील पुनरागमन व गमावलेलं राज्य परत जिंकून घेतल्याचे महत्त्वपूर्ण प्रसंग आहेत. १९९६ मध्ये ॲपलने NeXT खरेदी केली व स्टीव्ह यांचे ॲपलमध्ये १० वर्षांनंतर पुन्हा एकदा नवे पर्व सुरू झाले.

Personal Computers च्या जगात क्रांती केल्यानंतर स्टीव्हला संगीत, मोबाईल फोन्स, टॅबलेट कम्प्यूटर्स, ॲप्लिकेशन इ. नवी क्षितिजे खुणावत होती. 'फोर्ब्स' मासिकात अतिश्रीमंतांच्या यादीत आपले नाव झळकावे असे त्यांना कधीही वाटले नाही. याउलट आपल्या अहंकारी स्वभाव व धाडसी वृत्तीने जगाला अचंबित करावे अशी इच्छा ते बाळगून असत. आर्थिक संपन्नतेऐवजी वर्षानुवर्षे जगाच्या कल्याणासाठी उपयुक्त ठरेल असा वारसा निर्माण करावा ही त्यांची खरी अंत:प्रेरणा होती. आज स्टीव्ह जॉब्झ यांना जाऊन दहा वर्षे होऊन गेली. कम्प्यूटर, टॅबलेट, मोबाईल फोनच्या बाबतीत दिवसागणिक बदलणाऱ्या व तीव्र स्पर्धा असणाऱ्या

जगात Apple आजही आपला तोच दिमाख टिकवून आहे. स्टीव्ह ज्याला वारसा संबोधायचे, तो हाच असावा.

१९७७ मध्ये Think Different या शीर्षकाखाली प्रसिद्ध झालेली Apple ची जाहिरात ही खऱ्या अर्थाने स्टीव्ह जॉब्झ व Apple यांचे तत्त्वज्ञान विशद करणारी आहे. त्या जाहिरातीत असे म्हटले आहे, 'हे ध्येयवेड्या लोकांसाठी आहे. प्रस्थापित चौकटीच्या बाहेर असलेल्यांसाठी, प्रश्न विचारणाऱ्यांसाठी, त्यांच्यासाठी जे जगाकडे वेगळ्या दृष्टिकोनातून पाहतात, ज्यांना नियम पाळणे आवडत नाही आणि जे सद्यःस्थितीला नाकारतात, तुम्ही त्यांचे संदर्भ देऊ शकता, त्यांच्याशी असहमती व्यक्त करू शकता, त्यांचे उदात्तीकरण करू शकता वा अपमानित करू शकता, परंतु एक गोष्ट तुम्ही करू शकत नाही, ती म्हणजे त्यांच्याकडे दुर्लक्ष. कारण ते आमूलाग्र बदल घडवतात. ते मानवजातीला प्रगतीच्या मार्गाने घेऊन जातात. काहींना असे लोक वेडे वाटत असतील, आम्ही त्यांच्यामधील प्रतिभा पाहतो. कारण ज्यांच्यामध्ये हा वेडा आत्मविश्वास असतो, त्यांच्यामध्येच जगात बदल करण्याची हिम्मत असते.'

ही जाहिरात क्रांतिकारक ठरली. Apple विषयी उत्कंठा व आदर वाढविणारी आणि तंत्रज्ञानाच्या नव्या युगाचे प्रतिनिधित्व करणारी बंडखोर, तितकीच मनस्वी भाषा पाहणाऱ्या व ऐकणाऱ्यांना प्रभावित करणारी होती. स्टीव्ह जॉब्झच्या संपूर्ण व्यक्तिमत्त्वाचे आणि जीवनाचे सार या जाहिरातीमधून ध्वनित होते. या चरित्रग्रंथामधील Think Different: Jobs as iCEO हे नितांत सुंदर प्रकरण अतिशय उद्बोधक आहे. पुन्हा पुन्हा वाचावे, अगदी पारायणे करावीत असे हे प्रकरण आहे.

आयमॅक, ॲपल स्टोर, द आयट्यून्स आणि आयपॉड ही देखील जॉब्झ आणि त्यांची ॲपल टीम यांची पूर्णतः नवीन उत्पादने जगभर प्रचंड लोकप्रिय झाली. ॲपलचे ग्राहक व कौतुक करणाऱ्यांचे प्रमाण जगभरात वाढत राहिले. २००५ पर्यंत आयपॉडची प्रसिद्धी व व्यवसाय जगभर पसरला व ग्राहकांच्या पसंतीस उतरला. ॲपलचा व्यवसाय उत्तम चालला होता. मात्र जॉब्झला वेगळीच चिंता लागून राहिली होती. बोर्ड मेंबर लेव्हिनसन याला ते म्हणाले, 'मोबाईल फोन हे एकमेव असे उत्पादन आहे जे भविष्यात आपल्यासाठी स्पर्धा निर्माण करू शकते.' मोटोरोला, नोकिया व इतर काही कंपन्यांनी निर्माण केलेले मोबाईल फोन आता कॅमेरा व म्युझिक यांसह येत असल्यामुळे आयपॉड व कॅमेरे यांच्या विक्रीवर भविष्यात त्याचा विपरीत परिणाम होईल असे जॉब्झला स्पष्ट दिसत होते. मोटोरोला सोबत करार करून त्यांना एक 'रॉकर' नावाचा मोबाईल फोन बनविण्याचा प्रयत्न करून पाहिला पण तो वाईट प्रकारे फसला.

२००५ सालात ॲपलमध्ये एक अत्यंत महत्त्वाकांक्षी आणि गोपनीय प्रकल्प सुरू झाला. वेगवेगळ्या टीम्स त्यावर गुप्तपणे काम करू लागल्या. यातूनच पूर्णतः

टच-स्क्रीन असलेले, कॅमेरा, कॅलेंडर, कॅलक्युलेटर आणि एक इंटरनेट कम्युनिकेशन इन्स्ट्रूमेंट जानेवारी २००७ मध्ये जगासमोर सादर केले गेले... तो 'आयफोन' होता. या क्रांतिकारक उत्पादनाने जग बदलून टाकले. त्यापुढचा मोबाईल फोनचा इतिहास आपणांपैकी अनेकांना ठाऊक आहेच परंतु या क्रांतीची सुरुवात करणारा, अशक्य कोटीतील भासणारे हे स्वप्न पाहणारा आणि 'आयफोन' च्या रूपात सत्यात उतरवणारा किमयागार म्हणजे स्टीव्ह जॉब्झ होय.

ॲपलच्या विविध उत्पादनांच्या माध्यमातून जग बदलत असताना स्टीव्ह जॉब्झ यांचे शरीराअंतर्गत जगही बदलत होते. २००४ मध्ये त्याची सुरुवात झाली. पॅनक्रियॅटिक कॅन्सरने शरीरात मूळ धरले होते. २००४ मधील शस्त्रक्रियेनंतर २००८ साली आजाराने पुन्हा एकदा उचल खाल्ली. वेदनेने शरीराचा कण न कण भरून राहिला होता. जेवण फार कमी झाले होते. वजनही कमालीचे घटले होते.

आजारपण व त्याच्या गांभीर्याविषयी आता वर्तमानपत्रे लेख लिहू लागली. त्याचा व्यवसायावर परिणाम होण्याची भीती भेडसावू लागली होती. स्वतः जॉब्झ व कंपनीने ही गोष्ट लपविण्याचा प्रयत्न केला परंतु अमेरिकेसारख्या देशात हे बरेच अवघड होते. २००९ मध्ये त्यांच्यावर स्वादुपिंड प्रत्यारोपणाची शस्त्रक्रियादेखील करण्यात आली परंतु कॅन्सर आता शरीराच्या इतर भागांत पसरला होता. परिस्थिती अतिगंभीर बनली होती. आजारपणाचा ॲपलच्या व्यवसायावर प्रतिकूल परिणाम होऊ नये म्हणून ते शक्य तेवढी काळजी घेत होते. २०१० पर्यंत आजारात चढ-उतार होतच राहिले. जेवढा काळ त्यांना स्वस्थ वाटले, तेवढा सर्व वेळ त्यांनी ॲपल कंपनीला दिला.

व्यक्तिगत जीवन पणाला लागले असताना स्टीव्ह जॉब्झचा वारसा असलेली ॲपल आपले काम पूर्वीच्या लौकिकाला साजेसे असेच करत होती. जानेवारी २०१० मध्ये पहिला 'आयपॅड' नेहमीप्रमाणे सॅन फ्रान्सिस्कोमधील कार्यक्रमात जगासमोर आणला गेला. वेब-ब्राऊझिंग, ई-मेल, संगीत, व्हिडिओ गेम्स, ई-बुक्स या सगळ्याचा एकत्रित आविष्कार म्हणजे तळहातावर मावणारा एक शक्तिशाली कम्प्युटर... 'आयपॅड' होय. आजारपणाच्या अवस्थेत स्टीव्ह यांनी स्वतः आयपॅडचे सादरीकरण केले. संपूर्ण जग नवी क्रांती अनुभवायला उत्सुक झाले होते.

२०११ मध्ये तिसऱ्यांदा कॅन्सर उद्भवला व आजाराच्या सोबत मृत्यूची चाहूल लागली. जॉब्झच्या मनात अजूनही अनेक प्रकल्प घोळत होते. अजून खूप करायचं बाकी होतं परंतु जुलै २०११ पर्यंत आजाराने संपूर्ण शरीराचाच ताबा घेतला होता. आजारपणाच्या काळात संपूर्ण जॉब्झ कुटुंब त्यांच्यासोबत खंबीरपणे उभे होते. मित्रमंडळी व हितचिंतक प्रार्थना करत होते. प्रत्येकाला स्टीव्ह हवे होते. खरंतर संपूर्ण जगाला ते असायलाच हवे होते. परंतु नियती ही मानवाच्या आकलनापलीकडची

असल्याने विधिलिखित निश्चित झाले होते.

२०११ चा ऑक्टोबर उजाडला. स्टीव्ह जॉब्झनी बोलणे पूर्णपणे थांबविले. हाताच्या अंतरावर उभ्या राहिलेल्या मृत्यूवर त्यांनी लक्ष केंद्रित केले असावे. आपल्या मृत्यूनंतर आपल्या आईवडिलांच्या शेजारी आपले दफन करावे अशी इच्छा त्यांनी व्यक्त केली. जन्मत:च नाकारले गेलेल्या एका अनाथ मुलाला ज्यांनी पोटच्या मुलाची माया दिली, त्या दत्तक घेणाऱ्या पालकांशेजारी अंतिम विश्रांती घ्यावी हा प्रेमाचा व कृतज्ञतेचा परमोच्च बिंदू भासतो. त्या दिवशी सर्व वृत्तपत्रांचे मथळे एका बातमीने भरून गेले... Wednesday, October 5, 2011 – Steve Jobs died, with members of his family around him, touching him. एक ध्यासपर्व अनंतात विलीन झाले.

समारोप :

त्यांची जीवनकथा ही स्वत्वाचा शोध, मानवी मूल्यं, नावीन्याचा ध्यास, धाडस व सर्वोत्तमतेचा ध्यास या गोष्टींबरोबरच दुराग्रह, क्रोध, धूर्तपणा, अतिव्यावसायिक वृत्ती, फटकळपणा इत्यादी कदाचित दुर्गुणांकडे झुकणारा स्वभाव ही वैशिष्ट्येदेखील वाचकांसमोर आणते. या चरित्रामध्ये प्रत्येकासाठी काही ना काही आहे. एवढी व्यापक, जीवनाच्या व जगाच्या प्रत्येक क्षेत्राला स्पर्श केलेली काही निवडक माणसं होऊन गेली. स्टीव्ह जॉब्झ त्यांच्यापैकी एक होते हे निर्विवाद सत्य आहे.

स्टीव्ह जॉब्झ यांच्या चरित्रग्रंथाचे वाचन म्हणजे व्यक्तिमत्त्व विकासाची सूत्रे, व्यवस्थापन कौशल्ये, उद्योग-व्यवसायाची उभारणी, प्रतिमानिर्मिती व सर्जनशीलतेची उपासना अशा उत्तमोत्तम गोष्टींची सोदाहरण शिकवण एकत्र वाचावयास मिळणारी पर्वणी आहे. तरुण विद्यार्थी, शिक्षक, संशोधक, उद्योजक, पालक, व्यावसायिक अशा कोणत्याही क्षेत्रातील व्यक्तीसाठी अत्यंत उपयुक्त व मार्गदर्शक असा हा ग्रंथ विशेषत: तरुण उद्योजकांसाठी सर्वाधिक उपयुक्त आहे. कला आणि विज्ञान या दोन्ही विषयांमधील सर्जनशीलता तंत्रज्ञानाच्या मदतीने कशा प्रकारे जग बदलू शकते, याचे हे पथदर्शी उदाहरण आहे.

असंख्य उत्कंठावर्धक, आश्चर्यकारक व धक्कादायक प्रसंगांनी भरलेले हे पुस्तक वाचकाला संपूर्ण वेळ बांधून ठेवते. एकदा वाचून पूर्णत: आकलन होईल असे हे पुस्तक नाही. आवश्यकता भासेल तेव्हा पुन्हा-पुन्हा गरजेचा भाग वाचून काढावा व आपल्या व्यावसायिक व व्यक्तिमत्त्व विकासासंबंधी प्रश्नांची उत्तरे मिळवावीत असा हा एक संदर्भग्रंथ आहे. एखाद्या दंतकथेप्रमाणे जीवन जगलेले स्टीव्ह हे १००% अनुकरणीय व्यक्तिमत्त्व आहे. कल्पनेला वास्तवात आणण्याची क्षमता असणारे ते एक युगप्रवर्तक किमयागार होते, यात तीळमात्र शंका नाही.

■

उमा कुलकर्णी यांचे
संवादु अनुवादु :
सिद्धहस्त अनुवादिकेचे आत्मकथन

मराठी भाषेला अनुवादाची प्राचीन परंपरा आहे. आधुनिक मराठी साहित्याची पायाभरणी मुळातच अनुवादित साहित्यापासून झाली आहे. सर्जनशील प्रतिभावंत लेखक हेच चांगल्या प्रकारचे अनुवाद करू शकतात. कारण अनुवाद ही एक अंत:प्रेरणा आहे. या अर्थाने मूळ लेखकाच्या कलाकृतीला अनुवादक पुनर्जन्म देत असतो. अनुवादकाच्या चिंतनाचा, व्यक्तिमत्त्वाचा ठसा अपरिहार्यपणे त्याच्या अनुवादित साहित्यामध्ये उमटल्याशिवाय राहत नाही.

अनुवादाला शास्त्रीय, कलात्मक व वाङ्मयीन मूल्ये असतात. कारण जरी मूळ मजकुराचा/आशयाचा/कथेचा अनुवाद केला जात असेल तरीही अनुवाद ही सर्जनाची क्रिया आहे. ही नवनिर्मितीची एक प्रक्रिया आहे...आणि म्हणूनच अनुवाद हीदेखील साहित्यनिर्मितीएवढीच महत्त्वाची कृती असते. अनुवादित साहित्यकृती ही संस्कृती, काळ, प्रदेश इत्यादींच्या सर्व सीमा पार करून दुसऱ्या भाषेतील-प्रदेशातील वाचकांना स्वत:च्या भाषेत वाचायला मिळाल्याने सांस्कृतिक, सामाजिक, भावनिक, ऐतिहासिक व साहित्यिक आदान-प्रदानाची फार महत्त्वाची प्रक्रिया पार पडते.

माहिती आणि तंत्रज्ञानाच्या युगात माणसांमधील संवाद हरविल्याविषयी मोठ्या प्रमाणावर चर्चा सुरू आहे. साहित्यिक-विचारवंत या विषयावर भरपूर लिहीत-बोलत आहेत. संपर्क आणि दळणवळणाची सर्वोत्तम साधने उपलब्ध असलेल्या आजच्या काळात संवाद कमी होत आहेत, हे वास्तव समाजाच्या व कुटुंबाच्या अनारोग्याचे लक्षण आहे. खरे चेहरे हरविलेले आभासी फेसबुक आपल्या जवळ आहे. खेडे/ ग्राम याची कसलीच वैशिष्ट्ये नसलेले इन्स्टाग्राम आपण नित्य वापरत आहोत आणि केवळ रिंगटोनचा चिवचिवाट असलेले ट्विटर आपल्या कानाजवळ किलबिलत असते. पण, पालक आणि मुले, शिक्षक आणि विद्यार्थी, वृद्ध आणि किशोरवयीन,

पती आणि पत्नी या सर्वांच्यामधील अकृत्रिम, जिव्हाळ्याचा संवाद हरवू पाहत आहे. समोरासमोर तासन्तास बसून स्वतःचे अंतरंग उलगडून दाखविण्याचा प्रयत्न आपण करीत नाही. सकस चर्चा व वादविवाद करण्याचा काळ मागे पडतो की काय, अशी भीती वाटण्याचा आजचा हा काळ. अशा काळात केवळ संवाद, वाचन आणि चिंतन यांच्या आधारे जीवन जगलेल्या व आत्मिक तसेच सामाजिक संवादातून अनुवादाचे साहित्यिक काम करणाऱ्या एका लेखिका-अनुवादिकेचे 'संवादु अनुवादु' हे आत्मकथन आजच्या काळाची खूप-खूप महत्त्वाची गरज आहे. हे आत्मकथन प्रत्येकासाठी आहे. अनुवाद क्षेत्रात काम करणाऱ्यांनी हे वाचावे. तरुण मुलामुलींनी वाचावे. पती-पत्नीचे नाते किती परस्परपूरक आणि उदात्त असते हे समजून घेण्यासाठी वाचावे. नव्या दमाच्या लेखकांनी वाचावे. एक संपन्न आणि कृतार्थ जीवन समजून घेतल्याचा मोठा आनंद वाचकाच्या जवळ कायमस्वरूपी राहील यात शंका नाही.

अनुवादाच्या क्षेत्रात चंद्रकांत भोंजाळ, भारती पांडे, करुणा गोखले, रवींद्र गुर्जर यांसह अनेक अनुवादकांनी फार मोठे योगदान दिलेले आहे. उमा कुलकर्णी यादेखील याच कुळातील आहेत. गेल्या ३० वर्षांहून अधिक काळ ५५ हून अधिक उत्तमोत्तम पुस्तकांचा मराठीमध्ये त्यांनी अनुवाद केलेला आहे. त्यांचा लेखन-अनुवादाचा प्रवास त्यांनी त्यांच्या 'संवादु अनुवादु' या आत्मकथनाच्या माध्यमातून मराठी वाचकांसमोर ठेवला आहे. महान कन्नड साहित्यिकांच्या कथा, कादंबऱ्या व आत्मचरित्रांना मराठीमध्ये अनुवादित करणाऱ्या उमा कुलकर्णी यांचे हे मराठीमधील आत्मकथन आता कन्नड भाषेमध्ये व इंग्रजी भाषेमध्ये अनुवादित होण्याची फार आवश्यकता आहे.

बलिहारी गुरु आपने, गोविंद दियो बताय :

दहा वर्षांपूर्वी कधीतरी कानडी लेखक डॉ. एस. एल. भैरप्पा यांचे 'माझे नाव भैरप्पा' हे अनुवादित आत्मचरित्र वाचनात आले. ही माझी आणि डॉ. भैरप्पा यांची पहिली ओळख. वाचायला सुरुवात केली आणि पहिल्या ५/१० पानांनी माझी पकड घेतली. झपाटल्यासारखे ते आत्मचरित्र वाचून काढले. त्यानंतरचे बरेच दिवस भैरप्पामय झाल्याचे सुस्पष्ट स्मरते आहे. भैरप्पांच्या या आत्मचरित्राचा सहज-सुंदर मराठी अनुवाद उमा कुलकर्णी यांनी केला आहे. हे मी वाचलेल्या सर्वोत्तम आत्मचरित्रांपैकी व अनुवादित पुस्तकांपैकी आहे.

याचे श्रेय जेवढे भैरप्पांचे, तेवढेच अनुवादिका उमा कुलकर्णी यांचेही आहे. डॉ. भैरप्पांच्या आणखी काही पुस्तकांची माहिती मिळविली. 'वंशवृक्ष' आणि 'आवरण' वाचून काढले... आणि मग पाहता-पाहता गेल्या दहा वर्षांत भैरप्पांनी लिहिलेले आणि मराठीत अनुवादित झालेले प्रत्येक पुस्तक विकत घेऊन...वाचून

मंत्रमुग्ध होण्याचा अनुभव घेत आहे.

डॉ. एस. एल. भैरप्पांच्या प्रचंड आकर्षणापोटी त्यांना कधीतरी भेटण्याची फार इच्छा होती. प्रा. मिलिंद जोशी सरांमुळे ती एकदा पूर्णत्वास आली. अक्षरधारा बुक गॅलरीच्या ५००व्या ग्रंथप्रदर्शनासाठी उद्घाटक म्हणून डॉ. भैरप्पा पुण्यात आले असताना त्यांची प्रत्यक्ष भेट झाली. तो आनंद शब्दातीत आहे. परंतु अक्षरधारा बुक गॅलरीमध्ये आणखी एक संस्मरणीय घटना घडली, ती म्हणजे भैरप्पांसमवेत उमाताईंची झालेली भेट. भैरप्पांना वाकून नमस्कार केला आणि मागे वळलो तर समोरून उमाताई येत होत्या. त्यांचा फोटो अनेक कादंबऱ्यांमध्ये अनुवादिकेची ओळख म्हणून पाहिला होता. परंतु भैरप्पामय झालेल्या मला त्या क्षणापूर्वीपर्यंत उमाताईंविषयी विचार करायला जमले नव्हते... उमगलेही नव्हते. तरीही अनपेक्षितपणे त्यांची झालेली भेट अतिशय आनंददायी होती. फार विचार न करता अगदी सहजपणे मी उमाताईंनादेखील अगदी पायाला हात लावून नमस्कार केला. त्या संकोचल्या आणि म्हणाल्या, "अहो, प्रत्यक्ष भैरप्पा येथे आहेत. त्यांना नमस्कार केला की पुरे." यावर उत्स्फूर्तपणे मीही बोललो, "अहो, तुम्ही दाखवले नसते तर आम्हांला भैरप्पा दिसलेच नसते. खरं तर पहिला नमस्कार तुम्हाला करायला हवा होता आणि त्यानंतर भैरप्पांना..." आता मात्र उमाताईंना आणखी संकोचल्यासारखे झाले. भैरप्पांनी मात्र माझ्या उत्तराला छान हसून दाद दिली. हा प्रसंग अगदी २ मिनिटांचाच पण आपला आवडता लेखक व उमाताईंची ती पहिली भेट हा आयुष्यातील आठवणींचा कायम दरवळणारा हिरवाकंच ठेवा आहे.

त्या दिवशी उमाताईंनी भैरप्पांची प्रदीर्घ मुलाखत घेतली. भैरप्पांच्या व्याख्यानापेक्षा ती मुलाखतीची कल्पना श्री. व सौ. राठीवडेकरांनी फार सुरेख योजली होती. ज्या अनुवादिकेने या दैत्य प्रतिभेच्या लेखकाला (कानडी वाचक व समीक्षक भैरप्पांना याच उपाधीने ओळखतात.) मराठी रसिकांसमोर आणले होते, त्याच अनुवादिकेने पुन्हा एकदा मुलाखतीच्या माध्यमातून मूळ लेखकाला उलगडावे ही रचनाच फार प्रतीकात्मक आणि सुंदर होती.

संवादु अनुवादु - सिद्धहस्त अनुवादिकेचे आत्मकथन :

पुढे भैरप्पांचे इतर साहित्यही वाचले. त्यांच्या जवळपास सर्व कादंबऱ्यांचे मराठी अनुवाद उमा कुलकर्णी यांनीच केले आहेत. हे सारे नकळतपणे सुरू असताना उमा कुलकर्णी यांच्या 'संवादु अनुवादु' या आत्मकथनाचे परीक्षण 'महाराष्ट्र टाइम्स' मध्ये वाचले आणि त्याच दिवशी ते विकत घेऊन वाचायला सुरुवात केली... आणि एका नव्या साक्षात्काराला सामोरा गेलो. त्यांचे संवादु अनुवादु हे आत्मकथन एका अनुभव संपन्न, व्यासंगी आणि सिद्धहस्त लेखिकेचे-अनुवादिकेचे अनुभव कथन

असल्याचे सुस्पष्टपणे जाणवले. हे काही प्रचलित आत्मकथनांपैकी नाही. कारण या पुस्तकात जीवनानुभवांच्या नोंदींपेक्षा अधिक काही आहे, हे ठळकपणे जाणवले. हे आत्मकथन लेखन-अनुवादाप्रति आंतरिक उमाळा असणाऱ्या एका सर्जनशील लेखिकेचे आत्मदर्शन घडवते. घटनांच्या ऐवजी आपले अंतरंग उलगडून दाखवणारे हे आत्मकथन याच कारणाने वेगळे व नोंद घेण्यासारखे आहे. उमाताई कुलकर्णी यांचे प्रदीर्घ चिंतन, भरपूर लोकसंग्रह, तीव्र स्मरणशक्ती, अखंड कार्यमग्नता आणि संवादाचे कौशल्य ग्रंथाच्या पानोपानी आढळते.

उमाताईंचा जन्म १९५० सालचा. आज त्या वयाच्या सत्तरीमध्ये आहेत. त्यांचे हे आत्मकथन नोव्हेंबर २०१७ साली मेहता पब्लिशिंग हाउस यांनी प्रकाशित केले. परंतु वयाच्या ६०/६५ वर्षांपर्यंत आत्मकथन लिहावे हा विचार त्यांच्या मनामध्ये नव्हता. सांगलीतल्या अनुवाद कार्यशाळेमध्ये भालचंद्र नेमाडे यांनी उमाताईंना सुचविले की, 'तुमचे अनुवादावरचे विचार मांडायची वेळ आली आहे.' पुढे काही वर्षे हा विचार त्यांच्या मनात घोळत होता. याविषयी पती विरुपाक्ष कुलकर्णी यांच्यासोबत त्यांनी चर्चा केली. कुलकर्णी म्हणाले, 'लिहायचं असेल तर लवकर लिही. हे तुझं पर्फेक्ट वय आहे.' सांगलीच्या ताराबाई भवाळकर, 'साधना'चे विनोद शिरसाट, 'सकाळ'चे सदा डुंबरे, कविता महाजन या सर्वांनी आपापल्या परीने आत्मकथन लिहिण्याविषयी आग्रह केला आणि शेवटी नोव्हेंबर २०१७ साली वयाच्या अगदी परिपक्व टप्प्यावर हे आत्मकथन प्रकाशित झाले. याबद्दल आम्ही सर्व वाचक उमाताई, विरुपाक्ष कुलकर्णी व इतर सर्वांचेच आभारी आहोत. कारण गेल्या ४० वर्षांहून अधिकचे साहित्यिक जीवन, ५० वर्षांचे सहजीवन आणि ७० वर्षांच्या सामाजिक जीवनाचा सर्वंकष अनुभव घेतलेल्या लेखिका-अनुवादिकेचे हे आत्मकथन सर्वार्थाने संपन्न व प्रेरणादायक आहे.

गेल्या ३० वर्षांहून अधिक काळ उत्तमोत्तम पुस्तकांचे अनुवाद करता-करता त्यांचे सारे जीवनच अनुवादमय झाले आहे. अनुवाद वगळला तर त्यांच्या जीवनात फार काही उरणारच नाही. जगासोबत संवाद साधत आत्मसंवादापर्यंतचा त्यांचा प्रवास वाचनीय आहे. म्हणूनच 'संवादु अनुवादु' या शीर्षकाला अनन्यसाधारण महत्त्व आहे. अतिशय यथार्थपणे हे शीर्षक लेखिकेच्या संपूर्ण जीवनाचे सार केवळ दोन शब्दांत मांडते. यातील संवादु शब्दाचा अर्थ म्हणजे आत्मसंवाद, उभयतांमधील (श्री. व सौ. कुलकर्णी) संवाद आणि आजूबाजूच्या असंख्य लोकांबरोबरचा अखंड संवाद होय. तर अनुवादु म्हणजे संपूर्ण आयुष्याची फलनिष्पत्ती असलेले अनुवादित साहित्याचे अद्वितीय काम होय. पुस्तकाचे मुखपृष्ठ उमाताईंएवढेच साधे आणि समर्पक आहे. मुखपृष्ठ फार कलात्मक न करता नेमके करण्यावर भर दिल्याचे लक्षात येते. हलके रंगीत-प्रसन्न मुद्रेचे क्लोजअप छायाचित्र उमाताईंच्या साध्या तरीही

ठसठशीत व्यक्तिमत्त्वाचे आणि विचारप्रक्रियेचे द्योतक असल्याचे भासते. ४२६ पानांचे हे पुरेसे प्रदीर्घ आत्मकथन आनंदी भाव, कृतिशीलता आणि समाधानाने परिपूर्ण आहे.

'संवादु अनुवादु' या आत्मकथनाचे मी माझ्या आकलनाप्रमाणे चार प्रमुख भागांत विभाजन केले आहे. बालपण आणि विवाह, वैवाहिक जीवन, थोर साहित्यिकांचा सहवास (त्याविषयीच्या आठवणी) आणि लेखिकेने केलेले अनुवाद व अनुवाद कलेविषयीची त्यांची मते. ढोबळमानाने केलेल्या या चार भागांमुळे उमाताईंचे व्यापक असे व्यक्तिगत व साहित्यिक जीवन समजून घेणे सोपे जाईल असे वाटते.

बालपण आणि विवाह

या आत्मकथनामध्ये महाराष्ट्र-कर्नाटक सीमेवरील बेळगावमधल्या ठळकवाडी या ठिकाणच्या बालपणीच्या अनेक आठवणी आहेत. बालपणातील मैत्रिणी, वेगवेगळ्या भाषा व संस्कृती असलेल्या शेजाऱ्यांच्या गमती आहेत. बहुभाषिक वातावरणातले ते मोकळे बालपण हेच त्यांच्या जडण-घडणीत महत्त्वाचे ठरल्याचे पुढे ध्यानात येते. उमाताईंना त्यांचे वडील भगवंतराव कृष्णाजी कुलकर्णी यांनी साहित्य-कला-संगीत-वाचन संस्कृती असे पोषक वातावरण उपलब्ध करून दिले. अनेक बालमैत्रिणी, मराठी, पंजाबी, गुजराती भाषिक शेजारी, या सर्वांची नावे, त्यांच्या लहान-सहान आठवणी हे सारे त्यांना लख्खपणे आठवते. तत्कालीन कौटुंबिक व ग्रामीण समाजजीवनाचे सूक्ष्म निरीक्षणही जागोजागी वाचनात येते. यावरून वाचकांना लेखिका उमा कुलकर्णी यांच्या तीव्र स्मरणशक्तीची कल्पना येऊ शकते.

अत्यंत सुरक्षित व आनंददायी बालपणानंतर बी.ए. च्या शेवटच्या वर्षाला असताना ९ मार्च १९७० रोजी कु. सुषमा कुलकर्णी या सौ. उमा विरुपाक्ष कुलकर्णी झाल्या. विवाहाच्या गाठी स्वर्गात बांधल्या जातात या उक्तीला सार्थ ठरविणारी ही उमा-शंकराची (विरुपाक्ष हे शंकराचंच एक नाव आहे.) जोडी म्हणजे दांपत्य जीवनाचा आदर्श वास्तुपाठ आहे. उमाताईंच्या एकूण जडण-घडणीत विवाहापूर्वी वडिलांचा प्रभाव व सहकार्य दिसते तर विवाहानंतर ही जबाबदारी पती विरुपाक्ष कुलकर्णी यांनी खूप छान निभावली आहे.

वैवाहिक जीवन

९ मार्च १९७० रोजी विरुपाक्ष कुलकर्णी व सुषमा कुलकर्णी यांचा बेळगाव येथे विवाह संपन्न झाला. दोघांच्या आयुष्यातील या शुभयोगामुळे त्यांचे स्वत:चे जीवन तर बदललेच, त्याचसोबत मराठी साहित्याच्या भविष्यातील ऐतिहासिक अनुवाद कार्याची ती सुरुवात होती. आत्मकथनाच्या या भागामध्ये कुलकर्णी दांपत्याच्या हातून घडलेल्या अनुवाद सेवेचा सविस्तर वृत्तान्त आला आहे. त्यांच्या दांपत्य जीवनातील

अनेक आठवणी व कौटुंबिक घटनांचा सविस्तर उल्लेख या भागात आहे. खरेतर हाच या आत्मकथनाचा गाभा आहे. पुण्यामध्ये मॉडेल कॉलनी मधील 'शशीप्रभा' येथे त्यांच्या संसाराची सुरुवात झाली. वरणगावमधला काही काळ सोडता संपूर्ण आयुष्य त्यांनी शशीप्रभामध्येच घालवले. हे घर म्हणजे मला त्यांच्या आत्मकथनामधले एक जिवंत पात्र भासले.

श्री. व सौ. कुलकर्णी यांचे मित्रमंडळींसोबतचे पुण्यातील सुरुवातीचे दिवस या साऱ्याचे आनंददायक चित्रण या आत्मकथनाचे चैतन्य वाढवते. दोघांच्या वयामध्ये दहा वर्षांचं अंतर असल्याने दोघांनी एकमेकांचं 'मोठेपण' व 'लहानपण' मान्य करून टाकलं होतं. त्यामुळे तू-तू, मैं-मैंचे प्रसंग कधीच न आल्याचं उमाताई सांगतात. उमाताईंना कन्नड बोललेलं समजत असे परंतु सराईतपणे कन्नड बोलायला मात्र येत नव्हते आणि वाचायला तर अजिबातच येत नव्हते. लग्नानंतर सुमारे दीड वर्षांनी त्यांच्या घरातला कर्नाटक-महाराष्ट्राचा भाषिक प्रश्न सुटल्याचे त्या विनोदाने सांगतात. हा भाषिक प्रश्न सुटल्याने अनुवादाचे फार मोठे काम या दांपत्याच्या हातून झाल्याचा सविस्तर वृत्तान्त आत्मकथनामध्ये या भागात वाचायला मिळतो.

श्री. व सौ. कुलकर्णी यांनी ५० वर्षांचे सहजीवन अनुभवले आहे. एकमेकांसाठी एवढी परस्परपूरक जोडी दिसणे फार कठीण असते. ही दोन वेगळी व्यक्तिमत्त्वे नसावीतच; एवढी एकरूपता या दांपत्यामध्ये असल्याचे अनेक प्रसंगात लक्षात येते. याचे सर्वोत्तम उदाहरण म्हणजे ५० हून अधिक कन्नड कादंबऱ्यांचा मराठी अनुवाद केलेल्या उमा कुलकर्णी यांना कानडी भाषा वाचताही येत नाही. पती श्री. विरुपाक्ष त्यांना कादंबरी वाचून दाखवतात. दोघे चर्चा करतात आणि मग उमाताई स्वतंत्रपणे त्या पुस्तकाचा मराठीत अनुवाद करतात. संत ज्ञानेश्वरांच्या 'पांडुरंग कांती दिव्य तेज झळकती' या अभंगात एक कडवे आहे, ''शब्देंविण संवादु। दुजेंविण अनुवादु। हें तंव कैसेंनि गमे।'' याचा अर्थ असा की, दुजेपण नाहीसे होऊन जेव्हा दोन व्यक्तींमध्ये अद्वैत अवस्था निर्माण होते, तेव्हा त्यांच्यामध्ये आत्मिक संवादाला सुरुवात होते. संवाद-अनुवादासाठी दोन वेगवेगळ्या व्यक्तींची आवश्यकता असते, पण या ठिकाणी द्वैत संपले असल्याने अद्भुत एकरूपता निर्माण होते. हे अद्वैत सामान्य माणसाच्या आकलनापलीकडचे असते. अंत:करणाची अशी अद्वैत अवस्था या उभयतांमध्ये आहे. भाषेचा त्यांना कधीच अडथळा आला नाही. उलट दोन वेगळ्या भाषिक वातावरणात वाढलेले दोन भिन्न जीव एकमेकांमध्ये सहजगत्या एकरूप झाल्याचा वेगळा भाव यांच्या दांपत्य जीवनामध्ये प्रकर्षाने दिसतो.

वैखरी, मध्यमा, पश्यंती आणि परा हे वाणीचे चार प्रकार आहेत. वैखरी हा आपण सर्वजण वापरतो तो शाब्दिक संवादाचा पहिला मार्ग आहे. परंतु विरुपाक्ष कुलकर्णी व उमाताई या दांपत्यामधील संवाद हा परा या सर्वोच्च पातळीवरचा

आहे. तेथे द्वैत संपते आणि आध्यात्मिक एकरूपता प्रकट होते. हीच एकरूपता त्यांच्या आनंदी सहजीवनाचे व भरीव अनुवाद कार्याचे प्रमुख कारण असल्याचे सुस्पष्टपणे जाणवते.

थोर साहित्यिकांचा सहवास

दांपत्यजीवन जगत असताना व अनुवादाच्या क्षेत्रात काम करत असताना श्री. व सौ. कुलकर्णी यांना अनेक थोर साहित्यिकांचा कौटुंबिक स्नेह व सहवास लाभला. केवळ कथा-कादंबऱ्यांच्या अनुवादावर न थांबता त्यांनी अनेक लेखकांसोबत व्यक्तिगत स्नेहाची नाळ जोडली. वैचारिक व भावनिक देवाण-घेवाण केली. मूळ कलाकृतीचा मराठी अनुवाद करताना त्या कलाकृतीच्या लेखकाची जीवनमूल्ये त्यांच्या सहवासात समजून घेता आली. हा या दांपत्याचा फार दुर्मीळ भाग्ययोग आहे. डॉ. शिवराम कारंत, पूर्णचंद्र तेजस्वी, डॉ. एस. एल. भैरप्पा, पु. ल. देशपांडे आणि सुनीताबाई, इन्फोसिसच्या सुधा मूर्ती, अनिल अवचट, गिरीश कार्नाड, शांता शेळके, कमल देसाई, ग. प्र. प्रधान, यू. आर. अनंतमूर्ती, कवयित्री वैदेही, डॉ. एम. एम. कलबुर्गी, माधवी देसाई, डॉ. वि. भा. देशपांडे, स्मिता तळवळकर, सदाशिव अमरापूरकर, डॉ. द. दि. पुंडे, अमोल पालेकर, तारा भवाळकर, अनंतराव देशपांडे अशा अनेक दिग्गज साहित्यिक, अभ्यासक, अभिनेत्यांशी जवळचा स्नेह निर्माण झाला. या साऱ्या थोर माणसांनी कुलकर्णी दांपत्याचे जीवन साहित्यिक समृद्धीने व समाधानाने ओतप्रोत भरून टाकले. अनुवादित पुस्तकांएवढाच माणसांचा गोतावळा हा त्यांचा फार मोठा ठेवा आहे.

या आत्मकथनामध्ये ज्येष्ठ लेखिका व विचारवंत कमल देसाई तसेच श्री. व सौ. पुंडे, अनिल अवचट व सुनंदा अवचट यांच्या सोबतच्या निर्व्याज स्नेहाचे अनेक प्रसंग आहेत. पु.ल. देशपांडे व सुनीताबाई यांच्या सोबतचे कार्यक्रम व अनुवादाच्या आठवणींची नोंद यात आहे. कारंत व भैरप्पा या दोघांचेही कुलकर्णी दांपत्याच्या पुण्यामधील शशीप्रभा या घरातील अनेक मुक्काम व कुलकर्णी दांपत्याचे कर्नाटक आणि म्हैसूरमधील कानडी लेखकांच्या घरातील मुक्कामाच्या अनेक आठवणी या आत्मकथनामध्ये आहेत. शशीप्रभा मधील विविध शेजारी व आप्तस्वकीयांच्याही आठवणी आहेत. साहित्य, सिनेमा, नाटक, वृत्तपत्र अशा विविध क्षेत्रांतील नामवंतांच्या आठवणी हा या आत्मकथनाचा वाचनीय भाग आहे. या थोर साहित्यिक विभूतींसोबतचा संवाद हा त्यांच्या अनुवादाचा गाभा आहे. मूळ कलाकृतीचे अंत:सत्त्व अनुवादित कलाकृतीमध्येदेखील तितक्याच ताकदीने येण्यामागे हेच कारण असावे. त्यांनी अनुवादित कादंबरीबरोबरच मूळ लेखक व त्यांची लेखनामागील विचारप्रक्रियादेखील समजून घेतली होती.

लेखिकेने केलेले अनुवाद व अनुवाद कलेविषयीची त्यांची मते

या महत्त्वाच्या भागामध्ये अनेक लेखकांच्या विविध पुस्तकांच्या अनुवादाच्या आठवणी लेखिकेने सांगितल्या आहेत. अनुवादाचा हा प्रवास मोठ्या पल्ल्याचा व नव्या वाटेचा होता. हा प्रवास अनेक अनुभवांनी व आठवणींनी पुरेपूर भरलेला आहे. प्रत्येक अनुवादित पुस्तकाची स्वतःची अशी एक जन्मकथा आहे. त्याचा सविस्तर वृत्तान्त या आत्मकथनाच्या पानोपानी आहे. वाचकांनी तो प्रत्यक्ष वाचून अनुभवण्यासारखा आहे. १०/१२ पानांच्या लेखात त्याचा प्रत्यय घेणं म्हणजे काजव्याला पाहून सूर्यप्रकाशाचा आनंद घेतल्यासारखं होईल.

उमा कुलकर्णी यांनी डॉ. एस. एल. भैरप्पा यांच्या सर्व कादंबऱ्यांचे (धर्मश्री वगळता) मराठीत अनुवाद केले आहेत. त्याचबरोबर डॉ. यू. आर. अनंतमूर्ती, डॉ. शिवराम कारंत, पूर्णचंद्र तेजस्वी, सुधा मूर्ती, गिरीश कार्नाड, कवयित्री-लेखिका वैदेही यांच्यासारख्या अनेक महान लेखकांच्या सर्वोत्तम कलाकृती मराठीत अनुवादित केल्या आहेत.

संपूर्ण भारतीय समाजाचे अंतःसत्त्व ज्यांच्या पात्रांमध्ये आणि कथांमध्ये ओतप्रोत भरलेले आहे, अशा थोर कन्नड साहित्यिकांचे साहित्य मराठी रसिकांना उमाताईंच्या अनुवादांमुळे वाचायला मिळाले. त्यामुळे मराठी साहित्याचे दालनही समृद्ध झाले आहे. या महान कार्याचे श्रेय जितके मूळ लेखकांचे, तितकेच प्रतिभावान, सर्जनशील आणि सिद्धहस्त लेखिका-अनुवादिका उमाताई कुलकर्णी यांचेही आहे. अनुवादित कादंबऱ्यांचे वेड लागलेले माझ्यासारखे असंख्य वाचक उमा कुलकर्णी यांचे जन्मोजन्मी ऋणी आहेत. आमच्या मनाच्या देव्हाऱ्यात श्री. व सौ. कुलकर्णी दांपत्य हे कारंत, पूर्णचंद्र तेजस्वी आणि भैरप्पांसमवेत केव्हाच विराजमान झाले आहे.

डॉ. शिवराम कारंत हे कन्नड साहित्यामधील एक फार मोठं नाव आहे. १९७८-७९ साली त्यांना ज्ञानपीठ पुरस्कार मिळाला. सौ. उमाताईंना त्यांची 'मुकज्जिय कनसुगळु' ही कादंबरी समजून घ्यायची इच्छा झाली. विरुपाक्ष कुलकर्णी यांनी ती वाचून दाखवली. उमाताईंना ते कथानक फार आवडले व त्यांनी 'मुकज्जिय कनसुगळु'चा 'मुकज्जिची स्वप्ने' या नावाने अनुवाद केला. अशा प्रकारे अनुवादपर्वाचा नकळतपणे प्रारंभ झाला आणि पंचावन्न अनुवादांनंतर आजही सुरू आहे. डॉ. कारंत यांच्या 'तनामनाच्या भोवऱ्यात', 'डोंगराएवढा' याही उमा कुलकर्णी यांनी त्यांच्या अनुवादित केलेल्या महत्त्वाच्या कादंबऱ्या आहेत.

डॉ. एस. एल. भैरप्पा हेही कानडी लेखक. आजच्या घडीला संपूर्ण भारताच्या सामाजिक, सांस्कृतिक, धार्मिक व राजकीय परिप्रेक्ष्याला लीलया कवेत घेण्याची प्रचंड क्षमता असणाऱ्या मोजक्या साहित्यिकांमधील वरच्या क्रमाचे लेखक म्हणजे डॉ. एस. एल. भैरप्पा होय. कन्नड वाचक त्यांना 'दैत्य प्रतिभेचा लेखक' म्हणूनच

ओळखतात. मराठीतही त्यांचा स्वतंत्र वाचकवर्ग आहे. उमा कुलकर्णी यांनी डॉ. भैरप्पा यांच्या वंशवृक्ष, आवरण, मंद्र, जा ओलांडुनी, पर्व, तंतू, सार्थ, तडा, काठ, पारखा, परिशोध, साक्षी, उत्तरकांड अशा उत्तमोत्तम कादंबऱ्यांचा मराठीमध्ये अनुवाद केला आहे.

के.पी. पूर्णचंद्र तेजस्वी हेदेखील एक अफलातून कानडी लेखक. त्यांच्या कर्वालो, चिदंबर रहस्य या कादंबऱ्यांसह अनेक दीर्घकथांचादेखील मराठीत अनुवाद केला आहे. सुधा मूर्ती यांच्या महाश्वेता, डॉलर बहु, सामान्यातील असामान्य, परीघ या कादंबऱ्यांचा मराठी वाचकांसाठी अनुवाद केला आहे. तसेच सुनीताबाई देशपांडे यांच्या आहे मनोहर तरी या आत्मचरित्राचा त्यांनी कानडीमध्ये अनुवाद केला आहे.

'संवादु अनुवादु' हे एका अनुवादिकेचे आत्मकथन आहे. त्यामुळे अनुवादक म्हणून केलेल्या कामाबरोबरच अनुवाद कलेचे असंख्य बारकावे, नियम व त्यांची स्वतःची अनुभवाधिष्ठित मते यांचा मौलिक ठेवादेखील या आत्मकथनामध्ये आहे. अनुवादक व अनुवादित साहित्य यांविषयी त्या सांगतात की, अनुवादकाला साहित्याची जाण आवश्यक आहे. समीक्षकापेक्षा अनुवादकाला वेगळ्या प्रकारची साहित्यिक जाण लागते. *(१११)* प्रत्येक कलाकृती अनुवादकाकडून त्या कलाकृतीसाठी आपली शैली बनवून घेत असते *(२६३)* असा त्यांचा अनुभव आहे. त्यामुळे मूळ लेखकाच्या शैलीची नक्कल करून चालत नाही. *(२६३, ३०२)* उमाताईंचा प्रत्येक अनुवाद वाचताना लेखक वेगळा आहे हे जाणवत असतं! अनुवाद कलेच्या सामर्थ्याची पाठराखण करताना त्या सांगतात की, अनुवादात 'सर्जनशीलता आहे का', हाही अनेकदा चर्चिला जाणारा मुद्दा आहे. याचे उत्तर 'आहे' असं त्या ठामपणे सांगतात *(३५०)* जर अनुवादकाची अभिरुची बहुजन वाचकांशी जुळली की तो अनुवाद मोठ्या प्रमाणावर वाचला जातो *(३७१)* असे निरीक्षण त्या नोंदवतात.

अनुवाद कसा असावा? याविषयी उमाताई लिहितात की, अनुवाद 'आज्ञाधारक' असावा. 'सांगकाम्या' नसावा. मूळ लेखकानं मांडलेलं 'शब्दांच्या पलीकडचं' सुज्ञपणे हेरून तेही मराठी वाचकाला सांगणं म्हणजे अनुवाद होय. *(३७४)* प्रत्येक अनुवादित कलाकृतीने मला बरंच काही दिल्याचं त्या सांगतात. अनुवादाशी जन्माचं नातं जुळल्यानं माझी कुठलीही मतं कठोर-कडवट राहिली नसल्याचं त्या सांगतात. त्यामुळेच त्यांची 'मानवते'ची व्याख्या व्यापक झाल्याचं त्या मान्य करतात. *(४२२-४२३)*

अनुवाद करता करता जीवनाचा बराच काळ उत्तम साहित्याच्या सान्निध्यात राहिल्यामुळे आजूबाजूची माणसं आणि जीवनाचे कंगोरे समजून घ्यायला मदत झाली. त्यायोगे वाचनाचा आणि सर्जनाचा आनंद प्राप्त झाल्याची कृतार्थता त्या

मनापासून व्यक्त करतात. साहित्य आणि अनुवादाने त्यांचे सहजीवन समृद्ध झाल्याचा भावही त्या व्यक्त करतात. (४१६) अनुवाद शास्त्राविषयीची वरील सर्व मते ही अनुवाद कलेचा आत्मा आहेत. प्रदीर्घ अनुभव व चिंतन यांच्या आधारे ५५ हून अधिक पुस्तकांचा अनुवाद केलेल्या अनुवादिकेचे हे विचार अनुवादाच्या अभ्यासकांसाठी फार महत्त्वाचे आहेत.

समारोप :

या आत्मकथनाचा वाचक म्हणून माझ्यावरदेखील मोठा परिणाम झाला. अनेक वेळा विविध विषयांवरील गप्पांमध्ये मी डॉ. भैरप्पा यांच्या कथा, पात्र व तत्त्वज्ञानाचे दाखले देत असतो. थोडेफार लेखनदेखील केले आहे. उमाताई यांचा उल्लेख अनवधानाने मूळ लेखक भैरप्पा यांच्या मागे दडलेला असायचा. परंतु हे आत्मकथन वाचल्यावर उमा कुलकर्णी या त्यांच्या अनुवादित कादंबऱ्यांच्या मूळ लेखकांच्या बरोबरीने उभ्या असल्याचा अनुभव मी घेतो आहे. त्यांनी वैविध्यपूर्ण लेखन केले आहे. त्यांची एक स्वतंत्र लेखनशैली आहे. अनुवाद हे त्यांचे बलस्थान आहे. कन्नड भाषेतील मराठीमध्ये अनुवादित झालेले पुस्तक कोणत्याही दृष्टीने मराठी भाषेबाहेरील वाटतच नाही. शाब्दिक अनुवादाच्या एक पाऊल पुढे जाऊन अनुवादित पुस्तक मराठीमधीलच वाटावे एवढा नैसर्गिक/अकृत्रिम अनुवाद फार थोड्या अनुवादकांना जमला असेल.

कर्नाटक आणि महाराष्ट्र यांचा सामाजिक, सांस्कृतिक, धार्मिक व राजकीय संबंध शतकानुशतकांचा आहे. कर्नाटक व महाराष्ट्र यांच्यामध्ये मोठ्या प्रमाणावर साहित्यिक आदान-प्रदान सातत्याने होत आहे. उमा कुलकर्णी, विरुपाक्ष कुलकर्णी यांच्यासारखी अनेक प्रातिनिधिक नावे हा साहित्यसेतू बांधतात. या दांपत्याने त्यांचे संपूर्ण सहजीवन साहित्यासाठी वाहिलेले आहे. त्या दोघांमधील संवाद हाच त्यांच्या साहित्यिक जीवनाचा मूलाधार आहे. दोघांमधील पती-पत्नीचे नाते हे दैहिक पातळीच्या फार पलीकडचे आहे. दोघांच्या संवादातून दुजेपण नाहीसे होऊन अनुवादाचे हे काम त्यांच्या आत्मिक अद्वैताचा साक्षात्कार आहे.

वाचकांसाठी हे आत्मकथन अत्यंत आनंददायी, प्रेरणादायी असे आहे, परंतु अनुवाद क्षेत्रात काम करणाऱ्यांसाठी हे आत्मकथन 'अनुवादकांचे गीता-बायबल' आहे असे म्हटल्यास वावगे ठरू नये. अभ्यासकांनी कदाचित या पुस्तकाकडे अशा दृष्टीने पाहून अभ्यासलेही असेल. त्याविषयी लिहिलेही असेल. ते लिहिण्याचा अधिकार अनुवाद क्षेत्रातील अभ्यासकांचा आहे. मी केवळ त्यांच्या अनुवादित कादंबऱ्यांचा एक वाचक आहे. उमाताई माझ्यापर्यंत अनेक दिशांनी पोहोचल्या. एक कुटुंबवत्सल स्त्री, गृहदक्ष सहचारिणी, वैचारिक अधिष्ठान असलेली स्वतंत्र विचारांची

लेखिका आणि अत्यंत सशक्त व सर्जनशील अनुवादिका अशा अनेक रूपांत उमाताई या आत्मकथनाच्या माध्यमातून वाचकांसमोर येतात. साहित्यिकदृष्ट्या संपन्न व कृतार्थ जीवन जगल्याचा भाव पुस्तकाच्या शब्दाशब्दांत जाणवतो.

डॉ. एस. एल. भैरप्पांच्या कादंबऱ्यांविषयी बोलताना माझ्या तोंडून उमा कुलकर्णी यांचा उल्लेख नेहमीच 'उमाताई' असा होतो. हे मला जाणवल्यावर असे लक्षात आले की, त्यांचे केवळ अनुवाद वाचून; त्यांच्याशी वारंवार न भेटताही एक नातं तयार झालं आहे. त्या माझ्या ७० वर्षांच्या सर्वांत जवळच्या मैत्रीण आहेत... आपल्या मुलांपुढे जीवनानुभवांचं गाठोडं उघडून ठेवणारी आई आहेत...आणि जीवनातल्या अडचणी व संघर्ष हाताळताना पाठबळ देणाऱ्या गुरूदेखील आहेत.

उमाताई या त्यांचे पती विरुपाक्षजी कुलकर्णी यांच्या समवेत अत्यंत समृद्ध असे वैवाहिक, सामाजिक व साहित्यिक जीवन जगल्या. हे आत्मकथन म्हणजे त्यांच्या जीवनानुभवांचे सार आहे. त्यांचे जीवनानुभव हे वैविध्यपूर्ण व अनुकरणीय असल्यामुळे प्रत्येक वाचकाला आपलेसे वाटणारे आहेत. त्यांच्या अनुभव कथनामध्ये नाट्यमयता नाही, भीषण जीवन-मरणाचा संघर्ष नाही, हाल-अपेष्टांचे रडगाणे नाही. जीवनात जसे बरे अनुभव येतात तसेच संघर्ष आणि दु:खाचेही येतात. उमाताई या सगळ्याकडे फार प्रगल्भपणे व समजूतदारपणे बघतात. जीवन जसं समोर येईल तसंच स्वीकारण्याचा त्यांचा स्थिर मनोभाव प्रकर्षाने लक्षात येतो.

उमाताईंच्या रूपात मला माझी आई-आजी दिसते. त्या काळातल्या बायका जशा जीवनाकडे पाहायच्या तशा उमाताईही पाहतात. त्यामुळे त्यांचे जीवन तुमच्या-माझ्या सारखेच... अगदी आपलेसे वाटते. आपणही उमाताईंसारखे जीवनाकडे पाहू शकतो, असा विश्वास त्यांचे जीवनकथन वाचकाला देते.

जीवन संकटांनी, उणिवांनी, दु:खांनी व्यापलेले असतेच. पण उमाताईंच्या या आत्मकथनामध्ये एखादा-दुसरा प्रसंग सोडला तर कोठेही तक्रारींचा पाढा नाही. कवटाळलेली दु:खं नाहीत. आयुष्यातील उणिवांवर मात करून अधिक उन्नत व क्रियाशील जीवन जगण्याचा आदर्श वस्तुपाठ मांडणारे हे आत्मकथन वाचनीय व अनुकरणीय आहे. हे आत्मकथन वाचकांना आनंद देणारे आहे. जीवनात थकल्या-भागल्या दु:खी जीवांना चैतन्य देणारे आहे. प्रकाशाकडे पाहायला शिकवणारं आहे.

प्रचंड लोकसंग्रह, अखंड संवाद, सकारात्मक जीवनदृष्टी, अथक श्रम, नवनिर्मितीचा ध्यास व सर्जनशक्ती यांच्या जोरावर उमा कुलकर्णी यांनी चिरंतन टिकणारे साहित्यिक काम पुढील पिढ्यांसाठी करून ठेवले आहे. विरुपाक्ष कुलकर्णी व उमा कुलकर्णी या दांपत्याच्या आत्मिक अद्वैताचा साक्षात्कार म्हणजे अनुवादाने आणि जीवनानुभवांनी ओथंबून वाहणारे 'संवादु अनुवादु' हे आत्मकथन होय.

इट्स नॉट अबाउट द बाइक-माय जर्नी बॅक टू लाइफ :

सायकलपटू लान्स आर्मस्ट्राँग याचे आत्मकथन

लान्स आर्मस्ट्राँग हा तूर द फ्रान्स (Tour de France) ही जगातली सर्वांत कठीण व सुप्रसिद्ध सायकल स्पर्धा सलग सात वेळा जिंकणारा सर्वकालीन महान सायकलपटू... जीवनातल्या विविध टप्प्यांमध्ये सायकलिंगवरचे प्रेम, कॅन्सरचे आजारपण, आर्थिक अडचणी, कॅन्सरवर मात व पुनरागमनाचे प्रयत्न करून जगज्जेता बनणे अशा संघर्षमय अनुभवांना सामोरा गेला. सायकलिंग एवढ्याच चढ-उताराचे आणि अनिश्चिततेचे आव्हानात्मक जीवन जगला. जीवनातल्या सर्वांत कठीण संकटांकडूनच जीवन जगायची प्रेरणा, ऊर्मी आणि ताकद घेणे हा लढाऊ वृत्तीचा परमोच्च बिंदू म्हणावा, एवढे लान्सचे जीवन प्रेरणादायक आहे.

आत्मचरित्रं-आत्मकथनं वाचून आपल्याला काय मिळतं? याचा विचार करता असं जाणवतं की, माणसं मोठी कशी होतात? हे जाणून घेणं फारच उद्‌बोधक गोष्ट असते. मोठ्या माणसांची जीवनमूल्यं कशी असतात? त्यांचा संघर्ष कशा प्रकारचा असतो? हे अनुभवणं आपल्यालाही बळ देणारं असतं. आपणही स्वतःला नकळतपणे काही प्रसंगांमध्ये पाहू लागतो. आपल्या समस्यांची उत्तरे इतरांच्या कथांमध्ये सापडतात. कदाचित म्हणूनच असे म्हटले जाते की, उत्तमोत्तम पुस्तके जीवनातल्या प्रश्नांकडे-संघर्षांकडे-दुःखांकडे पाहण्याची वेगळी आणि नवी दृष्टी देतात हे मात्र नक्की.

लान्स आर्मस्ट्राँग हा तूर द फ्रान्स (Tour de France) ही जगातली सर्वांत कठीण व सुप्रसिद्ध सायकल स्पर्धा सलग सात वेळा जिंकणारा सर्वकालीन महान सायकलपटू आहे. कोणतीही पार्श्वभूमी अथवा प्रेरणा नसताना सोळा वर्षांचा एक मुलगा सायकलिंगच्या ध्येयाने भारावून जातो व एकविसाव्या वर्षांपर्यंत अविश्रांत कष्ट घेऊन सायकलिंगच्या जगताला स्वतःची नोंद घ्यायला भाग पाडतो. असा हा महान सायकलपटू जीवनातल्या विविध संकटांवर मात करून जगज्जेता बनतो. सायकलिंग

हा प्रचंड आव्हानात्मक व अनिश्चिततेने भरलेला क्रीडा प्रकार आहे. लान्स देखील असेच अनिश्चिततेचे आव्हानात्मक जीवन जगला. हा जीवन प्रवास वाचकांना थक्क करणारा आहे. जीवनाच्या या टप्प्यापर्यंत त्याच्याकडून शिकावे व प्रेरणा घ्यावी असेच त्याचे चरित्र आहे.

त्याचे जीवन एक क्रीडापटू/सायकलपटू म्हणून अतीव कष्ट, मैदानावरील व मैदानाबाहेरील स्पर्धा, अखंड अभ्यास आणि सराव यांनी भरलेले होते. स्पर्धा म्हटली की यश-अपयश हे येत राहणारच. अज्ञात संकटांनी भरलेले मानवी जीवन सतत आपली परीक्षा घेत असते. कॅन्सरसारख्या आजाराचे उद्भवणे आणि त्या आजारातून यशस्वीपणे बरे होणे ही एक मोठी लढाई लान्सने जिंकली. पुढे १९९९ ते २००७ पर्यंत तो अनेक स्पर्धा जिंकत राहिला. त्याची आक्रमकता, सायकलिंग मधले डावपेच, स्पर्धेगणिक वाढणारे कौशल्य आणि त्याला जगभरातून लाभलेला कोट्यवधी लोकांचा पाठिंबा यांच्या जोरावर लान्स आर्मस्ट्रॉंग हा एक दंतकथा बनला होता... सर्वकालीन महान सायकलपटू...!

इट्स नॉट अबाउट द बाइक :

लान्स आर्मस्ट्रॉंग याचे "IT'S NOT ABOUT THE BIKE - MY JOURNEY BACK TO LIFE " / ''इट्स नॉट अबाउट द बाइक-माय जर्नी बॅक टू लाइफ'' हे आत्मकथन मूळ इंग्रजी भाषेमध्ये Penguin Group (USA) च्या G.P. Putnam's Sons या प्रकाशन संस्थेने २००० साली प्रकाशित केले. सॅली जेनकिन्स या सदर आत्मकथनाच्या सहलेखिका आहेत. या आत्मकथनाचा मराठी अनुवाद २००९ साली अंजनी नरवणे यांनी मेहता पब्लिशिंग हाउस यांच्या माध्यमातून वाचकांसमोर आणला. पुस्तकाच्या विस्तृत शीर्षकामध्ये लान्सने सूचित केले आहे की, हे आत्मकथन म्हणजे केवळ सायकलिंग बद्दल नाही तर जीवनाच्या नव्या प्रवासाबद्दल आहे. हा पुर्नप्रवास दोन पातळ्यांवरचा असावा असे वाटते. एक म्हणजे कॅन्सरसारख्या असाध्य आजारातून मृत्यूचे दर्शन घेऊन पुनर्जन्म होणे...आणि दुसरा म्हणजे असाध्य आजारानंतरही पुन्हा एकदा सायकलिंग ट्रॅकवर उतरून, स्वतःला सिद्ध करून, जगज्जेता बनून जीवनाची कृतार्थता अनुभवणे हा होय. कारण सायकलिंग हाच लान्सचा प्राण होता. जीवनातल्या संघर्षाच्या काळात सोबत असणाऱ्या आई, पत्नी, सर्व डॉक्टर्स, मित्रमंडळी, सपोर्टिंग स्टाफ यासह अनेक लोकांचा नामोल्लेख करून हे आत्मकथन त्या सर्वांना अर्पण केले आहे. लान्सचा कृतज्ञतेचा हा भाव फार महत्त्वाचा आणि सूचक आहे.

लान्स आर्मस्ट्रॉंग चा जन्म १९७१ चा. वयाच्या एकविसाव्या वर्षांपासून तो सायकलिंग स्पर्धांमध्ये भाग घेऊ लागला. व्यावसायिक स्पर्धांमध्ये स्थिरावतोय

असे वाटत असताना अचानकपणे १९९६ च्या मे महिन्यात त्याला वृषणाचा कॅन्सर असल्याचे उघड झाले. तेव्हा त्याचे वय पंचवीस वर्षे होते. हा आघात फार मोठा होता. तरीही वृषणाच्या कॅन्सरमध्ये ऑपरेशननंतर जगण्याची शक्यता अधिक होती. डॉक्टरांचे उपचार, मित्रांचे सहकार्य, आईची सोबत व प्रायोजकत्व देणाऱ्या ब्रँन्डस्चे आर्थिक सहकार्य यांच्या बळावर लान्स आजारातून बरा झाला व पुन्हा एकदा नव्या जोमाने व्यावसायिक सायकलिंग स्पर्धांमध्ये भाग घेऊ लागला. जगज्जेता झाला. जगभरातील सायकल प्रेमींच्या गळ्यातील ताईत बनला. लोकोत्तर सायकलपटू म्हणून क्रीडा जगतात त्याला मोठा मान होता.

हीज् जर्नी बॅक टू लाइफ :

एकूण अकरा प्रकरणांमध्ये विभागलेले हे २८० पानांचे आत्मकथन वाचकांना सामान्यतः त्यांच्या अनुभवात नसलेल्या अनेक गोष्टींची अनुभूती देणारे आहे. चरित्रलेखनाची शैली सहज सुंदर अशी आहे. 'आधी आणि नंतर' या पहिल्या प्रकरणाने आत्मकथनाची सुरुवात होते. २५ वर्षांचा लान्स सायकलिंग विश्वात स्थिरावलेला असतो आणि जग त्याच्याकडं भविष्यातला जगज्जेता म्हणून पाहू लागलं होतं. तशातच एके दिवशी अचानकपणे त्याचं डोकं दुखू लागलं आणि सर्वोत्तम प्रकारे चाललेल्या त्याच्या जीवनामध्ये उलथा-पालथ व्हायला सुरुवात झाली. डॉक्टरांच्या भेटी व तपासांनंतर अनेक अज्ञात गोष्टी समोर येऊ लागल्या. तपासणीअंती एक विदारक सत्य लान्स आणि त्याच्या मित्रांसमोर आले. त्याला वृषणाचा कॅन्सर झाला होता. तो कॅन्सर त्याच्या फुफुसामध्ये व मेंदूमध्येही पसरला होता. कॅन्सरच्या अनेक प्रकारांपैकी हा तसा कमी हानी करणारा होता. तरीही भीतीने ग्रासले जाण्याचा व मृत्यूचा स्पर्श होत असल्याचा भाव त्याच्या मनात निर्माण झाला.

जीवनातल्या अशा संकटांचा-आजाराचा आभास होईपर्यंत आपण जीवनाकडे फार सजगपणे पहात नसतो. भूतकाळ, वर्तमान काळ व भविष्यकाळाच्या विविध चिंता, आव्हान, स्वप्न, हेवे-दावे, यशापयश अशा अनेक गोष्टींनी आपण व्यापलेले असतो. परंतू मृत्यूच्या पार्श्वभूमीवर वरील सर्व गोष्टी अचानक निरर्थक वाटू लागतात. कारण मृत्यूपेक्षा मोठी हानी कोणतीच नसते. लान्स आर्मस्ट्राँग देखील स्वतःकडे सजगपणे पाहू लागला. त्याला त्याचा भूतकाळ आठवू लागला. त्याला फार आनंददायी बालपण लाभले नसले तरी त्याच्या आईचे त्याच्यावर फार प्रेम होते. तिने प्रयत्नपूर्वक एकटीने त्याचे संगोपन केले. ती एक धीरोदात्त व लढाऊ स्त्री होती. संकट कोणतेही असो, प्रयत्न करणे कधीच थांबवायचे नसते हा सर्वांत मोठा धडा लान्सने त्याच्या आईकडून शिकला. या शिकवणीने खऱ्या अर्थाने लान्सचे जीवन बदलविले.

त्याच्या सायकलिंग कौशल्याची जाण त्याला फार लवकर आली. सरावाने तो अधिक निपुण झाला. विसाव्या वर्षांपासूनच लान्स विविध सायकलिंग स्पर्धांमध्ये भाग घेऊ लागला. अगदी बालपणापासून त्याला केवळ आईचाच आधार होता. पण आजाराच्या काळात त्याला तिची फार जास्त गरज भासू लागली. जीवघेण्या संकटाच्या काळात आपल्यासोबत असतात आई, वडील, भाऊ, पत्नी अथवा मुले. पण लान्सकडे मात्र आई आणि काही मित्र एवढेच लोक होते. लान्सच्या जीवनात त्याची आई लिंडा आर्मस्ट्राँग यांचा फार मोठा वाटा आहे. त्याच्या बालपणीच्या आठवणीमधून हे सारे वाचकांच्या लक्षात येते. वडिलांशिवाय एकटे वाढवताना आई लिंडाने खूप कष्ट सोसल्याचे तो सांगतो. बालपणातील आईचे संगोपन व तिने दिलेले स्वातंत्र्य यामुळे लान्स त्याच्या आवडीप्रमाणे वाढत होता. त्या दोघांमध्ये खूपच परस्परपूरक भाव तसेच समजूतदारपणा होता. या आत्मकथनामध्ये त्याचे बालपण, कुमार अवस्था, कौटुंबिक पार्श्वभूमी याविषयीची माहिती 'सुरुवातीची रेषा' या दुसऱ्या प्रकरणात थोडक्यात सांगितली आहे.

आत्मकथनामधील 'मी माझ्या आईला दाराशी उभं करणार नाही!' या प्रकरणामध्ये त्याने त्याच्या सुरुवातीच्या काळातील सायकलींचे अनुभव सांगितले आहे. त्यांपैकी ऑस्लोमधील त्याच्या पहिल्या आंतरराष्ट्रीय स्पर्धेमध्ये विजेतेपद मिळवल्याचा एक प्रसंग फार बोलका आहे. या स्पर्धा विजयानंतर मैदानावरच नार्वेचे राजे किंग हेराल्ड यांनी लान्सना अभिनंदनासाठी बोलावले. आई लिंडा व लान्स त्यांना भेटायला गेले असता, प्रवेशद्वारावर त्यांना अडविले गेले व एकट्या लान्सला आत जायला सांगितले. लान्सने थेटपणे तेथील सुरक्षा अधिकाऱ्याला सुनावले, ''मी माझ्या आईला दाराशी उभी करून येणार नाही'' आणि तो परत जायला निघाला. यावर मात्र अधिकारी नरमला व त्या दोघांना राजाच्या भेटीसाठी आत सोडण्यात आले. याच प्रकरणामध्ये एक व्यावसायिक सायकलपटू म्हणून तो कशा प्रकारे परिपक्व होत होता याचा सविस्तर वृत्तांत आहे. खेळाच्या क्षेत्रातील लोकांना, तरुणांना हा भाग नक्कीच अधिक आवडेल.

'वाइटातून जास्त वाइटाकडे' या प्रकरणामध्ये कॅन्सरच्या तपासण्यांदरम्यानचे व सुरुवातीच्या उपचारांबाबतचे अनुभव सांगितले आहेत. मनातली भीती अधिक गडद होऊ लागली. लान्स लिहितो, ''मला वाटणाऱ्या भीतीनं मला विनम्र केलं. त्याहूनही जास्त म्हणजे मला 'सामान्य मानवी' बनवलं.'' *(६१)* ''भीती वाटणं हे एक अत्यंत मूल्यवान शिक्षण आहे. एकदा तुम्ही तितकी भीती अनुभवली म्हणजे तुमच्या क्षणभंगुरतेबद्दल, दौर्बल्याबद्दल इतर चार लोकांपेक्षा तुम्हाला जास्त समज येते आणि ती समज मनुष्याला बदलून टाकते.''*(९३)*

‘कॅन्सरशी संवाद’ आणि ‘केमो’ या दोन्ही प्रकरणांमध्ये उपचारादरम्यानचे अनुभव सांगितले आहेत. या उपचारांदरम्यान लान्सला त्याचा सायकलपटू म्हणून असलेला लढवय्या स्वभाव फारच साहाय्यकारी ठरला. एक उत्तम खेळाडू हा खेळामधील कौशल्याबरोबरच अत्यंत कणखर मानसिकतेचा माणूस असतो. ताण-तणाव हाताळण्याची व कठीण काळात मन शांत ठेवण्याची त्यांची हातोटी व्यक्तिगत जीवनातही हितकारक ठरल्याचे वाचकांच्या लक्षात येते. सततच्या नकारात्मक भावनांवर ताबा मिळविण्याचे कौशल्य लान्सला प्रयत्नपूर्वक मिळवावे लागले. या दरम्यान तो सतत स्वतःच्या व्यक्तिमत्त्वाचा विचार करत असे. आपण वेदनेला कसे सामोरे जायला हवे याचा विचार करत असे. मृत्यू आलाच तर तो त्याला कसा भिडणार आहे. आपली श्रद्धा किती अढळ आहे हे तो वारंवार तपासून पहात असे. त्याचा विवेक आणि कार्यकारण भावावर अधिक विश्वास होता. तरीही कठीण काळात, मृत्यूच्या दारात त्याला त्याच्या श्रद्धेवर अधिक विश्वास ठेवावा असे वाटू लागले. कारण कसोटीच्या काळात जर देवावरील श्रद्धा कमकुवत झाली, नष्ट झाली तर सर्वनाशाची भीती जीवनाच्या प्रत्येक क्षणाला वेढून टाकेल. श्रद्धा तुमचे मनोबल वाढवते. याचा त्याने जवळून अनुभव घेतला.

डिसेंबर १९९६ मध्ये लान्सची केमोथेरपी संपली. जवळपास तीन महिन्यांच्या उपचारांनंतर तो आता बरा होत होता. आत्मबल वाढत होते. लान्सच्या प्रयत्नांना यश येत होते. याच काळात त्याने एक कॅन्सर प्रतिष्ठान व ‘राइड फॉर द रोझेस ’ या सायकल स्पर्धेचे आयोजन केले. या प्रक्रियेदरम्यान त्याला क्रिस्टीन रिचर्ड (कीक) नावाची मैत्रीण भेटली. तिच्याशी लान्स विवाहबद्ध झाला. कीक ही एक समजूतदार पत्नी म्हणून त्याच्या आयुष्यात खूप महत्त्वाची असल्याचे लान्स वारंवार सांगतो. आजारातून उठलेल्या व सायकलिंग स्पर्धांमध्ये पुनरागमन करण्यासाठी धडपडणाऱ्या लान्सला कीकने समर्थ साथ दिली. लान्स आजारातून बरा झाला असला तरी पुन्हा आजार उद्भवण्याची भीती होती. त्यामुळे ती भावनिक आंदोलने हातळण्याचे काम लान्सने त्याची आई लिंडा, पत्नी कीक व अनेक जवळच्या मित्रांच्या मदतीमुळे कौशल्याने केले. हा सर्व काळ लान्ससाठी माणूस म्हणून प्रगल्भ करणारा आणि नातेसंबंधावरील विश्वास वाढवणारा होता.

आजारातून पूर्णपणे बरे झाल्यावर आपण पुन्हा एकदा पूर्वीच्या क्षमतेने स्पर्धा जिंकू शकू का? हा प्रश्न काही काळ त्याला छळत होता. कारण सायकल रेसिंग हा मोठा दमसाज खेळ आहे. शेकडो-हजारो किलोमीटरच्या त्या स्पर्धा एक आठवडा ते एक महिन्यांपर्यंत चालतात. उच्चतर शारीरिक व मानसिक क्षमतांची पुरेपूर परीक्षा घेणाऱ्या त्या स्पर्धा कमकुवत शरीराच्या व मनाच्या लोकांसाठी खचितच नाहीत. परंतू सायकल रेसिंग हाच लान्सचा प्राण होता. त्याने कॅन्सरवर मात केली होती.

या विषयीचे विवेचन 'उत्तरजीवन' या प्रकरणामध्ये केले आहे. आयुष्याने त्याला पुन्हा एकदा संधी दिली होती. लान्सने निकराने प्रयत्न केले. दीर्घकाळ सराव केला. पुन्हा एकदा तासन तास मेहनत करून कौशल्य व मनोबल वाढविले. कॅन्सरनंतरचे आपले आयुष्य कसे असेल? हा सतावणारा प्रश्न त्याने सोडवला होता. त्याला पुन्हा सायकल चालवायची होती. हजारो किलोमीटरच्या स्पर्धांमध्ये भाग घ्यायचा होता. मी जिंकू शकलो हे दाखवून देण्यासाठी त्याला पुन्हा एकदा जगज्जेता व्हायचे होतं.

'दि तूर' (The Tour) हे या आत्मकथनामधील एक रोमांचक व उत्कंठावर्धक प्रकरण आहे. १९९९ चा सायकलिंग सिझिन लान्ससाठी फारसा फलदायी ठरला नाही. परंतू त्या वर्षी होणारी 'तूर द फ्रान्स' (Tour de France) ही स्पर्धा जिंकायचीच हा आत्मविश्वास त्याच्या मनात दाटला होता. कॅन्सरनंतर बदललेला लान्स आता अधिक परिपक्व, तंत्रशुद्ध आणि मनस्वी स्पर्धक बनला होता. पूर्वीचा कोपिष्टपणा, अस्वस्थता, अतिआक्रमकता या गोष्टी नाहीशा झाल्या होत्या. Tour de France जिंकण्यासाठी उच्चदर्जाचे तंत्र, प्रचंड सहनशीलता, संघभावना आणि शारीरिक तंदुरुस्ती आवश्यक होती. हे सारे लान्सने मिळवले होते. तूर द फ्रान्स ही जगातील सर्वाधिक महत्त्वाची व प्रसिद्ध सायकल स्पर्धा आहे. २३ दिवसांच्या या स्पर्धेचे एकूण २१ टप्पे असतात. तर एकूण अंतर हे ३५०० कि.मी. एवढे असते. जगभरातील सर्वोत्तम स्पर्धक व टिम्स् या स्पर्धेमध्ये सहभागी होत असतात.

लान्सची यु.एस. पोस्टल टिम ही Tour de France स्पर्धेमधील विजेता होईल असे जाणकारांना वाटत नव्हते. परंतु सर्व अंदाज मोडून काढत त्यांनी या स्पर्धेमधील पहिला टप्पा जिंकला. पुढील प्रत्येक टप्प्यात आक्रमक व रोमहर्षक लढत देऊन लॉन्सने १९९९ ची तूर द फान्स ही स्पर्धा मोठ्या दिमाखात जिंकली. लान्ससाठी हा विजय अनेक अर्थांनी महत्त्वाचा होता. सर्वस्व गमावलेल्या लान्सने पुन्हा एकदा जग जिंकलं होतं. यादरम्यानचा एक प्रसंग मोठा बोलका आहे. पोडियमवर ट्रॉफी घेऊन उभा असलेला लान्स त्याच्या आईला शोधत होता. लोकांच्या गर्दीत जाऊन त्याने आई लिंडा हिला आलिंगन दिले. माय-लेकाच्या स्वप्नपूर्तीचा तो सर्वोच्च क्षण होता. त्यावेळी पत्रकारांनी तिला विचारले की, लान्सचा हा विजय अनेक संकटांवर मात करून मिळाला होता का? यावर आई लिंडा म्हणाल्या की, ''लान्सचं सारं आयुष्यच संकटांवर मात करत चाललं आहे!'' *(२५०)*

'पुनःश्च' या शेवटच्या प्रकरणामध्ये लान्स त्याच्या जीवनातील काही महत्त्वाच्या आठवणींना पुन्हा एकदा उजाळा देतो. यामध्ये काही आठवणी सायकलिंगच्या आहेत तर काही उपचारांदरम्यानच्या आहेत. सायकलिंग असो वा आजाराच्या वेदना दोन्ही समर्थपणे हाताळता यायल्या हव्यात असे तो सांगतो. याविषयी लान्स लिहितो, ''वेदना तात्पुरत्या असतात. त्या मिनिटभर, तासभर, दिवसभर, वर्षभर टिकतील,

पण मग त्या जातील आणि त्यांची जागा दुसरं काहीतरी घेईल. पण मी हार मानली, तर त्या कायम राहतील. ते माघार घेणं, आशा क्षणभरही सोडून देणं, हे कायम माझ्याबरोबर राहतं.'' *(२६२)*

कॅन्सरवर यशस्वीपणे मात केल्यानंतर त्याच्यामध्ये अंतर्बाह्य झालेले बदल त्यांने प्रांजळपणे मांडले आहेत. कॅन्सरची शिकवण ही सायकलिंगच्या स्पर्धांपेक्षा अधिक महत्त्वपूर्ण असल्याचे तो सांगतो. पराभवांपेक्षा मृत्यूची भीती अधिक असल्याचे तो सांगतो. याविषयी तो लिहितो, ''तूर द फ्रान्स जिंकणं आणि कॅन्सर ह्यात मी कॅन्सर पसंत करेन, तेव्हा मला काय अभिप्रेत असतं? मला असं म्हणायचं असतं की, मला कॅन्सरशी झुंजावं लागलं नसतं, तर मी जे सगळं शिकलो ते शिकलो नसतो, माझ्या त्या लढ्याशिवाय मी काही 'तूर' (Tour de France) जिंकलो नसतो, कारण कॅन्सरने मला खूप शिकवलं.'' *(२७५)*

जीवनातल्या सर्वांत कठीण संकटांकडूनच जीवन जगायची प्रेरणा, ऊर्मी आणि ताकद घेणे हा लढाऊ वृत्तीचा परमोच्च बिंदू म्हणावा, एवढे लान्सचे जीवन प्रेरणादायक आहे.

अंगभूत कौशल्य, सायकलिंगवरचे प्रेम, मित्रमंडळींचे सहकार्य आणि आईची निर्व्याज माया यांच्या बळावर लान्स आर्मस्ट्रॉंग याने आयुष्यातले अनेक टप्पे यशस्वीपणे पार पाडले. संकटं ही प्रत्येकाच्याच जीवनात रूप बदलून येत असतात. प्रत्येकाचा लढा-संघर्ष वेगळा असतो. परंतू त्या संघर्षादरम्यान अत्यावश्यक असणारी सकारात्मक मानसिकता एकसारखीच असते. ती आपणही शिकण्यासारखी आहे. आयुष्याच्या लढाईतील कठीण प्रसंग आपल्याला दमवतात, मोडून पाडू पाहतात. ज्याक्षणी लढाई सोडून दयावीशी वाटते, तोच क्षण असतो, पुन्हा एकदा आपली ढाल-तलवार उचलण्याचा... अशा विजिगीषू माणसांकडे पाहून विंदा करंदीकर आपल्याला सांगतात,

''असे जगावे दुनियेमध्ये, आव्हानाचे लावून अत्तर,
नजर रोखूनी नजरेमध्ये, आयुष्याला द्यावे उत्तर...''

आत्मकथनाच्या मर्यादा :

हे लान्सचे आत्मकथन असले तरी या आत्मकथनाला काही मर्यादा आहेत. कारण हा त्याच्या आयुष्यातील मोजक्या परंतु अत्यंत महत्त्वाच्या घटनांचा वृत्तांत आहे. यात त्याला कॅन्सरची झालेली लागण, त्याचे उपचार व बरे होणे आणि दोन तूर द फ्रान्स स्पर्धा जिंकणं एवढ्याच घटनांचा उल्लेख आहे. म्हणजेच १९९६ ते २००० एवढ्या पाच वर्षांचा संघर्षमय काळ या आत्मकथनामध्ये प्रामुख्याने आला आहे. अनेक जुन्या आठवणी संदर्भादाखल ओघाने येतात पण त्या तेवढ्यापुरत्याच.

विविध सायकलिंग स्पर्धांचे अनुभव, वर्ष २००१ नंतर त्याच्यावर डोपिंगचे झालेले आरोप, त्यातून झालेली प्रचंड मानहानी यासह अनेक घटनांचे वर्णन यात नाही. तरीही एका सर्वोत्तम सायकलपटूचा जीवघेणा संघर्ष व पुनरागमनाचा लढा फार रोमहर्षक व प्रेरणादायक झाला आहे.

देवत्वाचा शापः

या आत्मकथनामध्ये सन २००० पर्यंतचा वृत्तांत आहे. हे पुस्तक देखील सन २००० मध्ये प्रकाशित झाले. २००१ ते २०१३ या काळात अनेक महत्त्वपूर्ण घटना लान्स आर्मस्ट्राँग, त्याचे टिम मेंबर्स, डॉक्टर्स, प्रायोजक यांच्या बाबतीत घडल्या. त्याच्या कारकिर्दीमध्ये २००० नंतर घडलेल्या उत्तेजक द्रव्यांच्या घटनांबद्दल कोणताही उल्लेख या पुस्तकामध्ये नाही. 'त्या' घटना तत्कालीन वर्तमानपत्रांमध्ये व समाज माध्यमांवर सविस्तरपणे छापल्या गेल्या व आजही ओघाने चर्चिल्या जातात. सदर लेखामध्ये त्या घटनांविषयी थोडक्यात चर्चा करणे क्रमप्राप्त ठरते. मानवी चुकांमुळे- अपराधांमुळे दैवी देणगीचा कसा नाश होतो, हे या निमित्ताने नवतरुणांसमोर, वाचकांसमोर येईल. त्यातून आपणही काही धडा घेऊ असे वाटते.

२००५ पर्यंत त्याने सलग सात वेळा Tour de France ही स्पर्धा जिंकली व सर्वकालीन महान खेळाडू म्हणून ओळखला जाऊ लागला. परंतु त्याच्या यशाला उत्तेजक द्रव्यांच्या सेवनाचं ग्रहण लागलं होतं. त्याच्यावर डोपिंगचे आरोप झाले व ते २०१२ साली सिद्धही झाले, जे लान्सने वारंवार नाकारले होते. त्याच वर्षी त्याच्यावर सायकलिंग खेळाच्या सर्व प्रकारांमध्ये आयुष्यभरासाठी बंदी घालण्यात आली. पुढे २०१३ साली ऑपरा विन्फ्रेच्या शोमध्ये त्याने सार्वजनिकरीत्या त्याच्यावरील डोपिंगचे आरोप मान्य केले.

लान्स आर्मस्ट्राँगचे सायकल रेसिंगवर मनापासून प्रेम होते. त्याच्याकडे अफाट क्षमता होती. त्याने ती सिद्धही केली होती. कॅन्सरसारख्या आजारावर विजय मिळवत त्याने यशस्वी पुनरागमन केले होते. परंतु या गुणवान व क्षमतावान खेळाडूची संपूर्ण कारकीर्द उत्तेजक द्रव्यांच्या सेवनामुळे माती-मोल झाली.

तरीही एक मात्र नक्की सायकल रेसिंगमधील तो एक नामांकित खेळाडू होता. त्याचा प्रवास संघर्षमय होता. त्याच्या हातून झालेला अपराध हा देखील तरुणांसाठी मोठा धडा आहे. आपल्या क्षमता, प्रचंड कष्टाने प्राप्त केलेले कौशल्य, मिळालेले यश, कीर्ती व संपत्ती हे सारे एखाद्या अपराधामुळे मातीमोल होते. अशा प्रलोभनांपासून दूर राहिल्यास यश कमी अथवा उशिरा मिळेल, पण जे काही मिळेल ते चिरकाल टिकणारे असेल, ही फार मोठी शिकवण आहे.

लॉन्स आर्मस्ट्राँग, बॉक्सर माईक टायसन, फूटबॉलपटू दिएगो मॅराडोना, गोल्फपटू टायगर वूडस्, धावपटू बेन जॉन्सन, बेसबॉल खेळाडू बॅरी बॉन्डस् आणि पेट रोझ, स्केटींग खेळाडू तान्या हार्डिंग अशा अनेक महान खेळाडूंची शोकांतिका झाली. हे सर्वजण आपापल्या खेळात सर्वकालीन महान आहेत. परंतू उत्तेजक द्रव्यांचे सेवन, प्रतिस्पर्धी खेळाडूला इजा करणे, मैदान व मैदानाबोहरील अत्यंत अप्रिय वर्तन, मॅच फिक्सींगसारखे गैरप्रकार, मादक द्रव्यांचे सेवन, लाचखोरी अथवा अनैतिक संबंध अशा प्रकारच्या अनेक गैरकृत्यांनी त्यांनी त्यांची महानता गमावली. या सगळ्यांकडे खेळाची उच्चप्रतिची गुणवत्ता होती. अपार कष्ट करण्याची तयारी होती. खेळातील सर्वोच्च स्थान त्यांनी मिळवले होते. पैसा-प्रसिद्धी-प्रतिष्ठा हे त्यांच्या पायाशी लोळण घेत होते. परंतु तरीही त्यांच्या बेजबाबदार वर्तनाने क्रीडा क्षेत्राची महती कमी होईल असे ते वागले आणि स्वप्नवत प्रसिद्धी गमावून बसले. यामुळे त्यांचे व्यक्तिगत नुकसान तर झालेच पण क्रीडा क्षेत्राचेही अपरिमित नुकसान झाले.

गेल्या वर्षाच्या शेवटी म्हणजे नोव्हेंबर २०२० मध्ये महान फूटबॉलपटू दिएगो मॅराडोना यांचे निधन झाले. त्या निमित्ताने दै. लोकसत्तामधील 'देवत्वाचा शाप!' या अग्रलेखाच्या शेवटी गिरिशजी कुबेर लिहितात, ''माणसाच्या पूर्णत्वाच्या प्रवासातील या उणिवा त्याचा असामान्यत्वाचा प्रवास उजळवून टाकतात. तो पाहिल्यावर जाणवते की, असामान्यांचे अल्पकालीन अपुरेपण हे सामान्यांच्या शाश्वत परंतु, सपक दीर्घात्वापेक्षा नेहमीच मूल्यवान असते. पण, असामान्य गुणांचे हे देवत्व पेलण्याचे सामर्थ्य नसेल तर हे असे देवत्व हा शाप ठरतो.'' मॅराडोना ते लान्स आर्मस्ट्राँग अशा साऱ्यांच्याच जीवन कहाणीचा अर्थ यापेक्षा वेगळा तो काय!

■

My Animal Life :
प्रा. मॅगी जी यांचे चिंतनशील आत्मकथन

प्रा. मॅगी जी या उत्तर-आधुनिक (Postmodern) साहित्यविश्वामधील एक अग्रगण्य लेखिका आहेत. समकालीन साहित्यामध्ये त्यांनी आपल्या लेखनामधून भरीव योगदान दिलेले आहे. कादंबऱ्या, समीक्षात्मक लेख, भाषणे, मुलाखती इत्यादी माध्यमांद्वारे अनुभव शब्दबद्ध केले आहेत व सभोवतालच्या घटनांवर भाष्य केले आहे. आधुनिकीकरण व त्याचे समाजावर होणारे परिणाम, प्रगतिशील व पुरोगामी म्हणवून घेणाऱ्या समाजामधील वंशविद्वेषासारख्या गंभीर विषयावर परखड मत मांडणाऱ्या, कुटुंब व विवाहसंस्थांमध्ये होत असलेले बदल, युद्ध व त्याचे दुष्परिणाम, समाजातील श्रीमंत आणि गरीब या वर्गांमधील संघर्ष, पर्यावरणावरील मानवाचे आक्रमण व त्याचे दुष्परिणाम, राजकारण व अर्थकारणाचा समाजजीवनावर होणारा परिणाम अशा विविध प्रश्नांना आपल्या कादंबऱ्यांचे विषय म्हणून हाताळणाऱ्या वैविध्यपूर्ण लेखिका म्हणून प्रा. मॅगी जी या ब्रिटिश साहित्यविश्वात ओळखल्या जातात. मराठी वाचकांना त्यांच्या साहित्यप्रवासाची व योगदानाची ओळख व्हावी म्हणून हा लेखनप्रपंच.

प्रथितयश लेखिका व सर्जनशील लेखन या विषयाच्या प्राध्यापिका असलेल्या डॉ. मॅगी जी यांनी १९८२ साली इंग्रजी साहित्यामध्ये पीएच.डी. संपादन केली. लेखिका, संशोधक व प्राध्यापक अशा तिहेरी भूमिका त्या लीलया पार पाडतात. प्रा. मॅगी जी यांच्या व्यक्तिमत्त्वाची, त्यांच्या कादंबऱ्या व लेखिका म्हणून मांडलेल्या भूमिकांची ओळख यानिमित्ताने होईल. पाश्चिमात्य जगामध्ये वावरणारी परंतु विवाह व कुटुंब, मुले व संगोपन, परस्पर-पालकत्व अशा अस्सल भारतीय विचारांना आपल्या कादंबऱ्यांमधून मांडणाऱ्या, या संकल्पना स्वतः जगणाऱ्या अशा एका लेखिकेची ओळख करून घेणे महत्त्वाचे आहे.

सर्वच भाषांमधील वाचकांनी इतर भाषेमधील दर्जेदार लेखक व पुस्तके यांचे नेहमीच खुल्या मनाने स्वागत केले आहे व त्यामुळे पुस्तकविश्वात मोठ्या प्रमाणावर वैचारिक/साहित्यिक आदान-प्रदान घडलेले आहे.

आयुष्याच्या सत्तरीमध्ये असलेल्या प्रा. मॅगी जी या अत्यंत समाधानी व सर्जनशील आयुष्य जगत आहेत. पती निकोलस रान्किन यांच्या सोबतचे जवळपास ४० वर्षांचे सहजीवन व मुलगी रोझा हिच्या सोबतचे मातृत्व, हे त्यांच्या वैवाहिक व कौटुंबिक विचारांचा पाया आहे. म्हणूनच पाश्चिमात्य जगामध्ये वावरलेल्या प्रा. जी यांचे विवाह व कुटुंब याबद्दलचे विचार आजच्या काळात अतिशय महत्त्वाचे आहेत.

प्रा. मॅगी जी यांचे शैक्षणिक व साहित्यिक योगदान :

सध्या प्रा. डॉ. मॅगी जी या बाथस्पा युनिव्हर्सिटी, स्कॉटलँड येथे सर्जनशील लेखन या विषयाच्या प्राध्यापिका म्हणून कार्यरत आहेत. त्या 'रॉयल सोसायटी ऑफ लिटरेचर'च्या माजी अध्यक्षा आहेत. सध्या त्या उपाध्यक्षा म्हणून कार्यरत आहेत. त्यांच्या अनेक पुस्तकांना पुरस्कार प्राप्त झालेले आहेत. सर्वांत महत्त्वाचे म्हणजे त्यांच्या एकंदर साहित्यिक योगदानाबद्दल त्यांना ब्रिटन सरकारच्या वतीने देण्यात येणारा OBE म्हणजेच Officer of the Order of the British Empire हा सर्वोच्च नागरी पुरस्कार २०१२ साली प्रदान केला गेला आहे.

प्रा. मॅगी जी यांची एकूण १२ कादंबऱ्या, २ कथासंग्रह, ४ समीक्षात्मक ग्रंथ व My Animal Life या नावाचे आत्मचरित्र ही साहित्यसेवा आहे. त्यांच्या लेखनप्रवासाविषयी सांगताना त्या म्हणतात, "I write for the joy of language and the form and to pay mortgage. I also write because life is fascinating, beautiful and short. I want to record my experience and my brief attempts at understanding it, for others, while I can." भाषा आणि वाङ्मयप्रकार यांचा आनंद घेण्यासाठी त्या लेखन करतात. आपले जीवनसंचित लेखनाच्या रूपाने मांडण्याचा प्रयत्न करतात. हे जीवन मनोहारी, सुंदर परंतु क्षणभंगुर असल्याने त्यांना पुस्तकांच्या माध्यमातून स्वतःचे अनुभव आणि जीवन समजून घेण्यासाठी त्यांनी केलेले प्रयत्न वाचकांसमोर ठेवायचे आहेत, अशा प्रकारची लेखनप्रेरणा असणाऱ्या या लेखिका वाचनीय व आपले अनुभवविश्व व्यापक करणाऱ्या आहेत.

ईश्वरी चैतन्याचा अंश असलेले मानवी जीवन : My Animal Life

२०१० साली प्रा. डॉ. मॅगी जी यांचे आत्मकथन, My Animal Life प्रकाशित झाले, तेव्हा त्यांचे ६२ वर्षांचे आयुष्य जगून झालेले होते. स्वतःविषयी सांगण्याची ही सर्वोत्तम वेळ होती. या सर्जनशील, निर्भीड व चिंतनशील लेखिकेकडे सांगण्यासारखे

पुष्कळ होते. त्यांनी ते प्रांजळपणे या आत्मकथनाच्या माध्यमातून वाचकांपुढे ठेवले आहे.

पाश्चिमात्य जगामध्ये वाढलेल्या स्त्री लेखिकेने आपले हे आत्मकथन To my family असे म्हणून आपल्या कुटुंबाला अर्पण केले आहे. फक्त व्यक्तिस्वातंत्र्य कवटाळून न बसता आपण आपल्या कुटुंबाचा केंद्रबिंदू आहोत, हे जाणून कौटुंबिक जीवनाला त्यांनी अधिक महत्त्व दिले. व्यक्तिस्वातंत्र्याचा व स्त्रीवादाचा आग्रह धरणाऱ्या एका समाजाची प्रतिनिधी असलेली ही स्त्री लेखिका आपल्या कुटुंबावर, पती व मुलगी यांच्यावर नितांत प्रेम करते व त्यांच्यामध्येच आपले जग शोधते, हे विशेषत्वाने आनंद देणारे व वेगळेपण दर्शवणारे आहे.

My Animal Luck (i)- here today gone tomorrow या शीर्षकाने सुरू होणाऱ्या पुस्तकातील पहिल्या प्रकरणामध्ये मॅगी जी या मानवी जीवन व मृत्यू या अनिश्चिततेने भरलेल्या संकल्पनांविषयी त्यांचे आकलन मांडतात. या प्रकरणामध्ये मॅगी जी यांच्या आईचा आजार, आजारपणातील शस्त्रक्रिया, आईचा मृत्यू व त्यामुळे त्यांच्या मनामध्ये निर्माण झालेली सहज स्वाभाविक भीती यांचे वर्णन केले आहे. जीवनातील क्षणभंगुरता व मृत्यूच्या छायेमध्ये जगणारे मानवी जीवन याविषयीचे चिंतन वाचकांना नवी दृष्टी देणारे आहे.

दुसऱ्या प्रकरणामध्ये वाचकाला उलगडा होतो की, या आत्मकथनाला My Animal Life हे शीर्षक का दिले आहे. लेखिका सांगते की, स्वतःला 'प्राणी' संबोधणे हे जीवनाचे महत्त्व कमी करण्यासाठी नव्हे, तर आपल्या 'मानवी' जीवनाला या विश्वातील सर्व जीवांशी जोडून आपल्या जीवनाची व्यापकता वाढविण्यासाठी 'प्राणी' म्हणून संबोधले आहे. हा लेखिकेचा एक नवा विचार आहे. चराचरामध्ये चैतन्याचे अस्तित्व आहे, आपणही त्यांच्यापैकी एक आहोत, असा व्यापक विचार पुस्तकाच्या नावामधून लेखिकेने मांडला आहे. पुस्तकाच्या शेवटी येणाऱ्या What is a Soul? हे प्रकरण वाचल्यानंतर व My Animal Life आणि What is a Soul? या दोन्ही संकल्पना जोडल्यानंतर वाचकाला उलगडा होतो की, स्वतःला समष्टीमधील प्राणी जमातीशी जोडून, या प्राण्यांपैकी एक असलेल्या परंतु त्या प्राण्यांपेक्षा अधिक उन्नत वैचारिक व बौद्धिक जीवन प्राप्त झालेल्या मनुष्यप्राण्याला त्याच्या आत असलेल्या चैतन्यरूपी आत्म्याच्या अस्तित्वाची अनुभूती घेता येते. अन्य कोणत्याही प्राण्याला हा अनुभव घेता येत नाही. 'ईश्वरी चैतन्याचा अंश असलेले मानवी जीवन' समजून घेण्याचा प्रवास म्हणजे मॅगी जी यांचे My Animal Life हे आत्मकथन होय, असे मला वाटते.

Two Families, My Animal Luck (ii) आणि My Animal Luck (iii) या तिन्ही प्रकरणांमध्ये मॅगी जी यांनी त्यांच्या बालपणापासून ते किशोरवयापर्यंतच्या

अनेक लहान-मोठ्या आठवणी नोंदविल्या आहेत. ही तिन्ही प्रकरणे वाचताना मॅगी जी यांच्या तीव्र स्मरणशक्ती व सूक्ष्म निरीक्षणशक्तीचा वाचकांना प्रत्यय येतो. परंतु केवळ आठवणींचा मांडलेला पट या एका लहानशा दृष्टीने याकडे पाहणे पुरेसे होणार नाही. ६० वर्षांपूर्वीच्या पारंपरिक व कौटुंबिक वातावरणात वाढलेल्या या लेखिकेवर एकत्र कुटुंबाचा, तत्कालीन रीती व परंपरांचा सकारात्मक ठसा बालपणापासून असल्याचे स्पष्टपणे जाणवते. एक लेखिका व वैचारिक भूमिका असलेली स्त्री म्हणून त्यांच्या जडणघडणीमध्ये एकत्र व मोठ्या कुटुंबाचाच संस्कार होता हे मात्र नक्की.

What do women need? What do men need? या प्रकरणामध्ये त्यांनी एक स्त्री म्हणून, पत्नी म्हणून पतीकडून तिच्या काय अपेक्षा असतात, या अवघड प्रश्नाची उकल केली आहे. स्त्री, विशेषत: पत्नीला आपल्याकडून काय हवे असते, याची अनेक नवऱ्यांना उकलच होत नाही. त्यांना प्रा. मॅगी जी यांचे हे प्रकरण नक्की मार्गदर्शक ठरेल. प्रत्येक स्त्रीला आपल्या पतीकडून निर्व्याज प्रेम, काळजी, तिच्या स्त्रीत्वाचा सन्मान, तिच्या चुकांना क्षमा आणि तिच्याप्रति विश्वासार्हता व एकरूपता या गोष्टींची अपेक्षा असते. प्रा. मॅगी जी व त्यांचे पती निक रान्किन यांच्या सहजीवनाविषयी त्या सांगतात की, 'पती निक यांच्यामुळे मला स्त्रीत्व प्राप्त झाले, त्यांचे निरपेक्ष प्रेम व काळजी यामुळेच माझे 'मी' पण आहे. आमच्या परस्पर-पूरकतेमुळे आम्ही नितांत आनंदी सहजीवन जगू शकलो', असे त्या वारंवार सांगतात. प्रा. जी यांचा सहजीवनाविषयीचा हा व्यक्तिगत अनुभव वाचकांना पती-पत्नीच्या नात्यामधील cementing force काय आहे, ते सांगतो.

लेखनाची आंतरिक ऊर्मी हा त्यांच्या व्यक्तिमत्त्वाचा महत्त्वाचा भाग असल्याचे The Literary Jungle या प्रकरणामध्ये जाणवते. लेखक, प्राध्यापक आणि कौटुंबिक जबाबदाऱ्या अशा बहुविध भूमिका त्या लीलया पार पाडतात. या सर्व जबाबदाऱ्या पार पाडताना आपले लेखन त्यांनी कधीच थांबू दिले नाही. आपल्या आई-वडिलांची वृद्धापकाळात व आजारपणात त्यांनी घेतलेली काळजी व मुलगी रोझा हिचे संगोपन यांविषयी हळुवारपणाने नोंदविलेली निरीक्षणे प्रा. जी यांचे स्त्रीत्व विस्तारित करणारे आहे. स्त्रीत्वाची व्याख्या संकुचित आणि अति-संकुचित करणाऱ्या स्त्री-वाद्यांनी प्रा. जी यांना यासाठी एकदा वाचून समजून घ्यायलाच हवे.

प्रा. मॅगी जी या प्रचलित प्रतिगामित्वाचा कठोरपणे विरोध करणाऱ्या लेखिका आहेत. त्यांच्या विविध पुस्तकांमधून त्यांनी हाताळलेल्या विषयांवरून याचा प्रत्यय येतो. The Literary Jungle या प्रकरणामध्ये त्यांनी मांडलेला एक अनुभव याविषयी कल्पना देण्यासाठी पुरेसा आहे. एप्रिल १९९३ साली इंग्लंडमध्ये स्टिफन लॉरेन्स नावाच्या एका कृष्णवर्णीय तरुणाचा काही गोऱ्या तरुणांकडून भर रस्त्यात खून होतो. हे खून प्रकरण दीर्घकाळ गाजत होते. प्रा. जी या प्रसंगाने कमालीच्या विचलित

झाल्या व आपण या प्रकाराविषयी आवाज उठविला पाहिजे, या विचाराने अस्वस्थ झाल्या. कृष्णवर्णीयांना देखील सर्वथा योग्य सामाजिक, राजकीय व आर्थिक सन्मान मिळालाच पाहिजे, ही आग्रही भूमिका त्यांनी सतत मांडली.

एप्रिल १९९३ सालच्या वर्णद्वेषातून झालेल्या कृष्णवर्णीय तरुणाच्या खुनाच्या पार्श्वभूमीवर लिहिलेल्या The White Family या त्यांच्या सहाव्या कादंबरीची संहिता (मॅनूस्क्रिप्ट) त्यांनी प्रकाशकाला १९९५ साली सादर केली. परंतु एका मोठ्या प्रकाशकाने कादंबरी प्रकाशित करण्यास मौनात्मक असमर्थता दर्शवली. एका प्रस्थापित लेखिकेच्या पुस्तकाला नाकारले जाण्याचे दुःख प्रा. मॅगी जी यांना दीर्घकाळ अस्वस्थ करत होते. या कालावधीत त्यांचे पती निक रान्किन मात्र अतिशय ठाम होते आणि 'हे तुझे सर्वांत सुंदर पुस्तक आहे...' असा विश्वास व्यक्त करत होते. ब्रिटनमधील 'टेलेग्राफ' या प्रकाशन संस्थेने The White Family हे पुस्तक पुढे प्रकाशित केले व वर्णद्वेषावर आधारित ही कादंबरी अनेक पुरस्कारांची मानकरी ठरली.

What is a Soul? या प्रकरणामध्ये प्रा. मॅगी जी या मानवी जीवन, मृत्यू व आत्म्याचे अमरत्व याविषयी आपले चिंतन मांडतात. त्यांना अत्यंत प्रिय असलेले त्यांचे आई-वडील व त्यांच्या न जन्मलेल्या अपत्यांचे दुःख त्यांना व्यथित करते. अनेक प्रसंगांमध्ये मृत्यूविषयीची भीती त्यांनी व्यक्त केली आहे, परंतु त्यांच्या जीवनचिंतनातून निर्माण झालेल्या आत्म्याच्या अमरत्वाच्या कल्पनेमुळे त्यांच्या मनाला विलक्षण शांतता प्राप्त झाल्याचे त्या सांगतात. मानवाच्या अनिश्चित व मर्त्य जीवनाला आत्म्याच्या अमरत्वाचे वरदान लाभल्याचा आनंद त्या व्यक्त करतात.

The dance, the dance हे पुस्तकाचे शेवटचे प्रकरण. कृतार्थ जीवन जगलेल्या प्रा. डॉ. मॅगी जी यांनी या प्रकरणामध्ये त्यांच्या जीवनात महत्त्वाच्या असलेल्या प्रत्येकाचे मनापासून आभार मानले आहेत. जीवनातल्या अनेक बऱ्या-वाईट प्रसंगांचे... आनंदाचे व वेदनेचे... सगळ्यांचे आभार मानले आहेत व स्वतःच्या जाण्याआधी त्यांचे हे समृद्ध आत्मकथन आपल्या समोर ठेवता आले, याविषयी संतुष्टी प्रकट केली आहे.

आत्मचरित्र व आत्मकथन या साहित्यप्रकारातील हे पुस्तक प्रा. मॅगी जी यांच्या लेखनसंपदेत भर घालणारे तर आहेच, त्यासोबतच आत्मकथनपर पुस्तकांचे दालन समृद्ध करणारे देखील आहे. आपल्या काळातील, आपल्यापैकीच एक असलेली ही स्त्री लेखिका जीवन समजून घेण्याचा प्रयत्न करते व आपले जीवनचिंतन वाचकांसमोर ठेवते. प्रा. जी यांच्या सारख्या जीवनाचे आकलन झालेल्या व्यासंगी लेखकांची चरित्रे, आत्मचरित्रे व आत्मकथनांचे वाचन ही वाचकांसाठी परिपक्व व व्यापक होण्याची मोठी शिदोरी आहे, असे मला वाटते.

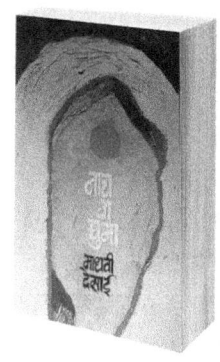

माधवी देसाई यांचे

नाच ग घुमा :

कांगावा नव्हे कैफियत

माधवी देसाई यांच्या 'नाच ग घुमा' या आत्मकथनाची मराठी साहित्यजगताने अत्यंत संवेदनशिलपणे दखल घेतली आहे. सर्वोत्तम पुस्तकांच्या यादीत हे केव्हाच सामील झाले आहे. वाचनीय आत्मकथन म्हणून सर्व थरांमधून नावाजले गेले आहे. त्यांचे हे आत्मकथन बऱ्याच अंशी खळबळजनकही आहे. परंतु केवळ भालजी पेंढारकर यांची मुलगी आणि सुप्रसिद्ध कादंबरीकार रणजित देसाई यांच्या पत्नी म्हणून त्यांच्या पुस्तकातील खळबळजनक जीवनकथेकडे पाहून चालणार नाही. त्यामुळे त्यांचे जीवनकथन फारच संकुचित आणि व्यक्तिकेंद्रीत होईल. मोठ्या कुटुंबातल्या असल्या, तरी देखील तत्कालीन स्त्रीच्या नशिबी असलेले पत्नीत्वाचे, मातृत्वाचे, वैवाहिक जीवनाचे भोग त्यांना चुकले नाहीत. त्या काळातील कोणत्याही सर्वसामान्य बाईला भोगावी लागणारी घुसमट त्यांनीही अनुभवली आणि हीच त्यांच्या जीवनातील सर्वांत मोठी शोकांतिका होती.

माधवी देसाई यांचे 'नाच ग घुमा' हे आत्मकथन चंद्रकला प्रकाशन संस्थेने १९८८ साली प्रकाशित केले. 'जीवन-एक तपोपन', 'आमचे गोये', 'हे बंध रेशमाचे' आणि 'कोवाड पर्व' अशा चार प्रमुख विभागांमध्ये विभागलेले २९० पानांचे हे आत्मकथन माधवी देसाईंच्या जीवनातील बालपण, पहिला विवाह-पतीचा मृत्यू व दुसरा विवाह-घटस्फोट अशा तीन प्रमुख टप्प्यांचा सविस्तर आढावा घेते.

नाचू मी कशी? :

श्रावण महिन्यातल्या मंगळागौर सणाला हिंदू धर्मात विशेष महत्त्व आहे. ''नाच ग घुमा, कशी मी नाचू...'' या लोकगीतावर सुवासिनी फेरधरुन नाचतात. मंगळागौरीच्या या गाण्यातही सुवासिनी काही असण्याचं आणि काही नसण्याचं गाऱ्हाणं मांडतात. प्रतिकूलता, अपरिहार्य खेळ आणि तुलना यांचं विनोदी शैलीतलं गाणं त्यांचं दु:ख आनंदानं मांडतं.

''घुमू दे घागर घुमू दे, खेळात जीव ह्यो रमू दे
गडणी घागर फुकतीया, मागं नि म्होर झुकतीया
नाचून बाई माझी दमू दे, खेळात जीव ह्यो रमू दे''

हे लोकगीत या निमित्ताने पुन्हा एकदा ऐकले. गाण्यातले 'नाच ग घुमा' हे शब्द शीर्षक म्हणून का वापरले असावेत? हे जाणून घेण्याचा प्रयत्न केला. या गीतामधली सुवासिण अनेक अडचणी असल्या तरी नाचावेच लागेल असे सांगते. सोनार आला नाही, शिंपीही नाही, अन् कासारही नाही. जोडवी नाहीत, नवी चोळी नाही आणि बांगड्याही नाहीत. तरीही उत्सवात सहभागी व्हावेच लागते. ही अपरिहार्यता एकट्या माधवी देसाई यांची नाही. पुरुषप्रधान कुटुंबव्यवस्था असणाऱ्या आपल्या समाजात स्त्रियांच्या दुःखांच्या व पिढ्यान्-पिढ्या वाट्याला येणाऱ्या भोगामागे हीच अपरिहार्यता आहे. या रिंगणात लेखिकेच्या बरोबर साथ-सोबत करणाऱ्या त्यांच्या तिघी मुलींना हे आत्मकथन अर्पण केले आहे.

आत्मकथनामागील भूमिका :

मराठी साहित्यामध्ये प्रस्थापित लेखकांच्या पत्नींनी लिहिलेली काही पुस्तके आहेत, परंतु आत्मकथनं-आत्मचरित्र अभावानंच आढळतात. रमाबाई रानडे यांचं 'आमच्या आयुष्यातील काही आठवणी', 'बालकवी आणि मी' हे पार्वतीबाई ठोंबरे यांचं आत्मकथन, 'मीच हे सांगितलं पाहिजे' हे शीलवती केतकर यांच आणि लक्ष्मीबाई टिळकांनी लिहिलेलं 'स्मृतिचित्रे' हे सुप्रसिद्ध आहेच. 'आमची अकरा वर्षे' हे लिलाताई पटवर्धनांनी लिहिलं आहे. सुनिता देशपांडे यांचे 'आहे मनोहर तरी', कमल प्रभाकर पाध्ये यांच 'बंध-अनुबंध', रागिणी विद्याधर पुंडलिक यांचे 'साथ संगत' आणि मल्लिका नामदेव ढसाळ यांचे 'मला उद्ध्वस्त व्हायचंय' ही अलीकडच्या काळातील आत्मकथनं... याच परंपरेतलं, पण अधिक थेटपणानं वैवाहिक जीवन व व्यक्तिगत दुःखाची हकिकत मांडणारं हे पुस्तक वेगळं आहे.

या आत्मकथनामध्ये समाविष्ट केलेली तिन्ही मनोगतं लेखिकेची भूमिका स्पष्ट करणारी आहेत. वाचकांच्या मनातील अनेक प्रश्नांची उत्तरं या मनोगतांमधून नक्कीच मिळतात. त्यामध्ये लेखिका माधवी देसाई हे खळबळजनक आत्मकथन लिहिण्यामागची भूमिका अत्यंत सविस्तर व समंजसपणे मांडतात. त्यांनी हे का लिहिलंय? याचं विश्लेषण करतांना त्या लिहितात की, ''विविध नात्यांमधली-रूपांमधली मी आताच तर जरा कुठं निवांत आहे. कारण 'नाच ग घुमा' चा सभोवतालचा आक्रोश आता बंद झाला आहे....'' ''सत्य घटना लिहिताना कुणाची बदनामी करावी असा प्रयत्न मुळीच नसतो. नव्याण्णव टक्के संसार तडजोडीवरच चालतात ना?...'' ''दोन सुरेख साथीदार भेटूनही माणसं-संसारात का रमू शकत

नाही? याचं कारण मी माझ्या अनुभवातूनच शोधत असते..." "ती स्त्री गेल्या चाळीस वर्षांतील भारतीय स्त्रीची जीवन गाथा लिहू लागते. त्यातून आत्मकथनाचं स्वरूप स्पष्ट होतं." नाच ग घुमा वाचून असं प्रामुख्याने जाणवतं की परंपरा व कुटुंबव्यवस्था यांच्या जोखडाखाली घुमी झालेली स्त्री बोलू लागली तर परंपरा व व्यवस्थांचा खोटा मुखवटा उघडा पडतो.

कांगावा नव्हे कैफियत :

या आत्मकथनाचे चार महत्त्वाचे भाग केले आहेत. जीवन-एक तपोवन या पहिल्या भागापासून लेखिकेची जीवनकथा फ्लॅश-बॅक तंत्राच्या माध्यमातून सुरू होते. भालजी पेंढारकरांची मुलगी म्हणूनही फार आनंददायी, ऐश्वर्य संपन्न बालपण लाभले असेही नव्हते. पण निदान काळ बराच चांगला होता. निकोप आणि वात्सल्यपूर्ण संगोपन-बालपण वगैरे त्यांच्या वाट्याला आलेच नाही. हाच भोग पुढेही नशिबात कायम राहिला. पेंढारकरांकडील नाटक-सिनेमाचे मुक्त जग त्यांच्या वाट्याला आले नाही. पहिला विवाह, कौटुंबिक संघर्ष व वैधव्य याविषयीचा वृत्तान्त 'आमचे गोये', 'हे बंध रेशमाचे' या दोन भागांमध्ये कथन केला आहे. काटकरांकडील कौटुंबिक व आर्थिक भरभराट माधवी देसाईंना उपभोगता आली नाही. सर्वसामान्य नोकरी करून त्यांनी पती नरेंद्र काटकर यांच्यासोबत संसार उभा केला. जीवन बरे चालले आहे असे वाटेपर्यंत काळाने डाव साधला. आजारपणात पती नरेंद्र काटकर यांचे निधन झाले. पदरात तीन मुली आणि सासरकडचा असहकार अशा परिस्थितीत त्या नेटाने उभ्या राहिल्या. आत्मसन्मान न गमावता नोकरी करून कुटुंबाचा चरितार्थ चालवला.

वैधव्याचे जीवन जगत असताना अचानकपणे रणजित देसाई त्यांच्या आयुष्यात आले. ध्यानीमनी नसलेले नाते निर्माण झाले. त्यांच्याशी पुनर्विवाह झाला, याविषयीचा वृत्तान्त 'कोवाड पर्व' या भागामध्ये कथन केला आहे. श्री. देसाई नामवंत लेखक, त्यांचे घराणे इनामदारांचे. सर्वत्र मानपान व साहित्यिक थोरपणा. मात्र हा मानपान माधवी देसाईंच्या वाट्याला कधीच आला नाही. रणजित देसाईंसोबतच्या वैवाहिक जीवनात तर त्यांची अधिकच मानसिक, भावनिक घुसमट झाली. १४ वर्षे संसार केल्यानंतर रणजित देसाई यांनी थेट घटस्फोटाची मागणी केली व माधवी देसाईंना तो द्यावा लागला. आपल्या नामवंत पतीच्या आग्रहाखातर त्यांनी घटस्फोटाला मान्यता दिली. श्री. रणजित देसाई यांनी लादलेला घटस्फोट हा त्यांच्या दुर्दैवी जीवनावर नियतीने घातलेला शेवटचा घाव होता. त्या स्वतःला सती जाण्यासाठी धर्मशिळेवर उभ्या असलेल्या रमाबाईंच्या ठिकाणी पहात होत्या. 'स्वामीकार' रणजित देसाईंनी प्राण ओतून 'रंगवलेल्या रमाबाई आणि माधवराव पेशव्यांच्या कथेतील रमेच्या नशिबी सती जाणे होते. सती जाऊन त्यांचे सर्व भोग संपले. परंतु तीच उच्चप्रतिची प्रेमकथा

लिहिणाऱ्या देसाईंच्या घटस्फोटित पत्नीच्या नशिबी मात्र कायमस्वरूपी भोग लिहिले गेले.' वार्धक्याच्या अवस्थेतील व स्वतःच्या अनेक विवंचनांमध्ये अडकलेल्या आई-वडिलांना त्रास होऊ नये म्हणून सोशिक भारतीय स्त्रीप्रमाणे सगळ्या कौटुंबिक संकटांना एकट्या सामोऱ्या गेल्या. माहेरचा आधार घेतला नाही. घटस्फोटानंतर नावापुरता असलेला मानमरातबही गळून पडला.

त्यानंतर माधवी देसाईंसाठी तीन मुलींकडे पाहून जगण्याशिवाय दुसरे काहीच उरले नव्हते. त्या मूलतः अत्यंत संवेदनशील होत्या. कविमनाच्या होत्या. तटस्थपणे स्वतःकडे पाहणाऱ्या होत्या. त्यांचे समाजभान जागृत होते. राष्ट्र, धर्म, देव, परंपरा यांचा त्यांना अभिमान होता. सर्वसामान्य लोकांविषयी, स्त्रियांविषयी कळवळा होता. प्रपंचाचा डोलारा आणि तोंडदेखल्या मोठेपणाखाली दबून गेलेली लेखिका त्वेषाने उगवून आली. स्वतःकडे पाहिले, त्यांनी स्वतःच्या जीवनाचा हिशोब मांडायचा प्रयत्न केला. समाजाकडे पाहिले, त्यांचे दुःख कथा-कवितांमधून मांडले. सर्वार्थाने अपयशी होऊ पाहणाऱ्या जीवनाला नवा अर्थ त्यांनी साहित्य सेवेच्या व समाज सेवेच्या माध्यमातून दिला. १५ कादंबऱ्या, काही कथा संग्रह, काही व्यक्तिचित्रसंग्रह, कविता, आत्मचरित्र, संपादित ग्रंथ अशा प्रकारची ३५ हून अधिक पुस्तके त्यांनी लिहिली. लेखिका म्हणून प्रसिद्ध झाल्या. त्यांच्या संवेदनशीलतेला जीवनानुभवांनी अधिकच प्रज्वलित केले. प्रत्येक भारतीय घराच्या पायाशी एकेका अहल्येची शिळा गाडली गेली आहे. त्याच अहल्येच्या शिळेमधून माधवी देसाई नावाची स्वयंभू मूर्ती प्रकट झाली आहे.

'गाथनमाला' या ब्लॉग सदरामध्ये लेखिका मनस्विनी प्रभुणे-नायक यांनी लिहिलेला माधवी देसाई यांच्याविषयीचा 'ऋणानुबंध' हा ब्लॉग वाचनात आला. त्या लिहितात, "त्यांच्या आयुष्याचे अनेक वेगवेगळे आयाम होते. त्या-त्या कोनातून बघितलं तर आयुष्याचा तो तुकडा खूप निराळाच वाटून जायचा. काचकवड्यांच्या नक्षीप्रमाणे किंवा कॅलिडीओस्कोप जसा फिरवू तशी प्रत्येक वेळेस वेगळीच नक्षी साकारते. त्याप्रमाणे त्यांचं आयुष्य वेगवेगळ्या तुकड्यांमधून दिसायचं. कधी जमून आलेलं तर कधी न जमलेलं." एकाच व्यक्तीच्या आयुष्यात किती चढ-उतार असू शकतात हे वरील लेखात नेमकेपणाने आले आहे. आयुष्य बहुरंगी, बहुआयामी जरूर असावे. पण त्यामध्येही काहीतरी सुसंगतपणा, रेखावपणाही हवा. कोणतीच सुसंगती न राहता कायम विखुरलेपण क्लेशदायकच असते.

लेखिका माधवी देसाई यांचे हे आत्मकथन मनोविश्लेषणात्मक पातळीवर अभ्यासले गेले पाहिजे. त्यांनी मांडलेल्या कैफियतीमागे दडलेले दुःख आणि वेदना समजून घेतल्याशिवाय त्यांचे आत्मकथन उमगणे अवघड आहे.

त्यांच्या मानसिक घालमेलीचा विचार करता, पुस्तकात अनेक ठिकाणी त्यांना नमूद केलेल्या अनुभव कथनांवरून असे वाटते की, त्यांचे जीवन अनेक विरोधाभासांनी भरलेले आहे. संवेदनशील मनाच्या माधवी देसाईंना तो प्रकर्षाने जाणवला असावा. त्या विरोधाभासाला तोंड देऊन अथवा बगल देऊन जगणे त्यांना शक्य झाले नसल्याचे जाणवते. भांडकुदळपणा अथवा बंडखोरी करून त्या सर्व प्रसंगांना त्यांना प्रतिकार करता आला असता; अथवा इतर दुर्बल स्त्रियांप्रमाणे गप्प राहून सोसता आले असते. माधवी देसाईंनी वेगळाच मार्ग अवलंबला. शक्य होते तोवर ती अवहेलना, विरोधाभास त्यांनी सहन केला आणि जेव्हा आभाळच फितूर झाल्याचे दिसले तेव्हा या आत्मकथनाच्या माध्यमातून अखिल स्त्री जातीच्या दु:खाला वाट करून देण्यासाठी हे लिहिलं.

माधवी देसाई यांच्या बालपणी त्यांनी नाटक, सिनेमा, संगीत यांचे झगमगते विश्व पाहिले, मोठ-मोठाले नट-नट्या, गायक-वादक यांना घरात वावरताना जवळून पाहिले. सिनेमाचे ते चकाकते जग सत्याच्या तुलनेत अधिक आकर्षक होते. या जगाचा एक भाग असूनही, भालजी पेंढारकरांची मुलगी असूनही ते झगमगते जग त्यांच्या वाट्याला आले नाही. हा विरोधाभास माधवी देसाईंना नक्कीच जाणवला असेल. नाटक-सिनेमात काम करावे अशी इच्छा त्यांच्या लिखाणात आलेली नसली तरी त्या जगापासून बाबांनी आम्हांला दूर ठेवल्याचे त्या सांगतात.

पहिल्या विवाहानंतर नरेंद्र काटकरांच्याही घरीही मोठा विरोधाभास त्यांच्या वाट्याला आला. मुंबई व गोव्यात उत्तम सांपत्तिक स्थिती असूनही मोठे कुटुंब व घरातील ज्येष्ठ मंडळी यांच्याकडून आर्थिक पिळवणूक वाट्याला आली. परंतू पती-पत्नीमध्ये प्रेमभाव असल्याने त्यांनी कष्टाने संसार उभा केला. सर्व काही बरे चालू असताना अचानकपणे नरेंद्र काटकरांचा मृत्यू हा आणखी एक दुर्दैवी विरोधाभास त्यांच्या नशिबी आला.

दुसऱ्या विवाहानंतर लेखक रणजित देसाई यांच्या घरी मात्र दुदैवी विरोधाभासाचे दशावतार त्यांच्या नशिबी आले. सृजन आणि संवेदना यांच्या नभात विहार करणारा लेखक-नवरा प्रत्यक्ष नात्यात निष्काळजी व बेदरकार असल्याचा विरोधाभास त्यांना विव्हल करणारा होता. इनामदारांच्या त्या घरात सतत उपरेपणाची भावना, टोमणे, टिका, आरोप, तुलना अशा अनेक अडचणींना तोंड द्यावे लागले.

माहेरी पेंढारकरांच्या घरी देखील मोठे कुटुंब होते. वडील भालजी पेंढारकर यांचे तर तीन विवाह झाले होते. परंतू तिन्ही पत्नी व सर्व मुले एकोप्याने रहात होती. माहेर व सासरच्या वातावरणातील प्रचंड विरोधाभास हा देखील त्यांच्या मानसिक

घालमेलीचे कारण असावा. त्यांनी ही तुलना पुस्तकात थेटपणानं कुठंच लिहिली नाही परंतु आत्मकथन वाचल्यानंतर हा विरोधाभास प्रकर्षाने जाणवला.

माधवी देसाईंच्या दुसऱ्या वैवाहिक जीवनात वादळे येत असताना त्यांचे श्रद्धास्थान असलेल्या वडिलांच्या जीवनातही अनेक संकटे घोंगावत होती. भालजींवरील संकटे व आर्थिक अडचणींमुळे तसेच वार्धक्यात वडिलांना त्रास नको म्हणून माधवी देसाईंना सारे दु:ख स्वत:च सहन करावे लागले. सासर व माहेर एवढे मोठे असूनही यांच्या दु:खाचे कुणालाही वाटेकरी होता आले नाही, हाही मोठाच विरोधाभास आहे. सारी घुसमट त्या एकट्याच सोसत होत्या.

व्यक्तिगत जीवनात वादळं सुरू असताना दोन्ही विवाहित मुलींच्या आयुष्यातही सर्वकाही आलबेल नव्हतं. स्वत:च्या वैवाहिक अपयशापेक्षा दोन्ही मुलींच्या वैवाहिक जीवनातलं दु:ख त्यांना अधिक बोचत असावं. माझ्यासारखेच भोग मुलींच्याही वाट्याला का यावेत? हा प्रश्न त्यांच्या काळजाला किती पोखरत असेल... याची केवळ कल्पनाच केलेली बरी.

माधवी देसाईंच्या सहनशीलतेचा कडेलोट होईल एवढा अपमान इनामदार-देसाईंच्या कुटुंबात झाला. या उपरांत जरी पती रणजित देसाई यांनी स्वत:ची चूक सुधारली असती तरीही माधवी देसाईंनी त्यांना नक्कीच माफ केले असते व 'नाच ग घुमा' जन्मालाच आलं नसतं. तेवढा मोठेपणा लेखिकेने नक्कीच दाखवला असता, असा विश्वास वाटतो.

माधवी देसाईंच्या अंतर्मनात अनंत वादळे सुरू असताना एकमेव आधार असलेल्या सर्वार्थाने सामर्थ्यवान असलेल्या पतीने आधार काढून घेणे हे मात्र माधवी देसाईंना सहन झाले नाही. त्या एकाकी कोसळत राहिल्या, तरीही लढत राहिल्या. स्वत:च्या आणि समाजाच्या दु:खासाठी शब्द आणि लेखणी त्यांचे आधार झाले. दु:ख वाहते झाले. त्यांनी लिहिलेल्या वेदना मखमली कशा असतील? त्या वाचकांनाही बोचतात. म्हणून कोणी त्याला 'रुष्ट अहं चा थयथयाट' का बरे समजावे? हा थयथयाट नाही.. कैफियत आहे. एखाद्याचं दु:खही आपल्याला जाणवू नये... याहून मोठा अध:पात तो कोणता....?

अत्यंत व्यथित अंत:करणाने लेखिका माधवी देसाई स्वत:च्या जीवनाचा ताळेबंद मांडण्याचा प्रयत्न करतात. लौकिक अर्थाने ताळेबंद मांडावा अशी संपत्ती त्यांच्या वाट्याला आलीच नाही. निदान नात्यांचा आणि प्रेमाचा ताळेबंद तरी मांडावा, असा विचार करून त्या आयुष्याची उजळणी करतात. कोणतं नातं खरं? प्रेम या शब्दाचं नेमकं रूप कोणतं? माणूस नेमका खरा कोणता? लेखक असलेला की पती असलेला? त्यांनी निभावलेली प्रत्येक नात्यातली भूमिका प्रामाणिक होती, तरीही जीवनाची अशी शोकांतिका त्यांच्या वाट्याला का यावी? अशा अनेक प्रश्नांचा

धांडोळा त्या घेतात. त्या साऱ्या आठवणींचा कोलाज म्हणजे हे आत्मकथन होय. डॉ. विजया वाड यांनी दै. सामनामधील 'नाच ग घुमा-अवघड वळणांच्या खडतर वाटा' या लेखाच्या शेवटी लिहिलं आहे, ''नाच ग घुमाचा आक्रोश जिथे थांबतो तिथे तुमच्या मनात तो सुरू होतो.'' हे या पुस्तकाचे खरे यश आहे.

या आत्मकथनाच्या समर्थनार्थ जसे भरपूर लेखन-चर्चा झाली तशीच विरोधासाठीही झाली. रसिकांनी आणि समर्थकांनी आपापले मुद्दे-प्रतिमुद्दे मांडले. तरीही १९९० च्या दशकात या पुस्तकाने वादळी चर्चा घडवून आणली. ती कमी-अधिक प्रमाणात चालूच आहे. ४० वर्षानंतरही एखादे आत्मकथन चर्चा घडवून आणू शकते, प्रश्न-प्रतिप्रश्न निर्माण करते, समर्थन व तीव्र विरोध सोसते; ते आत्मकथनसुद्धा चिरंतन जखमांचं लेणं लेवून आलेलं असतं एवढं मात्र सिद्ध होत आहे. पती-पत्नीमधला विसंवाद तसेच वैवाहिक जीवनात नवऱ्याच्या कुटुंबीयांकडून वाट्याला आलेली अवहेलना यांच्या पलीकडे जाऊन एकूणच स्त्रीजातीचे चिरंतन दुःख मांडणारी ही कलाकृती कांगावा नाही....कैफियत आहे. ही कैफियत आहे, परंपरांच्या जोखडांची, स्वार्थी लोकांच्या बाजारात आपले प्रेम आणि त्याग विकत बसण्याची, जीवनातल्या विरोधाभासांची, अवहेलना आणि अपमानांची...

■

प्रा. मिलिंद जोशी यांचे

पाहावे आपणासी आपण :

जीवनदृष्टी देणाऱ्या चिंतनिका

प्रा. मिलिंद जोशी यांचे 'पाहावे आपणासी आपण' हे तत्वचिंतनपर लेखांचे पुस्तक मंजुल पब्लिशिंग हाउसने २०१८ साली प्रकाशित केले आहे. या पुस्तकातील लेखांना चिंतनिका म्हणावे लागेल. चिंतनिका म्हणजे एखाद्या विषयावरील आपण केलेले चिंतन इतरांसमोर मांडणे आणि वाचकांना देखील चिंतनाला प्रेरित करणे होय.

आपले अनुभव, चिंतन आणि विचार लोकांसमोर चिंतनिकेच्या रूपात ठेवावे असा उदात्त विचार या लेखनामागे आहे. 'हे चिंतनशील लेखन मोठ्या जीवनाशयाकडे जाण्याच्या दिशा सूचित करणारे आहे', अशा शब्दात ज्येष्ठ कवयित्री डॉ. अरुणा ढेरे यांनी या पुस्तकाची पाठराखण केली आहे.

या लेखनप्रपंचामागील भूमिका स्पष्ट करताना लेखक आपल्या मनोगतामध्ये म्हणतात, ''माणसांच्या चांगल्या-वाईट काळात त्याची साथसोबत करणारे विचारच त्याच्या आयुष्याची दिशा ठरवित असतात. म्हणूनच प्रत्येकाने स्वतःच्या हिताविषयी जागरूक असले पाहिजे. आज आर्थिक संपन्नता येत असताना जगण्यातील अर्थपूर्णता कमी होत आहे. पक्वान्नांची संख्या वाढत असताना जीवनसत्त्वांचा मात्र भागाकार होताना दिसतो. राहणीमान उंचावत असताना जगण्यातला कस नाहीसा होत आहे. ही ओहोटी थांबवायची असेल, तर माणसांची विचारसंपन्नता वाढविणे गरजेचे आहे. विचारवृक्षांच्या सावलीत माणसांचे भरणपोषण झाले, तर तो अधिक विवेकी, विचारी व गुणसंपन्न होईल.'' लेखकाची ही भूमिका त्यांची लेखनामागील तळमळ व प्रांजळपणा व्यक्त करते.

संतांचे व थोरामोठ्यांचे विचार विविध ग्रंथांच्या-पुस्तकांच्या माध्यमातून आपल्यापैकी प्रत्येकासाठी सहज साध्य होण्यासाठी अनेक लेखक, तत्त्वचिंतक यांनी देखील विपुल लेखन केले आहे. प्रा. मिलिंद जोशी यांचा व्यासंग अफाट

आहे. त्यांना वाचन, चिंतन, अनुभव व अनुभूती यांचे सामर्थ्य लाभलेले असल्याने त्यांच्या लेखनाला वैचारिक बैठक प्राप्त झाली आहे. 'पाहावे आपणासी आपण' या विचारसंग्रहाद्वारे श्रद्धा, आशावाद, ओम्‌कार स्वरूप, मनाचे व्यवस्थापन, वारी आणि जीवन, संतसाहित्य आणि युवाविश्व इत्यादी विचारांचे सुलभरीत्या निरूपण केले आहे.

या पुस्तकामध्ये श्रद्धा, अंतरात्म्याच्या संवेदना, तुकारामांची गाथा, समर्थांचा दासबोध, विवेकानंदांचे राष्ट्रचिंतन, विचारवंतांचे समाजचिंतन या लेखांच्या माध्यमातून चिरंतन जीवनमूल्यांचे महत्त्व विषद केले आहे. सहज मिळणाऱ्या, चकाकणाऱ्या, मोह पाडणाऱ्या तात्कालिक गोष्टींपेक्षा कष्टाने मिळवाव्या लागणाऱ्या तत्त्वांचा-विचारांचा ऊहापोह या पुस्तकामध्ये केलेला आहे.

'पाहावे आपणासी आपण। या नाव ज्ञान।' या समर्थ वचनाप्रमाणे प्रत्येकाने आत्मपरीक्षण केलेच पाहिजे. काय चुकले, काय सुधारले पाहिजे याचे गणित मांडले पाहिजे. परंतु आपणच आपल्याला पाहिले पाहिजे, हे मात्र आपल्याला कुणीतरी सांगायला हवे. ते काम या विचारसंपन्न चिंतनिकांच्या माध्यमातून लेखकाने केले आहे. आत्मचिंतन व आत्मसंतुलन शिकविणाऱ्या या चिंतनिका सतत स्वत:शी संवाद साधत राहायला हवा असं सांगतात. जगाकडे पाहण्याआधी स्वत:ला तपासून, बदल करून, स्वत:चे व्यक्तिमत्त्व अधिकाधिक निर्दोष करण्यासाठी प्रयत्न करणे आवश्यक असते. ''लोगों की भीड में खो गये हम, अपने आपसे मिले बरसों हो गये।'' असेच काहीसे चित्र आपल्या आजूबाजूला असते. माणसाच्या जगण्याची गुणवत्ता वाढविण्यासाठी सकस विचारांची आवश्यकता प्रत्येक लेखामधून अधोरेखित होते. हे विचारांचे नवनीत आहे. प्रा. मिलिंद जोशी यांचे व्यापक अनुभवविश्व, सूक्ष्म निरीक्षणशक्ती, उत्तम आकलनशक्ती, व्यासंग व चिंतनशील वृत्तीने परिपूर्ण असलेल्या या वैचारिक ग्रंथास 'विचार संग्रह' म्हणावे लागेल.

या संग्रहामध्ये वेगवेगळ्या विषयावरील १८ चिंतनिका आहेत. 'श्रद्धा' या विषयावरील पहिल्याच लेखामध्ये श्रद्धेचे मानवी जीवनातील अनन्यसाधारण महत्त्व विषद करताना प्रयत्नवादाची कवाडे बंद करणारी कोणतीही श्रद्धा माणसाला उत्कर्षाच्या वाटेने घेऊन जाऊ शकणार नसल्याचे त्यांनी स्पष्ट केले आहे. बुद्धिनिष्ठा आणि विज्ञाननिष्ठा यांच्या एवढेच भाव-भावनांनादेखील मानवी जीवनात अनन्यसाधारण महत्त्व असते. ज्याप्रमाणे आपण भाव-भावनांचे व्यवस्थापन करतो, तसे आपल्याला श्रद्धेचेही व्यवस्थापण करता यायला हवे. अशी श्रद्धा आत्मविश्वास संवर्धक असल्याचे लेखक सांगतात.

दिव्याचे चित्र लावून ज्याप्रमाणे घरातला अंधार नाहीसा करता येत नाही, त्याचप्रमाणे जाणिवा समृद्ध करणाऱ्या अनुभवांशिवाय जीवन समृद्ध होत नाही असा विचार त्यांनी 'अनुभव' या चिंतनिकेमध्ये मांडला आहे. केवळ ऐकीव किंवा पुस्तकी ज्ञान जीवनाचा सर्वांगीण परिचय करून देऊ शकत नाही. त्यापेक्षा एक जिवंत अनुभव खूप काही शिकवून जातो. असे विपुल आणि विविधांगी अनुभव प्रत्येकाला परिपक्व व परिपूर्ण बनवत असतात. हे सांगताना लेखक संत तुकाराम, प्रा. भोसले सर, योगी अरविंद यांच्या विचारांचेही दाखले देतात.

आपण जे बोलत असतो त्याची स्पंदने आपल्या अंतर्मनात उमटत असतात. त्यानुसार आपली बुद्धी आणि कर्मेंद्रिये काम करत असतात. त्यामुळे जीवनात सतत नकारघंटा वाजवू नका असा मोलाचा विचार 'आशावाद' या चिंतनिकेत आहे. मुळात जीवन संकटांनी भरलेलेच असते. अशा संघर्षमय जीवनात स्वतःसाठी व इतरांसाठी आनंद निर्माण करणे हेच माणसाचे प्रमुख कर्तव्य असते. परंतु जीवनाकडे आशावादी दृष्टीने न पाहता केवळ तक्रारींच्या सुरात पाहिल्याने जीवन अधिकच दुःखी होऊ शकते. म्हणूनच जीवनात आशावादाचे खूप जास्त महत्त्व असते.

सर्वच थोर माणसांमध्ये लोकांत व एकांत ही ही दोन लक्षणे समान आढळतात. लोकांत रमल्याने त्यांच्या हातून मोठी सामाजिक कार्ये झाली. तर एकांतात रमल्याने त्यांच्या आंतरिक जाणिवा समृद्ध झाल्या. लोकांशी बोलणे सोपे असते, परंतु आत्मसंवाद ही एक कठीण प्रक्रिया आहे. एकांताचा अभ्यास व सराव झाल्याखेरीज असा आत्मसंवाद साधता येत नाही. म्हणूनच प्रत्येकाने दिवसाचा काही काळ एकांतात, आत्मनिरीक्षणात घालवावा, असे लेखक सुचवतात. जीवनात सुसूत्रता आणण्यासाठी तसेच आत्मसंतुलन साधण्यासाठी आवश्यक असलेल्या एकांताचे महत्त्व अधोरेखित करणारी 'एकांत' ही महत्त्वाची आणि वाचनीय चिंतनिका आहे.

'हास्ययोग' ही हास्य या विषयावरील एक गंभीर चिंतनिका आहे. विश्वातल्या अखिल सजीव सृष्टीत केवळ मानवालाच हास्याची दैवी देणगी प्राप्त झाली आहे. परंतु, आज आपण निखळ हास्य हरवू पाहत असलेल्या काळात आहोत. देवाने मोफत दिलेले 'हास्य'रूपी औषध घ्यायचे सोडून नैराश्यग्रस्त होऊन डॉक्टरांच्या दवाखान्याबाहेर रांगा लावणे ही जीवनाची प्रतारणाच म्हणावी लागेल. हास्य लोपणे आणि विनोदबुद्धी क्षीण होणे, हे सांस्कृतिक व व्यक्तिगत अधोगतीचे लक्षण आहे असा गंभीर विचार 'हास्ययोग' या चिंतनिकेत आहे.

'वक्तृत्व कला' व 'खेळ स्मृतींचा' या चिंतनिका अत्यंत वाचनीय आहेत. 'मी', 'ओंकार स्वरूप' व 'तो एक राजहंस' या चिंतनिका व्यक्तीचे स्वत्व, त्याच्यामधील ईश्वरी चैतन्य व बदकांच्या समूहात स्वतःचे वेगळेपण प्रयत्नपूर्वक जपणाऱ्या मनुष्य रूपातील राजहंसाकडे लक्ष वेधणाऱ्या आहेत. 'मनाचे व्यवस्थापन', 'मन करा रे

प्रसन्न' आणि 'बोला चांगभलं!' या चिंतनिका मनःशक्तीचे माहात्म्य व नकारात्मक जगामधले आशावादाचे महत्त्व ठळकपणे सांगणाऱ्या आहेत. आपण ज्या प्रकारे बाह्य जगाकडे पाहतो, तसे उघड्या डोळ्यांनी स्वतःच्या अंतःकरणात डोकावत नाही. जीवनातल्या जवळपास सर्वच प्रश्नांची उत्तरे आपल्याच आत दडलेली असतात. जेव्हा आपल्याला खऱ्या 'मी' ची ओळख होते, तेव्हाच ओम्‌कार स्वरूपाचीही ओळख होते. या विषयी प्रा. जोशी सर योगी अरविंदांच्या एका विचाराचा दाखला देतात. योगी अरविंद म्हणतात, अंतर्नाद ऐकण्यासाठी माणसाला उन्नत भावावस्थेमध्ये जावे लागते. त्यासाठी 'शांत रहा, स्वतःला मुक्त करा आणि दिव्यत्वाला आव्हान करा. स्वतःला ओळखा, स्वतःमध्ये बदल करा आणि आहात त्यापेक्षा अधिक उन्नत अवस्थेला जा.' या विषयांना अनुसरून लिहिलेल्या सर्वच चिंतनिका लेखकाची आध्यात्मिक व चिंतनशील बैठक सुस्पष्ट करतात.

'वारी आणि जीवन' व 'संतसाहित्य आणि युवाविश्व' या वारी आणि संत साहित्याकडे पाहण्याची आधुनिक दृष्टी देणाऱ्या चिंतनिका आहेत. या देखील महत्त्वाच्या चिंतनिका आहेत. संतसाहित्याचे महत्त्व व आवश्यकता या विषयी तरुण पिढीच्या मनात नावड निर्माण व्हावी अशी परिस्थिती आजूबाजूला दिसत आहे. बदलती सामाजिक मूल्यं आणि सोशल मिडियाचा भस्मासुर तरुण पिढीसाठी आव्हानं उभी करत आहे. आजच्या पिढीच्या सर्वच प्रश्नांची उत्तर संतसाहित्यात नक्कीच आहेत. त्यासाठी आवश्यकता आहे ती तरुणांना त्या साहित्याची ओळख करून देण्याची. 'तमाच्या तळाशी दिवे लागले रे' ही पुस्तकातील शेवटची चिंतनिका मनाच्या तळाशी असणाऱ्या अंधाऱ्या कोपऱ्यात ज्ञानाचे दीप कसे लावायचे हे सांगते. आपल्याकडे वृद्धापकाळात गीता, गाथा, दासबोध असे ग्रंथ वाचले जातात. जे ग्रंथ जीवन कसे जगावे हे सांगतात ते ग्रंथ आपण मरणासन्न अवस्थेत वाचतो, हे संतांचे व आपलेही दुर्दैव आहे. म्हणूनच प्रा. जोशी सर असा आग्रह धरतात की संतसाहित्याचे वाचन तरुणपणातच करायला हवे.

जवळपास सर्वच लेखांमधील प्रा. जोशी सरांची विचार मांडण्याची शैली ही आईने मुलाला जवळ घेऊन चार समजुतीच्या गोष्टी सांगण्यासारखी आहे, काही वेळा शिक्षकाच्या भूमिकेतून गोष्टी सांगेन युक्तीच्या चार अशी आहे, तर कधी साने गुरुजींच्या आंतरिक तळमळीने हे सारं तुझ्या भल्यासाठी सांगतो आहे, अशी आर्जव त्यांच्या लिखाणामधून प्रतीत होते. त्यामुळे हा विचार संग्रह वेगळ्या भावनेप्रत जातो असे वाटते.

एखाद्या मोठ्या अनुभवातून माणूस आत्मपरीक्षणाला व सुधारणेला प्रवृत्त होऊ शकतो. परंतु, अनुभव हे काही किंमत मोजल्याशिवाय मिळत नाहीत. किंमत चुकवून मिळालेला अनुभव नक्कीच फायद्याचा असतो, परंतु संत आणि विचारवंत त्यांच्या

लेखनाच्या माध्यमातून त्यांच्या चिंतनाची, अनुभवांची शिदोरी तुम्हा-आम्हांसाठी सहज उपलब्ध करून देत असताना त्याचा लाभ न घेता येणे, हा करंटेपणा म्हणावा लागेल.

प्रा. मिलिंद जोशी सरांच्या व्यक्तिमत्त्वात असलेला आशावाद व सकारात्मकता या विचारसंग्रहामध्ये सर्वत्र दिसते. अडचणी, चुका, सुधारणा, प्रश्न, संकटे, मनोव्यापार, अनुभव, देव, युवक, दैनंदिन जीवन व धावपळ इत्यादी ताणतणावाच्या विषयांवर लिहितानादेखील त्यांचा सूर किंचितही नकारात्मक भासत नाही. याउलट प्रत्येक लेख हा आशावाद, श्रद्धा, चैतन्यशक्ती व सकात्मकतेने भारलेला आहे, असे माझे निरीक्षण आहे. म्हणून एकूणच जीवनाविषयी तक्रारींचा सूर आळवणाऱ्यांना हा विचार संग्रह आत्मपरीक्षण करायला व योग्य ते बदल करायला प्रवृत्त करेल असा दृढ विश्वास वाटतो. या पुस्तकामध्ये चिरंतन जीवनमूल्यांचे महत्त्व विशद केले आहे. संत ज्ञानेश्वर, संत तुकाराम, समर्थ रामदास, स्वामी विवेकानंद, योगी अरविंद, डेमॉस्थेनिस, सर्वपल्ली राधाकृष्णन, डॉ. बाबासाहेब आंबेडकर, जे. कृष्णमुर्ती, ग. दि. माडगूळकर, प्राचार्य शिवाजीराव भोसले इत्यादी थोरांच्या जीवनातील प्रसंग, त्यांचे विचार असे अनेक संदर्भ जागोजागी सापडतात. नेमकेपणाने वापरलेले हे संदर्भ हे प्रा. जोशी यांच्या व्यासंगाचे आणि अभ्यासाचे दर्शन घडवितात.

वाचकांना वैचारिकदृष्ट्या समृद्ध करणारे आणि त्यांचा जगण्याचा कस वाढविणारे हे पुस्तक आहे. सावकाश वाचून, पचवून, जीवनरस अंतरंगात उतरवून घेण्याजोगे हे पुस्तक आहे. एका दमात वाचून संपवावे असे हे पुस्तक अजिबात नाही. "Some books are to be tasted, others to be swallowed, and some few to be chewed and digested." या उक्तीप्रमाणे सावकाश वाचून, पचवून, जीवनरस अंतरंगात उतरवून घेण्यासारखे हे पुस्तक आहे. निराश, प्रश्नार्थक आणि गोंधळलेल्या अशा सर्व मनोवस्थांमध्ये कोणत्याही क्षणी हा चिंतनिकांचा संग्रह हाती घ्यावा, प्रश्नाला अनुसरून असलेली चिंतनिका पुन्हा पुन्हा वाचावी आणि एका नव्या साक्षात्काराचा अनुभव घेत वाट सापडावी, नवी दृष्टी मिळावी असा प्रत्यय हे पुस्तक देते. म्हणूनच या चिंतनिका वाचकाला आत्मपरीक्षण करायला लावताना आत्मसंतुलन साधण्यासाठी वाटा देखील दाखवितात.

■

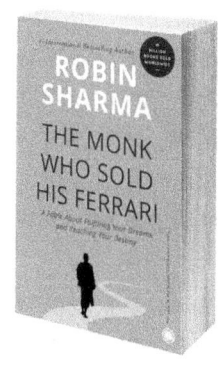

रॉबीन शर्मा यांच्या
The Monk Who Sold His Ferrari :
मधील भारतीय तत्त्वज्ञानाचे दर्शन

मृत्यू किंवा मृत्यूचा अत्यंत जवळून घेतलेला अनुभव ही मानवी जीवनातील सर्वांत मोठी शिकवण आहे. आपल्या सर्वांत प्रिय व्यक्तीचा मृत्यू अथवा असाध्य आजार किंवा मृत्यूच्या जबड्यातून बाहेर येण्याचा अनुभव आपल्याला जीवनाकडे पूर्णपणे वेगळ्या दृष्टीने पाहायला शिकवू शकतो. प्रत्यक्ष मृत्यू व मृत्यूची अनुभूती या विषयांवर मोठ्या प्रमाणावर लेखन झालेले आहे, कारण यापेक्षा समृद्ध व अंतर्बाह्य बदल घडवून आणणारी दुसरी गोष्ट मानवी आयुष्यात नाही. प्रत्यक्ष मृत्यूचा अनुभव अथवा त्याचा भयावह आभास माणसाला शिकवतोच, परंतु अशा प्रकारच्या अनुभवांवर आधारित पुस्तके देखील वाचकाला पुरेशा तीव्रतेचा मृत्यूचा आभास, त्याचे परिणाम आणि त्यातून लेखकाने घेतलेला धडा, त्याला झालेले ज्ञान इ. गोष्टींचा प्रखर अनुभव देतात. खरेतर प्रत्यक्ष अनुभवापेक्षा वाचनातून आलेला अनुभव हा तसा कमी किमतीत मिळालेला धडाच म्हणावा लागेल.

पुस्तकाविषयी :

लेखक रॉबीन शर्मा यांचे The Monk Who Sold His Ferrari हे नितांत सुंदर पुस्तक भारतीय तत्त्वज्ञानाशी अनुबंध सांगणारे आहे. सुप्रसिद्ध लेखक, व्यवस्थापन गुरू व ख्यातनाम प्रेरणादायी वक्ते असलेले रॉबिन शर्मा हे कॅनडाचे नागरिक आहेत. त्यांचा जन्म, शिक्षण व कार्यक्षेत्र कॅनडामध्ये आहे. परंतु शिव शर्मा व शशी शर्मा या भारतीय वंशाच्या दांपत्याच्या पोटी १९६५ साली जन्माला आलेल्या रॉबिन शर्मांची जडण-घडण भारतीय संस्कृती व कॅनडामधील त्यांच्या भारतीय परंपरा पाळणाऱ्या कुटुंबात झाली. या जडण-घडणीचा अतिशय खोल परिणाम त्यांच्या विचारांमध्ये व लेखनामध्ये दिसून येतो.

या पुस्तकातील ज्युलियन मॅन्टल हे बऱ्याच अंशी स्वत: रॉबिन शर्मा हेच आहेत. कारण वयाच्या २५ व्या वर्षांपर्यंत उत्तम वकिली व्यवसाय करणाऱ्या रॉबिन शर्मा यांना अंतर्मनातल्या पोकळीची, उणिवेची जाणीव झाली. त्यांच्या आतल्या आवाजाने स्वत:ला शोधण्याचा ध्यास घेतला व ते लेखन, चिंतन, आध्यात्मिक व प्रेरणादायी व्याख्याने आणि व्यवस्थापन मार्गदर्शन या क्षेत्राकडे वळले. The Monk Who Sold His Ferrari या पुस्तकामागे त्यांच्या स्वत:च्या जीवनाची व विचारांचीच प्रेरणा आहे.

या पुस्तकातील ज्युलियन मॅन्टलची ही दंतकथा अगदी आजची आहे. आपल्या आजूबाजूला लक्षावधी ज्युलियन मॅन्टल राहत-वावरत-जगत आहेत. काहींना पुस्तकातल्या ज्युलियनप्रमाणे जीवनातील अनुभवांमुळे कमी-अधिक प्रमाणात उपरती होते, पण बहुतांश लोक उपरती न होताच शेवटाला जातात. असे अर्थहीन जीवन व निरर्थक मृत्यू यापेक्षा वेगळी मानवी जीवनाची शोकांतिका नाही. आपण का जन्माला आलो व कसे जगायला हवे, याचे काहीच ज्ञान नसलेली असंख्य 'शरीरे' असलेल्या आजच्या जगात ही ज्युलियन मॅन्टलची कथा वाचकांना प्रेरित करते. त्याला आपल्या भारतीय जीवनविषयक तत्त्वज्ञानामुळे सापडलेला 'जीवनाचा अर्थ' सांगणारे हे पुस्तक समकालीन पार्श्वभूमीवर अत्यंत महत्त्वाचे ठरते.

पुस्तकाच्या अंतरंगात शिरण्यापूर्वी :

The Monk Who Sold His Ferrari हे पुस्तक याच प्रकाराच्या अनुभवाने आपल्याला खूप गोष्टी शिकवते. या अर्थाने (दंत)कथेच्या रूपाने वाचनात आलेला हा अनुभव व जीवनविषयक तत्त्वज्ञान निश्चितपणे आपले अनुभवविश्व व्यापक व समृद्ध बनविते. पश्चिमेकडील देशांपेक्षा आपल्या देशाचे व येथील धर्मसंस्कृतीचे जीवनविषयक तत्त्वज्ञान अधिक सूक्ष्म आहे व म्हणूनच ते अत्यंत व्यापक आहे. इतर कोणत्याही धर्म अथवा संस्कृतीपेक्षा अधिक प्रगल्भ जीवनविषयक तत्त्वज्ञानाचा व मानवाच्या स्व अथवा आत्मशोधाचा, भारतीय शास्त्रांनी विशद केलेल्या तत्त्वज्ञानाचा अभ्यास हा अनेक परदेशी अभ्यासकांच्या चिंतनाचा व अनुकरणाचा विषय आहे. हेच या पुस्तकामधून देखील प्रत्ययास येते.

या कथेचा नायक ज्युलियन मॅन्टल हा लौकिक अर्थाने अत्यंत यशस्वी वकील आहे. भौतिक संपत्ती व यशाच्या परिभाषेत तो फार वरच्या स्तरावर आहे. अमाप संपत्ती व तितकीच प्रसिद्धी हेच त्याचे विश्व आहे. जीवनातील एका आघाताने ज्युलियन मॅन्टल स्वत:ला त्या दु:खापासून दूर घेऊन जाण्यासाठी कामामध्ये गुंतवून घेतो. त्याच्या मुलीचा अपघाती मृत्यू व नंतरचे वैवाहिक जीवनात आलेले अपयश ही त्याच्या दु:खाची कारणे होती, हे पुस्तकाच्या अगदी शेवटच्या प्रकरणात

वाचकांच्या लक्षात येते. खरेतर मॅन्टलला जीवनाविषयीच्या उन्नत विचाराची आणि दृष्टिकोनाची जाणीव मुलीच्या मृत्यूच्या वेळेस व्हायला हवी होती, परंतु त्याला स्वत:ला हृदयविकाराचा तीव्र झटका आल्यानंतर मात्र ज्युलियन मॅन्टल अंतर्बाह्य बदलून जातो.

आपण जे जीवन जगत आहोत ते खरे जीवन नाही, याचा साक्षात्कार त्याला हॉस्पिटलमध्ये ॲडमिट असताना होतो. यानंतर त्याच्या आत्मशोधाचा संपूर्ण प्रवास व त्याला झालेले आत्मज्ञान म्हणजेच The Monk Who Sold His Ferrari हे पुस्तक होय. पश्चिमी जग व संस्कृतीमध्ये वाढलेल्या ज्युलियन मॅन्टलचे विचार व जीवन हे त्याच्या आजूबाजूच्या परिवेषाप्रमाणेच होते. स्वत:मध्ये व संपत्ती आणि प्रसिद्धीच्या फसव्या जगामध्ये वावरणाऱ्या मॅन्टलला जीवनाचा अर्थ शोधण्याची कधीच गरज भासली नव्हती. त्याला झालेले मृत्यूचे दर्शन, त्यानंतर प्रथमच त्याने स्वत:विषयी केलेले चिंतन व एक धाडसी निर्णय घेऊन जीवनाचा अर्थ जाणून घेण्यासाठी केलेले प्रयत्न, त्याच्यात झालेला बदल आणि शेवटी त्याने या तत्त्वज्ञानाच्या प्रसार व प्रचारासाठी वाहिलेले जीवन या क्रमाने पुस्तकात कथेचा प्रवास होतो.

जीवनविषयक भारतीय तत्त्वज्ञान :

अनेक पाश्चिमात्य साहित्यिक व विचारवंतांनी भारतीय तत्त्वज्ञानाचा अभ्यास केलेला आहे. जीवन समजून घेण्याच्या त्या सर्वांच्या प्रयत्नामध्ये जीवनविषयक भारतीय तत्त्वज्ञानाचा फार मोठा वाटा आहे. T S Eliot हा सुप्रसिद्ध इंग्रजी कवी एके ठिकाणी म्हणतो, "Two years spent in the study of Sanskrit under Charles Lanman and a year in the mazes of Patanjali's metaphysics under the guidance of James Woods, left me in a state of enlightened mystification. A good half of the effort of understanding what the Indian philosophers were after - and their subtleties make most of the great European Philosophers look like school boys - lay in trying to erase from my mind all categories and kind distinction common to European philosophy from the time of Greeks.....do" *(T. S. Eliot, After Strong Gods, A Prince of Modern Heresy, 1stEd. (New York, 1934), pp 43-44).* इंग्रजी साहित्यामधील एका अग्रगण्य कवीचे वरील मत पुरेसे बोलके आहे.

जीवनविषयक भारतीय तत्त्वज्ञान म्हणजे आपल्या सभोवतालचे जग, जीवनमूल्ये यांकडे पाहणे व त्यासंबंधी मूलभूत विचार मांडणे होय. भारतीय संस्कृतीचा आत्मा या तत्त्वज्ञानाने भरलेला आहे. त्यामुळे आपल्या एकूण जीवनपद्धतीपासून हे जीवनविषयक तत्त्वज्ञान वेगळे करणे कठीण आहे. भारतीय तत्त्वज्ञान ही केवळ एक विचारसरणी नसून जीवनप्रणाली आहे. आध्यात्मिक ज्ञानाखेरीज मनुष्यप्राणी अपूर्ण आहे ही बहुमूल्य शिकवण भारताने जगाला दिलेली आहे.

आपल्या जीवनाचे उद्दिष्ट काय असले पाहिजे, जेणेकरून जगलेले जीवन समाधानी, चैतन्यदायी, आनंद देणारे असेल याविषयी प्रत्येक ग्रंथाने दिशादर्शन केले आहे. वेद, उपनिषदे, भगवद्गीता व संतांचे लेखन या सर्वांमध्ये हा समान धागा आपल्याला सापडतो. मानवी जीवनाचे उद्दिष्ट काय असावे, हे सांगताना योगी अरविंद म्हणतात की, आपल्या असण्याचे खरे उद्दिष्ट समजून घ्यायचे असेल तर प्रथमत: योगाविषयी जाणून घेतले पाहिजे. योग म्हणजे मानवी आत्म्याचे भगवंताशी जोडले जाणे. या ऐक्याप्रति नेणारे जे-जे मार्ग, संप्रदाय, साधना असतील त्या सर्वांना 'योगमार्ग' म्हटले जाते. श्री अरविंद योगाच्या उद्दिष्टांविषयी सांगतात, ''दिव्य सत्याचा प्रकाश, शक्ती आणि आनंद जीवनात उतरवून त्याचे संपूर्ण परिवर्तन करणे हे माझ्या योगाचे उद्दिष्ट आहे.''

या पृथ्वीवर आणि भौतिक अस्तित्वात दिव्य जीवन निर्माण करणे हेच मानवी जीवनाचे अंतिम उद्दिष्ट असायला हवे. भगवंताची जी इच्छा आहे, ती पुरी करण्यासाठी, भगवंताचा संकल्प ज्यामध्ये स्वत:चे सत्य प्रकट करू शकेल असे जग निर्माण करण्यासाठी आपण या जगात आहोत. आपल्या जीवनाचे उद्दिष्ट म्हणजे भगवंतावर प्रेम करणे, त्याच्या स्वभावाशी आपल्या स्व-भावाचा सूर मिळविणे आणि आपली सर्व कार्ये व आपले जीवन भगवंताच्या हातातील साधन बनविणे हे आहे. योगाचे उद्दिष्ट महान योगी किंवा अतिमानव बनणे हे नाही, तर केवळ भगवंत हेच आपले उद्दिष्ट आहे.

पृथ्वीतलावर असणाऱ्या असंख्य सचेतन गोष्टींपैकी एक म्हणजे मानवप्राणी. एका प्रदीर्घ कालखंडात झालेल्या मानवी व सर्वच प्राणिमात्रांच्या विकासक्रमांविषयी योगी अरविंद म्हणतात की, आपले जग हे चढत्या विकासक्रमाचे एक क्षेत्र आहे. जड-कोटीतून वनस्पती कोटीकडे, वनस्पतीतून पशू-कोटीकडे आणि पशूतून मानवाकडे हा विकास झाला आहे. या क्षणी तरी, मनुष्य हाच विकासक्रमांतील अखेरचा बिंदू आहे असे भासत आहे. पण ही खरोखरीच त्याची चूक आहे. कारण, मानवाच्या भौतिक प्रकृतीत तो अजूनही जवळ-जवळ पशूच आहे. विचार करू शकणारा आणि बोलू शकणारा पशूच. अजूनही त्याच्या सवयीत आणि सहजप्रवृत्तीत तो पशूप्रमाणेच वागतो आणि म्हणूनच या विकासाची पुढची पायरी चढून गेलेच पाहिजे. पशुतुल्य माणूस दिव्य-मानव झाला पाहिजे. पूर्णत: नवीन उच्चतर आध्यात्मिक जाणीव, चेतना, सत्यचेतना त्याने स्वत: विकसित केली पाहिजे. यालाच अतिमानस-चेतना म्हणतात. त्या योगेच मानवाला एक नवे जीवन, एक संपूर्णत: सुसंवादी, चांगले, सुखी, सुंदर आणि संपूर्णत: ज्ञानपूर्ण जीवन जगता येईल.

भारतीय तत्त्वज्ञानाशी अनुबंध :

या पुस्तकामधील मध्यवर्ती पात्राच्या जीवनात घडलेल्या आश्चर्यकारक बदलांमागे त्याने केलेले भारतीय जीवन तत्त्वज्ञानाचे अनुकरण आहे. पूर्णतः भौतिक जीवनाच्या आहारी गेलेल्या ज्युलियन मॅन्टलचे आध्यात्मिक उन्नयन अतिशय प्रभावीपणे समोर येते. (१) स्वत्वाचा शोध, (२) परिपूर्ण आयुष्य, (३) अर्थपूर्ण आयुष्य व (४) चिरंतन सुख ही भारतीय जीवनविषयक तत्त्वज्ञानाची चार प्रमुख मूल्ये या पुस्तकात सापडतात.

कथेचा नायक ज्युलियन मॅन्टल हा स्पर्धात्मक जगामध्ये व स्वत:च्या वकिली व्यवसायामध्ये एवढा गुरफटलेला होता की पैसा, प्रसिद्धी व सत्ता याव्यतिरिक्त इतर कोणताच विचार त्याच्या भावविश्वात नव्हता. विविध तणावपूर्ण केसेसमुळे तो मानसिक व शारीरिकरीत्या पोखरला गेला होता. धावपळीचे जीवन व कधीही न संपणारी कामे हेच त्याचे जीवनचक्र बनून गेले होते. हे सर्व तो यांत्रिकरीत्या करत होता, पण त्याला या सगळ्याच्या परिणामांची यत्किंचितही जाणीव होत नव्हती. हृदयविकाराच्या झटक्याने त्याच्या यांत्रिक जगाला पहिला धक्का बसला. डॉक्टरांनी देखील अतिताण व अव्याहत कामापासून दूर जाण्याचा सल्ला दिला. अनेक वर्षांनी प्रथमच त्याला स्वत:विषयी विचार करण्याची सवड मिळाली.

जीवन की वकिली...? यांपैकी मॅन्टलने जीवनाची निवड केली व वकिलीला कायमचा रामराम करून जीवनाचा अर्थ शोधण्याच्या मार्गाला जाण्याचा त्याचा विचार पक्का झाला. सगळी ऐहिक सुखं सोडून तो भारतात आला. अनेक खेड्यांत भटकला. अमाप निसर्गसौंदर्य अनुभवले. भौतिक सुखं कमी असलेली परंतु तरीही अत्यंत आनंदी असलेली अनेक माणसे त्याला भेटली. हा सर्व अनुभव त्याच्या मनात नवचैतन्य निर्माण करणारा होता. खुल्या वातावरणात व निसर्गाच्या सान्निध्यात त्याला हळूहळू शांत व आनंदी वाटायला लागले. जीवनातले हास्य परतू लागले. मात्र मन अधिक वेगाने सत्याच्या शोधाचा वेध घेण्याकडे ओढ घेऊ लागले. हिमालयाच्या कुशीत वसलेल्या शिवाना नावाच्या स्थानी मॅन्टल पोहोचला. 'शिवाना' म्हणजे 'आनंदाचे भांडार'. याच ठिकाणी योगी कृष्णन् या गुरूंच्या उपदेशाद्वारे त्याला अंतिम ज्ञानाची प्राप्ती झाली.

स्वत्वाचा शोध :

स्वत्वाचा शोध घेताना त्याला 'को हं?' या अतिशय महत्त्वाच्या व मूलभूत भारतीय विचाराची ओळख झाली. मी कोण आहे? या प्रश्नाचे उत्तर म्हणजे, मी साक्षात चैतन्यस्वरूप आहे. मी म्हणजे शरीर नव्हे, 'मी' म्हणजे अमर असलेला आत्मा आहे. शरीर हे केवळ साधन आहे. हा एक विचारच आपल्याला ईश्वरी रूपाशी थेट जोडतो. भारतीय तत्त्वज्ञान आत्म्याचे अमरत्व मानूनच मृत्यूच्या संकल्पनेकडे पाहते.

उपनिषदे ही भारतीय तत्त्वज्ञानाचे आद्य उगमस्रोत आहेत. उप म्हणजे जवळ आणि निषद म्हणजे बसणे, गुरूजवळ बसून ज्ञान मिळविणे व त्याचा प्रसार/प्रचार करणे होय. उपनिषदे म्हणजे ब्रह्मविद्या किंवा आत्म्याचे उत्स्फूर्त उद्गार आहेत. याच उपनिषदांनी (१) सोऽहं, (२) अहं ब्रह्मास्मि (३) नित्य अनित्यानाम् (४) चेतन: चेतनानाम् ही चार महान तत्त्वे आपल्याला सांगितली आहेत. बौद्धिक विचार आणि तात्त्विक चिंतनाची प्रचिती उपनिषदांचा अभ्यास करताना येते. म्हणूनच योगी अरविंद म्हणतात की, भारतात अंतर्ज्ञानाचा विचार आधी आला आणि त्यानंतर बुद्धी व तत्त्वज्ञान यांचा विकास झाला. वेदांचे मुख्य उद्दिष्ट आध्यात्मिक प्रबोधन (Philosophical Awakening) आणि आत्मानुशीलन (Self-Culture) आहे. उपनिषदे ही वेदांचीच विकसित रूपे आहेत.

कठोपनिषद हे नचिकेत व यम यांच्या कथेद्वारे आत्मा म्हणजे काय व आत्मविद्येचे महत्त्व सांगते. नचिकेताने यमाला मागितलेल्या तीन वरांपैकी एक म्हणजे, 'आत्मा म्हणजे काय ते समजावून सांग.' यमाने नचिकेताची विवेक-वैराग्यसंपन्नता पाहून त्याला आत्मविद्येचे ज्ञान दिले. कठोपनिषदात सांगितल्याप्रमाणे शरीर, इंद्रिये, मन, प्रकाश, आकाश यांत ईश्वर आत्म्याच्या रूपाने प्रतिबिंबित होतो. आत्मा सर्वव्यापी आहे, शरीर हे आत्म्याचे फक्त साधन आहे. तो डोळ्यांनी नाही तर, अंत:चक्षूंनी जाणायचा असतो. मनुष्याची ज्ञानेंद्रिये, मन, बुद्धी व आत्मा हे सर्व घटक एकमेकांना सहकार्य करून संवेदनांपासून अत्युच्च अशा ब्रह्मज्ञानापर्यंतचे ज्ञान मिळवू शकतात. आत्मा हे चेतनातत्त्व असते व वरील सर्वांची आत्म्याला साधन/माध्यम म्हणून मदत लागते. मनुष्याचा मेंदू हा शरीर अवयव आहे, तो केवळ विचार व क्रियेसाठी आदेश निर्गमित करू शकतो, परंतु तो जाणिवेची निर्मिती करू शकत नाही. ज्ञान हे आत्म्याच्या प्रेरणेतूनच होत असते. असे हे आत्म-तत्त्व केवळ बौद्धिक विचारांच्या मार्गाने समजू शकत नाही, तर साधना, एकाग्रता, मनोनिग्रह, शुद्ध आचरण यांच्या माध्यमातूनच आत्म-तत्त्व समजून घेता येते.

कठोपनिषदामध्ये पुढे आत्म्याच्या अमरत्वाची सांगितलेली कल्पना ही इतर कोणत्याही तत्त्वज्ञानामध्ये आढळत नाही. शरीर नाश पावल्यानंतर ते पंचमहाभूतांमध्ये जाऊन मिळते व आपल्या कर्मानुसार जीव हा आकाश, पृथ्वी, उदक व वनस्पतीमध्ये विलय पावतो. अमर्त्य व अविनाशी असे आत्म-तत्त्व/प्राण-तत्त्व हे मात्र जन्म व मृत्यूच्या अखंड मालिकेत फिरत राहते.

परिपूर्ण आयुष्य :

The Monk Who Sold His Ferrari या पुस्तकामध्ये प्रकर्षाने सापडणारे दुसरे भारतीय तत्त्वज्ञान म्हणजे 'परिपूर्ण आयुष्य' हे होय. प्रत्येक माणसाला आपले आयुष्य हे परिपूर्ण असावे असे नक्कीच वाटते. परंतु कोणत्या मार्गाने गेल्यास आपले आयुष्य

परिपूर्ण होईल याचा शोध घेणे व त्या मार्गाने मनोनिग्रहपूर्वक वाटचाल करणे अतिशय महत्त्वाचे असते. जीवनाचे ध्येय ठरविल्याशिवाय व ते पूर्ण केल्याची भावना निर्माण झाल्याशिवाय परिपूर्णतेची अनुभूती घेता येणार नाही. आयुष्याची परिपूर्ती ही केवळ भौतिक ध्येय पूर्ण झाल्याने अथवा लौकिकदृष्ट्या पैसा, यश, सुख, प्रसिद्धी, संतती इ. गोष्टींमुळे नक्कीच होत नाही. मग असे काय आहे, जे आयुष्याच्या परिपूर्तीची जाणीव देते? हे जाणून/ समजून घेणे हा भारतीय जीवन तत्त्वज्ञानाचा एक अतिशय महत्त्वाचा भाग आहे. ईश्वर/प्रकृती यांच्या संकेतानुसार प्राप्त झालेल्या या बहुमूल्य जीवनाचे महत्त्व ओळखून धर्माने घालून दिलेल्या वाटेने जीवनक्रमण करणे हा एक उपयुक्त मार्ग आहे.

डेबूजी झिंगराजी जाणोरकर हे पूर्णा नदीमध्ये स्नान करत असताना कमरेच्या धोतरामध्ये खोवलेला रुपया नदीमध्ये नकळत पडला. ध्यानात आल्यावर लागलीच त्यांनी खूप शोधला, पण नदीपात्रात पडलेला रुपया काही केल्या हाती लागला नाही. डेबूजींनी विचार केला, नदीत पडलेला रुपया ज्याप्रमाणे हाती लागणे कठीण, मग हे बहुमोल आयुष्य जर या जीवनसागरात हरवून गेले तर? सापडणे केवळ अशक्य. म्हणजे आपण जे किडामुंग्यांचे जीवन जगतो आहोत, ते म्हणजे हळूहळू जीवनाचे हरवून जाणे आहे. त्यांनी गृहत्याग केला. आपले संपूर्ण आयुष्य समस्त मानवजातीच्या कल्याणासाठी खर्च केले. ईश्वराची भक्ती व रंजल्या-गांजलेल्यांची सेवा केली. अमर्याद आनंदाची अनुभूती घेतली. कमरेचा रुपया गमावून जीवन तत्त्वज्ञान सापडलेले डेबूजी झिंगराजी जाणोरकर हे जीवनाचा अर्थ सापडल्यामुळेच 'संत गाडगेबाबा' झाले.

भारतीय जीवन तत्त्वज्ञान सांगते की बहुमूल्य मानवी जीवनाची छोटी उद्दिष्टे/ ध्येय असूच नयेत. मानवी जीवन हा ईषणांचा/वासनांचा खेळ आहे. इतर असंख्य जीवजंतूंप्रमाणे मानवाच्या जीवनातदेखील हा खेळ चाललेला असतो. जो त्यात गुंतला, तो त्यातच संपला. म्हणूनच ईषणा/वासना यांतून सुटका व ईश्वर-सेवा, मानवसेवा, भक्ती व मोक्ष यांचे आचरण हे तत्त्व भारतीय ग्रंथांमध्ये सांगितले आहे. ज्याप्रमाणे वासना मानवी देहाला चिकटलेली असते, तशीच मनुष्यदेहातील आत्म्याला वासना-निरसनाची भूक देखील आतूनच असते. परंतु हे वासना-निरसन देह-भावनेहून वेगळे झाल्याशिवाय साधणारे नसते. यालाच भगवद्गीतेमध्ये आत्मौपम्य किंवा साम्ययोग म्हटले आहे. येथेच मानवी जीवनाचा उलगडा आहे. आपले जीवनउद्दिष्ट काय आहे हे एकदा समजले की परिपूर्ण आयुष्याकडे वाटचाल करणे तसे सोपे होऊन जाते.

जे लोक इतरांना डोळसपणे पाहतात, त्यांचा अभ्यास करतात, ते हुशार असतात. परंतु जे स्वतःच्या अंतःकरणात डोकावतात, स्वतःचा अभ्यास करतात, तेच ज्ञानी असतात. ज्ञानी मनुष्यालाच समजते की जीवनात त्याला भावनिकरीत्या,

शारीरिकरीत्या व आध्यात्मिकरीत्या काय हवे आहे... फक्त ऐहिक सुखसुविधा, सत्ता, पैसा, प्रसिद्धी... की मन:शांती, आत्मसंयम आणि ज्ञानसंपादन... जर या गोष्टी आपण मिळवू शकलो नाही तर मरताना असमाधानाची व अपूर्णत्वाची भावना आत्म्याला ग्रासून राहील.

अर्थपूर्ण आयुष्य :

आपले आयुष्य अर्थपूर्ण बनविण्यासाठी उद्यमशीलता, विनयशीलता, क्षमाशीलता, सहनशीलता, प्रामाणिकपणा व धैर्य या सहा सद्गुणांचा अंगीकार केला पाहिजे. शिवानातील योग्यांच्या मते अर्थपूर्ण आयुष्य जगण्यासाठी मानवाचे प्रत्येक आचरण या सहा प्राचीन तत्त्वांवर आधारित असायला हवे. जेव्हा मनुष्याची प्रत्येक कृती या सद्गुणांना समांतर असेल, तर त्याला आंतरिक सुख व शांतता प्राप्त होईल. आत्मिक समाधान मिळेल. मानवी जीवनातील अनेक, नव्हे साधारणत: सर्वच दु:खांचे, समस्यांचे मूळ म्हणजे माणसाचे उद्यमशील नसणे, कृतघ्नपणा, क्रोध, अप्रामाणिकपणा व धैर्याचा अभाव हेच आहे. परंतु वरील सहा सद्गुणांच्या वाटेवर मनोनिग्रहपूर्वक चालल्यास मनुष्याला सामान्य ते असामान्यत्व प्राप्त होईल, चिरंतन सुख प्राप्त करण्याचा हा एक महत्त्वाचा टप्पा आहे.

षड्रिपूंवर विजय मिळवून सद्गुणांचा अंगीकार करण्याबद्दल गीतेच्या सांख्ययोगामध्ये भगवान श्रीकृष्णाने मानवाला अर्थपूर्ण जीवन जगण्याची गुरुकिल्ली प्रदान केली आहे. मानवी मन सतत इंद्रियविषयांचा विचार करत असते, त्यायोगे आसक्ती वाढत जाऊन, आसक्तीमुळे काम व क्रोधाची उत्पत्ती होते. क्रोधापासून संमोह व मोहामुळे बुद्धिनाश होतो. षड्रिपूंवर मात करून इंद्रियविजय मिळविणाऱ्यास गीतेमध्ये स्थितप्रज्ञ असे संबोधले आहे. वासनांच्या व इंद्रियसुखांच्या आसक्तीमुळे उत्पन्न झालेल्या सर्व प्रकारच्या इच्छांचा जेव्हा मनुष्य त्याग करतो, तेव्हा तो आत्मा विशुद्ध होतो.

दु:खेष्वनुद्विग्नमना: सुखेषु विगतस्पृह:।
वीतरागभयक्रोध: स्थितधीर्मुनिरुच्यते।

म्हणजेच विविध मोहांनी ज्याचे मन विचलित होत नाही, सुखामध्ये हर्षोल्हासित होत नाही आणि जो आसक्ती, काम व क्रोध यांपासून मुक्त झाला आहे, त्याचे मन एखाद्या मुनीप्रमाणे स्थिर झालेले असते. या प्रकारे ज्याने आपल्या इंद्रियांना वश केले आहे आणि सद्गुणांना बळकट केले आहे, त्याला स्थिरबुद्धियुक्त मनुष्य म्हटले आहे.

आपूर्यमाणमचलप्रतिष्ठं समुद्रमाप: प्रतिशन्ति यद्वत्।
तद्वत्कामा यं प्रविशन्ति सर्वेस शान्तिमाप्नोति न कामकामी।

समुद्रामध्ये अव्याहतपणे अनेक मार्गांनी पाणी भरत असते, परंतु तरीही तो शांत असतो, तो अव्याहतपणे त्याच्यात प्रवेश करणाऱ्या नद्यांमुळे विचलित होत नाही, तद्वत मानवी मनामध्ये इंद्रियसुखांच्या इच्छेचा प्रवाह अखंडपणे येऊन मिळत असतो, पण स्थिरबुद्धी व दिव्यबुद्धी प्राप्त झालेला मनुष्य वासनांच्या प्रवाहांनी विचलित होत नाही.

चिरंतन सुख :

ज्युलियन मॅन्टलचा व्यवसाय उत्तम चालला होता, पण तो स्वत: अतिशय दु:खी व अशांत होता. याचा परिणाम त्याच्या वैवाहिक जीवनावर झाला व पती-पत्नीमधले संबंध विकोपाला गेले. त्याच्या कामाच्या वेडापायी व नात्याकडे झालेल्या दुर्लक्षामुळे त्याची पत्नी देखील त्याला सोडून गेली. त्यानंतर मात्र ज्युलियन मॅन्टलकडे काम व पैसा कमावणे या व्यतिरिक्त दुसरे काहीच उद्दिष्ट नव्हते. हळूहळू तो या सगळ्याच्या इतका आहारी गेला की स्वत:च्या आयुष्याकडे पाहायला त्याला वेळच मिळाला नाही. दुर्दैव म्हणजे त्याला याची किंचितशी देखील कल्पना नव्हती. हृदयविकाराच्या झटक्याने हॉस्पिटलमध्ये दाखल झालेला मॅन्टल त्या क्षणानंतर प्रथमच स्वत:कडे पाहत होता. त्याच्या अंतर्मनाला आता बाह्य जगाची ओढ वाटत नव्हती. हृदय वेदनांनी भरलेले होते. अंतर्मनाला दु:ख व निराशेने व्यापलेले होते. वेदनेच्या काळ्याकुट्ट अंधारात त्याचे अंतर्मन चिरंतन सुखाचा शोध घेण्याचा प्रयत्न करत होते. परंतु ज्या जगात मॅन्टल राहत होता, तेथे चिरंतन सुख प्राप्त होणे केवळ अशक्य असल्याचे त्याला कळून चुकले होते. बदलाचा धाडसी निर्णय घेण्याची ती सर्वांत योग्य वेळ होती. ज्युलियन मॅन्टल आपल्या सर्व सुखांवर पाणी सोडून चिरंतन सुखाच्या शोधात पूर्वेकडील देशात निघाला.

स्वत्वाच्या शोधानंतर मनुष्याला स्वत:मधील ईश्वरी चैतन्याची अनुभूती येते व अर्थपूर्ण तसेच परिपूर्ण जीवनाच्या शेवटी चिरंतन सुखाची प्राप्ती होते. भारतीय जीवन तत्त्वज्ञानामध्ये चिरंतन सुखाच्या संकल्पनेला अनन्यसाधारण महत्त्व आहे. मानवाचे प्रत्येक कर्तव्य हे त्याला धर्माचरण, मानवता, भक्ती, परोपकार, उपासना या मार्गाने चिरंतन सुखाच्या प्राप्तीपर्यंत घेऊन जाते.

आपण आध्यात्मिक अनुभव घेतलेले मानव नसून, ज्यांनी मानवी अनुभव घेतला आहे असे आध्यात्मिक जीव आहोत, ही संकल्पना भारतीय अध्यात्म व मनुष्यप्राणी याविषयी अत्यंत अचूक विवेचन करते. सेवा, दया, करुणा, त्याग, भक्ती ही आध्यात्मिक जिवाची व्यवच्छेद लक्षणे आहेत. याच लक्षणांनी मनुष्य इतर प्राण्यांपेक्षा वेगळा, अधिक उन्नत जीव ठरतो. अध्यात्म/जीवन तत्त्वज्ञान सांगते की मानवाला मिळालेले जीवन हेच मुळात सेवा, भक्ती व त्यागाच्या मार्गाने अखिल मानवजातीची सेवा करून, मिळालेल्या जीवनाचे सार्थक करून मोक्ष प्राप्त करून घेण्यासाठी आहे.

सेवा हेच आपले मुख्य जीवितकार्य आहे. आपल्या आयुष्याची गुणवत्ता ही त्या व्यक्तीने इतरांना केलेल्या मदतीवर अवलंबून असते. दया व सेवेच्या माध्यमातून किती जीवनांना आपण स्पर्श करतो, त्यांच्या जीवनात सकारात्मक बदल घडवू शकतो, त्यांना आनंद देऊ शकतो यावरच आपल्या जीवनाची सार्थकता अवलंबून असते. जेव्हा आपण दुसऱ्यांचे आयुष्य सुधारण्यासाठी काम करतो, तेव्हा आपल्या नकळत आपलेही जीवन उंचावलेले असते. आपले या पृथ्वीतलावर 'असण्या'चे यापेक्षा वेगळे प्रयोजन असूच शकत नाही. प्रत्येक ज्ञानी मनुष्याच्या आत्म्याचा शेवटचा मुक्काम निर्वाणात असतो. निर्वाण ही जागा असण्यापेक्षा एक स्थिती किंवा अवस्था आहे. निर्वाण हे सर्व ज्ञात गोष्टींच्या पलीकडे आहे. तिथे वेदना नाही, जन्म-मृत्यूचे चक्र नाही. निर्वाणाच्या माध्यमातून आत्म्याचा ईश्वरी तत्त्वामध्ये विलय होऊन आत्म्याला ईश्वरत्व प्राप्त होणे हेच मानवी आयुष्याचे अंतिम ध्येय आहे. धर्म, अर्थ, काम व मोक्ष यांपैकी मोक्षाच्या संकल्पनेमागे असलेली साधना, मानवजातीची सेवा हीच मानवाला मोक्षाप्रति घेऊन जाते. चिरंतन सुख प्राप्त करण्याचा हाच मार्ग आहे.

समारोप :

'The Monk Who Sold His Ferrari' या शीर्षकामध्ये एक अर्थपूर्ण विरोधाभास आहे. संन्याशाकडे संपत्ती असत नाही आणि ज्याच्याकडे फेरारी असण्याएवढी संपत्ती आहे, तो संन्यासी असू शकत नाही. परंतु या शीर्षकामधून आणखी दोन अर्थ ध्वनित होतात, पहिला म्हणजे ज्या क्षणी तुम्हाला जीवनाचा खरा अर्थ/उद्दिष्ट शोधण्याचा आत्मबोध होईल, त्या क्षणी सर्व भौतिक सुखांचा त्याग करून संन्यस्त वृत्तीने ईश्वराला शरण जावे व देहबुद्धी त्यागून आत्मभानाचे ज्ञान प्राप्त करून घ्यावे. शीर्षकाचा दुसरा मध्यममार्गी अर्थ म्हणजे भौतिक जीवनात राहून अधिक संपत्तीची वृथा हाव न धरता संन्यस्त वृत्तीने उपलब्ध संपत्तीचा स्वतःसाठी व इतर गरजूंसाठी वापर करणे. आपल्याकडील अतिरिक्त संपत्तीचा गरजूंच्या कल्याणासाठी उपयोग करणे, हे देखील 'श्रीमंत योगी' असण्याचे एक लक्षण म्हणावे लागेल.

जीवनविषयक भारतीय तत्त्वज्ञानाच्या पार्श्वभूमीवर लिहिल्या गेलेल्या अनेक उत्तम पुस्तकांपैकी एक म्हणावे असे हे पुस्तक आहे. स्वत्वाचा शोध, परिपूर्ण आयुष्य, अर्थपूर्ण आयुष्य व चिरंतन सुख या मूलभूत तत्त्वांसोबतच इतर अनेक भारतीय तत्त्वज्ञानावर आधारित विचार या पुस्तकामध्ये सापडतात. एका दंतकथेच्या रूपाने आधुनिक काळाच्या पटलावर घडणाऱ्या या कथेतून भारतीय जीवनविषयक तत्त्वज्ञानाचे विलोभनीय दर्शन अत्यंत प्रभावित करते. या अर्थाने The Monk Who Sold His Ferrari/ संन्यासी ज्याने आपली संपत्ती विकली हे वाचकाला समृद्ध झाल्याचा अनुभव देणारे पुस्तक आहे.

■

प्रा. मिलिंद जोशी लिखित

व्याख्यानांचे आख्यान :

जागर श्रवणसंस्कृतीचा

महाराष्ट्रातील आजच्या घडीचे एक तरुण व नामांकित वक्ते-लेखक प्रा. मिलिंद जोशी यांचे 'व्याख्यानांचे आख्यान' हे पुस्तक दिलीपराज प्रकाशन यांनी २०१९ साली प्रकाशित केले. हे पुस्तक म्हणजे साहित्य क्षेत्रातील वाचन-श्रवण संस्कृतीच्या भक्तीपोटी २५ वर्षांहून अधिक काळ कार्यप्रवण असलेल्या चिंतनशील वक्ता-लेखकाचे खेळकर अनुभवकथन आहे.

महाराष्ट्राची साहित्य-संस्कृती अत्यंत समृद्ध आणि नित्यप्रवाही आहे. वाचन आणि श्रवण या दोन्ही अंगांचा समृद्ध वारसा सामाजिक भरण-पोषणासाठी फार उपयुक्त आहे. बदलत्या काळात नवी सामाजिक मूल्यं काही प्रमाणात बदलत असली तरी त्यातील अयोग्य गोष्टींचे आक्रमण परतवून लावण्यासाठी आपली साहित्य-संस्कृती सर्वथा समर्थ आहे. महाराष्ट्राची लेखन-वाचन-श्रवण संस्कृती बळकट करणारे असंख्य हात आणि सृजनशील मने हे साहित्यशारदेचे फार मोठे सामर्थ्य आहे. पुस्तके आणि व्याख्यानांवर महाराष्ट्रातील सर्व पिढ्यांचे वैचारिक भरण-पोषण झाले आहे. महाराष्ट्राच्या प्रगतिशील, आधुनिक, पुरोगामी आणि वैचारिक असण्यामागे वक्ते-लेखक-विचारवंत यांचा मोठा सहभाग आहे. याच मार्गावरील मैलाचा दगड ठरावे असे नवे पुस्तक म्हणजे प्रा. मिलिंद जोशी लिखित 'व्याख्यानांचे आख्यान' होय.

'व्याख्यानांचे आख्यान' हे शीर्षक अत्यंत समर्पक आहे. प्रा. जोशी यांनी नुकतीच त्यांच्या वक्तृत्वसाधनेची पंचवीस वर्षे पूर्ण केली आहेत. या रौप्य महोत्सवी कारकिर्दीमध्ये व्याख्यानांच्या अनुभवाव्यतिरिक्त वक्ता म्हणून त्यांची स्वत:ची होत गेलेली जडण-घडण, साहित्यिक समारंभ, आयोजकांच्या गमतीजमती, श्रोत्यांचे मानसशास्त्र, व्याख्यानांचे बरे-वाईट अनुभव यांविषयी विस्ताराने लिहिले आहे. या व्याख्यान प्रवासाचे आख्यान म्हणजे हे पुस्तक/अनुभवकथन होय. आख्यान म्हणजे वर्णन करणे, वृत्तान्त सांगणे. ''आख्यायते अनेनेति आख्यानम'' अशा आशयाचे एक संस्कृत वचन आहे. याचा अर्थ, 'असा वृत्तान्त जो आख्यानामध्ये स्वत: सहभागी असलेला व्यक्ती सांगत आहे.' या अर्थाने लेखक प्रा. जोशी हे त्यांच्या अनुभवसंपन्न

श्रवणसंस्कृतीचा अनमोल ठेवा वाचकांसमोर खुला करत आहेत.

महाराष्ट्राला प्राचीन काळापासून उत्तमोत्तम वक्त्यांची परंपरा लाभलेली आहे. अलीकडच्या काळातील आचार्य अत्रे, पु.ल. देशपांडे, बाबासाहेब पुरंदरे, नरहर कुरुंदकर, प्रा. राम शेवाळकर, प्रा. शिवाजीराव भोसले यांसारख्या महान वक्त्यांनी महाराष्ट्राच्या श्रवण संस्कृतीला वैभवाच्या शिखरावर स्थानापन्न केले. या महान वक्त्यांना ऐकत अनेक पिढ्या कार्यप्रवण व प्रकाशमान झाल्या. काळ कितीही बदलला, शिक्षण-मनोरंजन-ज्ञानप्राप्तीचे कितीही नवे प्रवाह निर्माण झाले तरीही सभागृहामध्ये बसून विद्‌वत्ताप्रचूर, चित्ताकर्षक आणि मंत्रमुग्ध करणाऱ्या वक्त्यांचे-भाषणांचे महत्त्व कमी होणार नाही.

वक्ते जसे स्वत: घडत असतात, तसेच श्रोतेही त्यांना घडवत असतात. वर्षानुवर्षे, बहुविध प्रकारच्या श्रोत्यांपुढे व्याख्याने देत-देत वक्ता देखील अनुभवांनी समृद्ध होत असतो. गेल्या पंचवीस वर्षांपासून महाराष्ट्राच्या कानाकोपऱ्यात भाषणांच्या निमित्ताने भ्रमण केलेल्या प्रा. मिलिंद जोशी यांच्याकडे सांगण्याचा अधिकार व संचित अशा दोन्ही गोष्टी आहेत. त्यांची अनुभवसंपन्नता, तीव्र स्मरणशक्ती, चिकित्सक निरीक्षणशक्ती, भाष्य करण्याची मार्मिक व मिस्कील शैली आणि वक्तृत्वाविषयीच्या आंतरिक तळमळीतून निर्माण झालेले हे पुस्तक वाचक-श्रोते-संयोजक व साहित्य चळवळीमध्ये काम करणाऱ्या प्रत्येकासाठी मार्गदर्शक आहे.

किशोरवयीन व तरुण मुला-मुलींसाठी हे पुस्तक प्रेरणादायक आहे. पालकांनी त्यांना हे जरूर वाचू द्यावे. नव्या उमेदीच्या वक्त्यांसाठी हे पुस्तक अत्यंत उपयुक्त आहे. श्रवणसंस्कृतीच्या विकासासाठी अधिकाधिक दर्जेदार व्याख्यानमाला आयोजित करण्याची गरज असते. असे साहित्यिक उपक्रम अधिक प्रभावी व्हावेत म्हणून आयोजक-संयोजकांसाठी हे पुस्तक मॅन्युअल सारखे काम करेल.

आजच्या काळात बोलण्याचे आणि त्यातही उत्तम बोलण्याचे महत्त्व फार मोठ्या प्रमाणावर वाढले आहे. संवाद कौशल्य हे व्यक्तिमत्त्वाचे अत्यावश्यक अंग बनले आहे. सर्वसाधारण संवादापासून ते मुलाखती, परिसंवाद, चर्चासत्रे, विविध समाज माध्यमे तसेच कॉर्पोरेट जगतातील प्रभावी संवाद अशा विस्तारीत परिप्रेक्षात परस्पर संवादाचे महत्त्व अनन्यसाधारणरित्या वाढले आहे. 'बोलणाऱ्याची मातीही खपते, न बोलणाऱ्याचे सोनेही खपत नाही' अशी एक ग्रामीण म्हण आहे. तरुणांनी ही म्हण नव्याने समजून घेऊन त्यावर प्रयत्नपूर्वक कष्ट घेण्याची गरज आहे.

समाजाच्या बौद्धिक भरण-पोषणासाठी श्रवणसंस्कृती सकस व सुपीक असणे फार गरजेचे असते. बदलत्या सामाजिक परिस्थितीमध्ये दर्जेदार व्याख्यानमालांचे प्रमाण लक्षणीयरीत्या रोडावले आहे. त्याचबरोबर उत्तम वक्तृत्व गुणांनी व गंभीरवृत्तीने वक्तृत्वाकडे पाहणाऱ्या वक्त्यांचीही वानवा आहे. त्याचा विपरीत परिणाम समाजावर दिसत आहे. उत्साही व समाजशील वृत्तीने भारावलेले संयोजक संख्येने कमी झाले

आहेत. दानशूर व उदारमतवादी आश्रयदाते त्यांचीही उणीव जाणवत आहे. त्याचबरोबर व्यासंगी, बहुश्रुत, शैलीदार, व धीरगंभीर वक्त्यांचा दुष्काळ समाजाच्या कुपोषणाला कारणीभूत ठरू शकतो.

साहित्यसंस्था व व्याख्यानमालेच्या आयोजकांनी या विषयाकडे गंभीरपणे पाहण्याची गरज आहे. आजची पिढी अधिक चौकस-स्मार्ट आहे. ज्ञानप्राप्तीचे अनेक मार्ग त्यांना उपलब्ध आहेत. परंतु ज्ञानाच्या या विस्फोटामधून स्वत:साठी उत्तम-हितकारक गोष्टी निवडण्यासाठी विवेक, संयम, चाणाक्षपणा आणि स्थिरबुद्धी यांची आवश्यकता असते. वाचन व उत्तम वक्त्यांना ऐकून असे गुण अधिक चांगल्या प्रकारे मुलांच्या व्यक्तिमत्त्वामध्ये येऊ शकतात. म्हणूनच पुस्तके आणि व्याख्याने यांना पर्याय नाही.

व्याख्यानांची गरज असणाऱ्या बाल-तरुण-प्रौढ जनांच्या दृष्टीने विचार केला असता, आपल्या असे लक्षात येते की, हे श्रोते दर्जेदार व्यासपीठांच्या दुष्काळामुळे सभास्थानी नाहीत. जर ते सभास्थानी नाहीत तर मग कोठे आहेत? व्याख्यानांची आवड-सवड आणि गरज नसलेला हा मोठा समूह मोबाईल, टीव्ही, वेब-सिरीज, गेमिंग, व्हॉटस्‌ॲप-फेसबुक इत्यादींच्या जंजाळात अडकून पडला आहे. समाजाचा एक मोठा घटक सभास्थानी व्याख्यानांचा आस्वाद घेण्यात दंग नाही, यापेक्षा तो विविध समाजमाध्यमांच्या आभासी जगात हरवला आहे, हे अधिक धोकादायक आहे. त्यांना चांगले ऐकायला-पाहायला मिळत नाही, यापेक्षा ते फार वाईट ऐकत-पहात आहेत. हा एक मोठा सामाजिक प्रश्न आहे. प्रा. मिलिंद जोशींसारखे अनेक वक्ते, साहित्य चळवळीत काम करणारे कार्यकर्ते अजूनही प्रामाणिक प्रयत्न करत आहेत. परंतु सकल समाजाचे पुरेसे बौद्धिक पोषण करण्यासाठी अशा समाजहितकारक लोकांना बळ देण्याची गरज आहे. मोबाईल, टीव्ही, गेमिंग, वेब सिरीज समोरचा सर्व वयोगटामधील समाज लवकरात लवकर सभागृहांमध्ये आणून बसविणे ही काळाची गरज आहे. यासाठी 'व्याख्यानांचे आख्यान' हे पुस्तक साहित्य संस्था, वाचनालये, व्याख्यानमालांचे आश्रयदाते व संयोजक तसेच सुजाण श्रोतृवर्गाला मार्गदर्शक ठरेल यात शंका नाही.

'व्याख्यानांचे आख्यान' या पुस्तकामध्ये एकापेक्षा एक सरस अशा पंधरा लेखांचा समावेश आहे. यामधील प्रत्येक लेख वक्ते प्रा. मिलिंद जोशी यांच्या वक्तृत्व साधनेचा/प्रवासाचा आलेख चढत्या क्रमाने मांडतो. सातत्याने पंचवीस वर्षे अथकपणे एखाद्या गोष्टीचा आग्रह धरून काम करणे हे ध्येयप्रेरित व स्वयंप्रकाशित असल्याचा पुरावा आहे. त्यांच्या व्याख्यान प्रवासाची ही सफर खेळकर व सहज आहे. जगडव्याळ तत्त्वज्ञानाने भरलेली नाही. जीवन प्रवासातील नव्या अनुभवांकडून शिकत, वाटेतल्या अडचणींवर मात करत लेखक प्रा. जोशी वाचकांना हलकी-फुलकी साहित्यिक सफर घडवतात. प्रा. मिलिंद जोशी यांची व्याख्याने आनंददायक,

व्यासंगपूर्ण, खुसखुशीत आणि समयोचित असतात. ती गंभीर तरीही अपचन न होणारी असतात. धो-धो कोसळण्यापेक्षा लयदार सरींसारखी बरसणारी असतात. तशाच प्रकारचे कौशल्य त्यांच्या लेखनामध्ये देखील आहे. चेहऱ्यावर हसू फुलवणारे गमतीचे प्रसंग यात आहेत. गंभीर प्रसंगांवर मिस्कील टिपण्णी आहे. लेखकामध्ये कालपरत्वे घडत गेलेले बदल प्रत्येक लेखामध्ये वाचनात येतात. संयोजक व साहित्यिक कार्यकर्ते यांना हळुवारपणे काढलेले चिमटे या पुस्तकाची गंमत वाढवतात. एकूण काय तर, व्याख्यानासारख्या गंभीर विषयावरचे चिंतनशील व अनुभवसमृद्ध व्याख्यात्याचे हे खेळकर अनुभव वाचकांना हसवतात, रमवतात, विचार करायला प्रवृत्त करतात आणि between the lines/बीट्विन द लाइन्स धीरगंभीर करणारेही आहेत.

एकूण पंधरा लेखांमध्ये प्रा. मिलिंद जोशी यांनी त्यांच्या जीवनातील वक्तृत्व या विषयाशी संबंधित असलेले अनुभव व चिंतन मांडले आहेत. बार्शीतला एक शाळकरी मुलगा ते महाराष्ट्रातील नामांकित वक्ता असा त्यांचा व्याख्यान प्रवास प्रत्येक वयोगटातील वाचकांसाठी मार्गदर्शक व प्रेरणादायक आहे. सर्वसामान्य शेतकरी कुटुंबातला एक मुलगा भजन-प्रवचण-कीर्तन, संगीत-नाटक, सण-उत्सव आणि 'व्याख्याने ऐकून' महाराष्ट्रातील अग्रगण्य वक्ता व लेखक होऊ शकतो. आपल्या सामाजिक संस्कारांचा व लेखन-वाचन-श्रवण संस्कृतीचा केवढा मोठा प्रभाव असू शकतो याची असंख्य उदाहरणे आपल्याला महाराष्ट्रात सापडतील. याच संस्कारांनी व संस्कृतीने महाराष्ट्राच्या मातीत लेखक-वाचक व श्रोत्यांच्या अनेक पिढ्या घडवल्या आहेत. त्याच संस्कारांनी व संस्कृतीने घडलेला एक लहान मुलगा मोठा होऊन ही परंपरा अधिक वाढावी म्हणून गेली २५ वर्षे महाराष्ट्राच्या कानाकोपऱ्यात फिरुन साहित्य-वक्तृत्वाचा जागर करत आहे.

'हे तर त्या मंतरलेल्या दिवसांचे देणे' या लेखामध्ये लेखकाला त्याच्या बाल-कुमार वयात लाभलेल्या पोषक सामाजिक, सांस्कृतिक, धार्मिक व साहित्यिक वातावरणाचा सूक्ष्मातिसूक्ष्म तपशील दिला आहे. भजन-कीर्तन, सार्वजनिक गणेशोत्सव, नाटक-संगीत, शाळा-वाचनालये आणि उत्तमोत्तम वक्त्यांची भाषणे या विविध उपक्रमांमुळे संस्कारक्षम वयातील मुलांवर अत्यंत मूलगामी व दीर्घकालीन परिणाम होतात, याचा वाचकाला प्रत्यय येतो. व्याख्यानांच्या आख्यानाची पायाभरणी त्याच कोवळ्या वयात झाली. मोठ्या इमारतीचा भक्कम पाया त्याच संस्कारांवर उभा राहिल्याचे लक्षात येते.

'आयुष्यानं दिलेली सर्वांत सुंदर भेट' या लेखामध्ये प्रा. शिवाजीराव भोसले यांचे व्याख्यान ऐकून शब्दशक्तीच्या अफाट ताकदीचा विलक्षण अनुभव कथन केला आहे. या अनुभवामुळे व प्राचार्यांचा जवळून सहवास लाभल्यामुळे लेखकाचे जीवन अन्तर्बाह्य बदलून गेल्याचे ते सांगतात. वक्तृत्वाचा हा प्रवास सहज-सुखकर मात्र नव्हता. अनेक व्यक्तिगत, कौटुंबिक, सामाजिक अडथळे पार करत हा प्रवास त्यांनी

केला आहे. 'मी दम्यावर विजय मिळवला', 'अक्कल खाती जमा', 'भाषणांपूर्वीचे दिव्य', 'क्षण असे कसोटीचे' या लेखांमध्ये अनेक बऱ्यावाईट अनुभवांविषयी बारकाईने लिहिले आहे. तरुण वक्त्यांसाठी हे सर्व लेख विशेष मार्गदर्शक ठरतील.

'उमेदवारीचे दिवस आणि व्याख्यानातील गमती जमती', 'निमंत्रणांचे पक्षी' या लेखांमध्ये त्यांना व्याख्याता म्हणून आलेले बहुविध अनुभव मार्मिक भाषेमध्ये सांगितले आहेत. बऱ्या-वाईट अनुभवांसोबत विविध प्रवृत्तीच्या आयोजक-संयोजकाची स्वभाववैशिष्ट्ये गमतीशिरपणे मांडली आहेत. विनोदी प्रसंग व किश्शांची रेलचेल असलेली हे लेख फार खुसखुशीत झाले आहे.

व्याख्यानांच्या निमित्ताने लेखकाचे महाराष्ट्रभर भ्रमण झाले. शेकडो गाव-शहरांमधील साहित्यिक, सामाजिक परिस्थितीची जाण त्या भ्रमंतीने आली. 'भूमी आणि श्रवण संस्कृती' या लेखामध्ये प्रत्येक गाव-शहराची अनेक वैशिष्ट्ये लेखकाने तीक्ष्ण निरीक्षणशक्तीने नोंदवली आहेत.

'व्यासपीठ नावाची पंढरी' हा लेख नव्या-जुन्या आयोजक/संयोजकांच्या डोळ्यात अंजन घालणारा आहे. व्याख्यान हा काही नकलांचा कार्यक्रम नव्हे. हा एक धीरगंभीर उपक्रम असतो. त्यामुळे अनेक सभासंकेत व नियमांचे काटेकोर पालन केले तरच असे उपक्रम यशस्वी होऊ शकतात. व्यासपीठ व वक्तृत्व कलेच्या सुचितेची आवश्यकता अधोरेखित करणारा हा लेख सद्यःस्थितीवर मार्मिक भाष्य करतो.

'संधी दार ठोठावत असते!' हा या पुस्तकातील महत्त्वाचा लेख आहे. संधी प्रत्येकाला मिळते, पण प्रत्येकजण संधीची चाहूल ओळखून कृती करतोच असे नाही. त्यामुळे होणारे नुकसान फार मोठे असू शकते. संधीचे महत्त्व आणि योग्य वेळी संधीचा करून घेतलेला प्रभावी उपयोग या विषयीचे स्वानुभव सांगणारा हा लेख आहे.

कोरोनाच्या वातावरणात आज आपण सर्वजण काळाला शरण गेलो आहोत. माणसाचे व्यक्तिगत व सार्वजनिक जीवन अमूलाग्रपणे बदलले आहे. साहित्य व व्याख्यान विश्वातही मोठे बदल झाले. प्रा. जोशींसारखे संवेदनशील वक्ते-लेखक अशा परिस्थितीकडे कशा प्रकारे पाहतात, तसेच श्रवणसंस्कृतीमध्ये कोणते नवे बदल झाले याचे निरीक्षण 'कोरोनामुळे बदललेली श्रवणसंस्कृती' या लेखात नोंदवले आहे. कठीण काळातही प्रा. जोशी व अशा अनेक वक्त्यांचा, आयोजकांचा उत्साह आणि उपक्रमशीलता वाखाणण्याजोगी आहे.

'बोलावे नेटके' हा शेवटचा लेख 'वक्तृत्व ही केवळ शब्दांची आतषबाजी नसते; तर श्रवण, वाचन, मनन आणि चिंतन यांसह केलेली जीवनाची उपासना असते' असे सांगणारा आहे. प्रा. मिलिंद जोशींसारख्या आजच्या काळातील नामवंत वक्त्याचे वक्तृत्व शास्त्राविषयीचे या लेखामधील विचार अत्यंत मोलाचे आहेत.

श्रवणसंस्कृती संपन्न होण्यासाठी केलेली ही एक मनोज्ञ कृती आहे. साहित्यजगत याची निश्चितपणे नोंद घेईल. ■

प्रा. रॅन्डी पाऊश यांचे
The Last Lecture :
मृत्यूच्या छायेतील आनंदगाणे

स्टीव्ह जॉब्झ यांचे स्टॅनफर्ड युनिव्हर्सिटीच्या पदवी प्रदान समारंभामधील दीक्षांत भाषणात एक प्रसिद्ध वाक्य आहे, 'आपल्याला लवकरच मृत्यू येणार आहे याची जाणीव म्हणजे काहीतरी भव्यदिव्य करण्याचे साधन हाती लागल्याचा आनंद देणारी गोष्ट आहे. कारण सर्व अपेक्षा, अभिमान, अपयशाने येणारे नैराश्य आणि वैषम्य या सर्व गोष्टी मृत्यूच्या पार्श्वभूमीवर नगण्य ठरतात आणि सर्वांत खरोखरच जे महत्त्वाचे आहे तेच शिल्लक राहते. आता आपण मरणार आहोत याची जाणीवच आपण काही गमावणार आहोत या विचारचक्राच्या सापळ्यातून आपली सुटका करते.'' स्टीव्ह जॉब्झचे वरील उद्‌गार तंतोतंत लागू पडणारे व्यक्तिमत्त्व म्हणजे प्रा. रॅन्डी पाऊश होय.

अत्यंत शांत व सुरक्षित कौटुंबिक-सामाजिक जीवन जगणाऱ्या प्रा. रॅन्डी पाऊश यांच्यासाठी पॅन्क्रीयाटिक कॅन्सरचे निदान हा फार मोठा मानसिक आघात होता. दुर्दैवी योगायोग असा की, स्टीव्ह जॉब्झ यांचेही पॅन्क्रीयाटिक कॅन्सरने २०११ रोजी अकाली निधन झाले. संपूर्ण जीवनाची दिशाच बदलणारा तो क्षण होता. अशा कसोटीच्या प्रसंगी प्रा. पाऊश व त्यांच्या सुविद्य पत्नी जे पाऊश यांनी दाखविलेला धीरोदात्तपणा, लढाऊ व आनंदी वृत्ती वाखाणण्याजोगी व वाचकांनी आत्मसात करण्यासारखी आहे. म्हणूनच The Last Lecture हे पुस्तक म्हणजे प्रा. पाऊश यांचे मृत्यूच्या छायेतील आनंदगाणे ठरते. एका परिपूर्ण व्यक्तिमत्त्वाच्या परंतु, अपूर्ण आयुष्य जगलेल्या चांगल्या माणसाचे हे आत्मकथन वाचकांना अंतर्मुख करेल. मृत्यूच्या छायेतील हे आनंदगाणे जीवन प्रवासातील दमलेल्या वाटसरूंच्या मनाला उभारी देणारे आहे.

कार्नेगी मेलॉन युनिव्हार्सिटीच्या संगणक शास्त्र विभागातील प्राध्यापक रॅन्डी पाऊश यांचे The Last Lecture हे पुस्तक वाचताना वरील वाक्याची यथार्थता पदोपदी जाणवत होती. या असाध्य आजाराची चाहूल व त्याचे भीषण परिणाम याविषयीच्या केवळ कल्पनेने एखाद्याने कोलमडून जावे. पण प्रा. रॅन्डी पाऊश यांनी आपला आजार, मृत्यू व मृत्यू पश्चात आपल्या मुलांसाठी आणि पत्नीसाठी आपण काय करू शकतो, काय ठेवून जाऊ शकतो याचाच विचार केला. अंतिम

श्वासापर्यंत आपल्या तीन मुलांना व पत्नीला डोळ्यासमोर ठेवून उर्वरित काळ त्यांनी व्यतीत केला. जगण्यासाठी गयावया केली नाही अथवा मरणाच्या आक्रोशाने शोकाकूलही झाले नाहीत. उर्वरित आयुष्य अत्यंत सकारात्मकतेने आणि आनंदगीत गायल्याप्रमाणे जगले.

पार्श्वभूमी :

The Last Lecture हे प्रा. पाऊश यांनी कार्नेगी मेलॉन युनिव्हर्सिटीमध्ये दिनांक १८ सप्टेंबर २००७ रोजी दिलेल्या व्याख्यानाचे पुस्तक स्वरूपातील रूपांतर आहे. Last Lecture Series ही एक वैशिष्ट्यपूर्ण व्याख्यानमाला कार्नेगी मेलॉन युनिव्हर्सिटी गेल्या अनेक वर्षांपासून आयोजित करत आहे. २००७ सालापासून या व्याख्यानमालेचे नाव बदलून Journey असे करण्यात आले. दुर्दैवाची गोष्ट म्हणजे या व्याख्यानाचे निमंत्रण स्वीकारल्यानंतर काही कालावधीने प्रा. पाऊश यांना कॅन्सरचे निदान झाले व व्याख्यानानंतर आठ महिन्यांनी दिनांक २५ जुलै २००८ रोजी त्यांचा मृत्यू झाला. या अर्थी ते खरोखरच प्रा. पाऊश यांचे 'अखेरचे व्याख्यान' ठरले. त्यांचे हे अखेरचे व्याख्यान युट्यूबवर व्हिडिओच्या स्वरूपात उपलब्ध आहे. १ तास १६ मिनिटांचे ते मूळ व्याख्यान वाचकांनी पाहायलाच हवे.

Last Lecture Series मध्ये त्यांना भाषण का द्यायचे होते या विषयीची त्यांची ठाम भूमिका पुस्तकाच्या प्रस्तावनेमध्ये व सुरुवातीच्या काही उप-प्रकरणांमध्ये त्यांनी विषद केलेली आहे. ते म्हणतात, "I was trying to put myself in a bottle that would one day wash up on the beach for my children. If I were a painter, I would have painted for them. But I am a lecturer, so I lectured." व्याख्यानमालेतील ते भाषण आजाराच्या अवस्थेतही त्यांनी का दिले व त्याचे पुस्तकात रूपांतर का केले याचे उत्तर पुस्तकाची अर्पणपत्रिका वाचली तरीही मिळेल. पुस्तकाच्या अर्पणपत्रिकेमध्ये ते लिहितात, "With thanks to my parents who allowed me to dream, and with hopes for the dreams my children will have." स्वप्न पाहण्याची मुभा दिलेल्या आई-वडिलांचे कृतज्ञतापूर्वक आभार मानताना हे पुस्तक आपल्या मुलांच्या स्वप्नांच्या परिपूर्तीसाठी मार्गदर्शक ठरावे अशी इच्छा ते व्यक्त करतात.

पुस्तकाविषयी :

Holder & Stoughton प्रकाशन संस्थेने २००८ साली या पुस्तकाची प्रथम आवृत्ती लंडन येथे प्रकाशित केली. विविध भाषांमध्ये या पुस्तकाचे अनुवाद वाचकांसाठी उपलब्ध आहेत. वॉल स्ट्रीट जर्नलचे स्तंभलेखक व प्रा. पाऊश यांचे मित्र जेफ्री झासलो यांनी त्या व्याख्यानाला पुस्तकाचे रूप देऊन हा महत्त्वपूर्ण ग्रंथ सिद्ध होण्यासाठी मोठे श्रम घेतले. सहा प्रमुख प्रकरणांसह एकूण ६१ उपप्रकरणांसह २०६ पानांच्या या

पुस्तकामध्ये शेवटच्या व्याख्यानापूर्वीची मरणाच्या दारात उभ्या असलेल्या प्रा. पाऊश यांची भावनिक व मानसिक उलथापालथ, व्याख्यानाचा विषय निवडताना भूतकाळात मारलेला फेरफटका, धाडस आणि त्यातून आलेले अनुभव, पाऊश यांची स्वप्ने, त्यांचे प्राध्यापक जीवन आणि कुटुंब व मुलांप्रतीची आत्मीयता यांचे सुरेख विवेचन केले आहे. तसेच विविध उप-प्रकरणांमध्ये वाचकांनी आपले आयुष्य कसे व्यतीत करावे या संबंधी स्वानुभवाच्या आधारे बहुमूल्य मार्गदर्शनही केले आहे. अनुभवाधिष्ठित विषयांनी परिपूर्ण असे हे पुस्तक त्यामुळे वाचनीय व प्रेरणादायी झाले आहे.

किशोरावस्थेतील मुलांपासून ते अगदी प्रौढांपर्यंत व कोणत्याही क्षेत्रातील वाचकांनी वाचावे आणि अनुभवसंपन्न व्हावे असे हे एक दुर्मीळ पुस्तक आहे. प्रा. रॅन्डी पाऊश यांच्या The Last Lecture या पुस्तकाच्या निमित्ताने लेखकाच्या अनुभवसंपन्न, सकारात्मक व आनंदी जीवनामध्ये विहार केल्याचा अनुभव वाचकाला प्राप्त होतो. या पुस्तकाचे सर्वांत मोठे श्रेय कोणते असेल तर मृत्यूच्या छायेत असूनही प्रा. पाऊश यांनी ज्या प्रकारचे विचार आपल्या व्याख्यानामधून श्रोत्यांपुढे मांडले ते केवळ विस्मयकारक आहे. शेवटच्या श्वासापर्यंत या माणसाने जगण्याची आसक्ती कणभरही कमी होऊ दिली नाही. आपल्यातल्या प्राध्यापकाला मरू दिले नाही. शेवटपर्यंत आनंद व आशावादाने ओतप्रोत भरलेली प्रवृत्ती ढळू दिली नाही.

मृत्यूच्या छायेतील आनंदगाणे :

An Injured Lion Still Wants to Roar या पहिल्या उप-प्रकरणाच्या शीर्षकावरूनच प्रा. रॅन्डी पाऊश यांच्या लढाऊ वृत्तीचा परिचय होतो. आजारपणाच्या अवस्थेतही पत्नी जे पाऊश व काही मित्रांची इच्छा नसतानाही या व्याख्यानाचा निर्धार व्यक्त करताना ते लिहितात, 'This lecture will be the last time many people I care about will see me in the flesh... I have a chance here to really think about what matters most to me... and to do whatever good I can on the way out." आजाराच्या कठीण परिस्थितीमध्ये कार्नेगी मेलॉन युनिव्हर्सिटीमधील त्या शेवटच्या व्याख्यानाचा उपयोग ते आपल्या मुलांसाठी करून ठेवलेले अनुभव कथन म्हणून उपयोगात यावे. तसेच त्यांच्या कुटुंब व सहकाऱ्यांसमवेत इतर सर्वजण त्यांना या व्याख्यानाद्वारे शेवटचा जिवंत, हाडामासाचा माणूस म्हणून पाहणार होते. ही संधी ते सोडू शकत नव्हते. असा विचार संकटामध्येही काही चांगले शोधण्याचा स्वभाव दर्शविणारा आहे. प्रा. पाऊश यांच्या मृत्यूनंतर पुढील वीस वर्षांमध्ये त्यांनी मुलांना जे सांगितले-शिकविले असते ते सर्व त्यांनी या पुस्तकाच्या माध्यमातून मुलांसाठी नोंदवून ठेवले. या मनस्वी, संशोधकवृत्तीच्या प्राध्यापकामधील हळवा व मुलांप्रति कमालीची आसक्ती असलेल्या वडिलांची तळमळ पाहून अंतःकरण भरून येते. हे सर्व प्रत्यक्ष पुस्तकात वाचून अनुभवायलाच हवे.

प्रा. पाऊश हे अत्यंत प्रामाणिक व पारदर्शक जीवन जगलेले शिक्षक-गृहस्थ होते. प्रत्येक प्रसंगामध्ये नवे शिकण्याची, विनोदबुद्धी जागी ठेवण्याची व सतत आनंद शोधण्याची त्यांची वृत्ती त्यांना असामान्य व्यक्ती ठरविते. याचे एक छान उदाहरण पुस्तकाच्या तिसऱ्याच उपप्रकरणामध्ये आहे. ते म्हणतात की, मी काहीही नाकारत नाही आणि जे विधिलिखित आहे त्याविषयी अनभिज्ञता बाळगत नाही. कारण जर तुमच्याकडे हत्ती असेल तर तो झाकण्याचा अथवा दडविण्याचा अजिबात प्रयत्न करू नये. लोकांना तो स्वतःहून दाखवा, त्याचे वर्णन करा. याचा अर्थ असा की, ते त्यांच्या आजारपणाविषयी व त्याच्या परिणामांविषयी पूर्णतः परिचित होते. स्वतःच्या वेदना न लपविता त्या खुलेपणाने व्यक्त करण्याची धाडसी व आनंदी वृत्ती आपणही शिकण्यासारखी आहे.

प्रा. पाऊश त्यांच्या बालपणाविषयी, स्वप्नांविषयी तसेच आई-वडिलांविषयी भरभरून सांगतात. त्यांचा कृतज्ञतेचा भाव शब्दाशब्दातून प्रामाणिकपणे प्रतीत होतो. ते लिहितात, चांगले आई-वडील मिळायला मोठेच नशीब लागते, हे एखाद्या लॉटरीप्रमाणे असते. माझ्या आई-वडिलांनी मला समायोजन शिकविले. कारण जीवन हा एक 'सहजीवनाचा प्रवास' आहे. जुळवून घेतल्याशिवाय ते सुकर व सुखावह होत नाही. त्यांच्या पालकांचे लहानग्या रॅन्डीवर खूप प्रेम होते. परंतु, मुलाच्या वागण्या-बोलण्यावर कठोर अंकुश देखील ठेवला जात असे. पालकांचे प्रेम ही मुलांची सर्वांत सुंदर आठवण व आयुष्यभराचा ठेवा असतो, त्याचबरोबर मुलांवर आपले प्रेम आहे व मुलांची पालकांना खूप काळजी वाटते हे बोलून नाही तर पालकांच्या वागण्यातून मुलांना दिसले पाहिजे, असे प्रा. पाऊश ठामपणे सांगतात.

पुस्तकाच्या काही उप-प्रकरणांमध्ये प्रा. रॅन्डी पाऊश आपल्या बालपणीच्या स्वप्नांविषयी लिहितात. त्यांच्या बालपणी पाहिलेली बरीच स्वप्ने आश्चर्यकारकरीत्या पूर्ण झाली. त्यामुळे त्यांचा स्वप्न पाहण्यावरील व स्वप्नपूर्तीवरील विश्वास दृढ झाला. पण जी स्वप्न पूर्ण झाली नाहीत अशा अपूर्ण स्वप्नांनीदेखील खूप काही शिकविल्याचे ते नमूद करतात. याचा अर्थ पूर्ण झालेली व अपूर्ण राहिलेली अशी सर्व प्रकारची स्वप्नं प्रत्येकाच्या आयुष्यात खूप महत्त्वाची असतात. म्हणूनच त्यांच्या कार्नेगी मेलॉन युनिव्हर्सिटीमधील त्या ऐतिहासिक अशा शेवटच्या व्याख्यानास त्यांनी "Really Achieving Your Childhood Dreams" असे शीर्षक दिले होते.

A Skill Set Called Leadership या उप-प्रकरणामध्ये Star Wars या टिव्ही मालिकेतील कॅप्टन जेम्स कर्क यांचे प्रयत्न व नेतृत्वकला शिकविणारी कथा सांगते की, 'प्रयत्नांती यश नाही, यावर कधीही विश्वास ठेवू नका'. The Park is Open Until 8 p.m. यामध्ये आपण सतत आशावादाची ढाल घेऊनच जीवनाला सामोरे गेले पाहिजे हे सांगणारा प्रसंग आहे. आपण कधी मरणार हे महत्त्वाचे नाही तर आपण किती

जगणार आहोत आणि ते सर्व दिवस आपण सकारात्मकतेने जगणार आहोत, हे अधिक महत्त्वाचे असते. हे सांगण्यासाठी प्रा. पाऊश यांनी अनुभवलेली डिझ्नेलँडमधील एक गोष्ट सांगितलेली आहे. ती अशी की, डिझ्नेलँडला अनेक लोक दररोज भेट देत असतात. भेटीसाठी आलेल्या पर्यटकांचे डिझ्नेपार्क बंद होण्याकडे लक्ष असतेच. जेव्हा तेथे काम करणाऱ्या कर्मचाऱ्यांना विचारले जाते की, 'पार्क कधी बंद होणार?' यावर, 'पार्क संध्याकाळी आठ वाजेपर्यंत उघडे आहे.' असे उत्तर कर्मचारी देतात. या लहानशा प्रसंगातून लेखक सकारात्मक विचार सांगतात. कधी बंद होणार, थांबणार हे महत्त्वाचे नाही तर तुमच्याकडे उपलब्ध असलेला वेळ आपण अधिक महत्त्वाचा मानला पाहिजे.

Pouring Soda in the Backseat हे उप-प्रकरण देखील फारच भावनिक व वेगळा विचार मांडणारे आहे. यामध्ये प्रा. पाऊश आपल्या ख्रिस आणि लॉरा या दोन्ही भाचा-भाचींविषयींचे अनुभव सांगतात. त्यांच्याबद्दल भरभरून बोलताना, मी आता सहा वर्षांहून अधिक वयाच्या मुलांचा बाबा होऊ शकणार नाही, परंतु, माझ्या भाच्यांना मोठे करताना मूल मोठी होण्याची प्रक्रिया अनुभवल्याचे ते सांगतात. त्याचबरोबर आता जेव्हा मी नसेन तेव्हा ख्रिस आणि लॉरा हे माझ्या तीनही मुलांचा, मी त्या दोघांचा जसा सांभाळ केला अगदी तसाच सांभाळ करतील असा विश्वास ते व्यक्त करतात. वडील नसलेल्या भाच्यांना मामाने जीव लावला, सांभाळले आणि आता मामाच्या अकाली जाण्यानंतर भाचे मामाच्या प्रेमाचा परतावा करतील. हे उदाहरण चांगले पेरले तर चांगले उगवते याचा प्रत्यय देणारे आहे.

Be the First Penguin या उप-प्रकरणामध्ये प्रयत्न, अपयश, अनुभव व धाडस या विषयी सांगतात की, "Experience is what you get when you didn't get what you wanted." एखादी गोष्ट मिळविण्यासाठी तुम्ही खूप प्रयत्न करूनही ती गोष्ट तुम्हाला मिळत नाही, तेव्हा तुम्हाला जे मिळते तो म्हणजे अनुभव होय. अनुभवाची अथवा अपयशाच्या लाभाची एवढी छान व्याख्या दुसरी कोणती असेल? याच अनुषंगाने ते Be the First Penguin या आशयाची एक छान गोष्ट सांगतात. या गोष्टीचा उगम अतिशित वातावरणात राहणाऱ्या पेंग्विन पक्षाच्या धाडस व समूहासाठी धोका पत्करण्याच्या स्वभावातून झाला आहे. पेंग्विन पक्षाच्या समूहास जेव्हा अन्न मिळविण्यासाठी समुद्रामध्ये उतरावे लागते तेव्हा पेंग्विनचे शिकारीदेखील समुद्रामध्ये दबा धरून बसलेले असतात. अशा धोक्याच्या वेळी समूहातील एक पेंग्विन सर्व प्रथम पाण्यामध्ये उडी मारतो व त्यानंतर इतर सदस्य मागाहून उड्या मारतात. पण पहिल्या पेंग्विनला अनेकदा या धाडसाची किंमत आपला जीव गमावून मोजावी लागते. समूहासाठी धोका पत्करण्याची ही वृत्ती संशोधक व विद्यार्थी यांच्यासाठी शिकण्यासारखी असल्याचे ते ठामपणे नमूद करतात.

याशिवाय It's About How to Live Your Life; Dream Big; Don't Complain, Just Work Harder; Treat the Disease, not the Symptom; Look for Best in Everybody; A Way to Understand Optimism या विषयांवर नव-तरुणांना तसेच विद्यार्थ्यांना जीवन कसे जगावे या विषयी मार्गदर्शन करतात. खरंतर प्रा. पाऊश यांनी वरील प्रकरणांमध्ये जीवन कसे जगावे याचे तत्त्वज्ञान न सांगता ते आपले जीवन कशाप्रकारे जगले व त्यांची यशस्वी अनुभवप्रक्रीया आपणही अनुकरण करून पाहावी असा आग्रह धरतात.

Dreams for my Children या ५९ व्या भागामध्ये प्रा. पाऊश कार्नेगी मेलॉन युनिव्हर्सिटीमधील व्याख्यानाच्या मदतीने या पुस्तकाच्या माध्यमातून सांगू इच्छितात की, माझ्या मुलांना हे कळायला हवे की त्यांचे वडील कोण होते... त्यांच्या श्रद्धा कशा स्वरूपाच्या होत्या आणि त्यांचे आपल्या मुलांवर अतोनात प्रेम होते. त्यांना सोडून जाताना माझ्या मनाला काय वेदना झाल्या त्या त्यांना कळायला हव्यात... माझी आसक्ती व अगतिकता त्यांना समजायला हवी... मी व्याख्यानाचा हा सारा खटाटोप केवळ आणि केवळ त्यांच्यासाठी करतो आहे.

पुस्तकाच्या शेवटच्या भागातील या अगतिक पित्याची तळमळ व विरहाची भावना वाचकांच्या मनामध्ये उतरल्याशिवाय राहणार नाही. हा भाग कमालीचा भावनिक व हळवा झाला आहे. ते लिहितात, "It pains me to think that when they are older, they won't have a father. When I cry in the shower, I am not usually thinking, I won't get to see them do this or I won't get to see them do that. I am thinking about the kids not having a father. I am focused more on what they are going to lose than on what I am going to lose. Yes, a percentage of my sadness is, I won't, I won't, I won't.... But, a bigger part of my grieves for them. I keep thinking, they won't...they won't.. they won't..." मृत्यूनंतर मी कशा-कशाला मुकणार आहे यापेक्षा माझ्या मुलांना वडील नसतील या विचाराने व्याकूळ झालेले प्रा. रॅन्डी पाऊश वाचकांच्या मनामध्ये दुःखाची सल निर्माण करतात.

समारोप :

प्रा. रॅन्डी पाऊश हे एक उत्तम गृहस्थ होते, आदर्श पती होते, मुलांवर निरतिशय प्रेम करणारे वडील होते, ते व्यासंगी प्राध्यापक होते, नावीन्याचा शोध घेणारे संशोधक होते, स्वप्न पाहिलेला व पूर्ण झालेला हा एक स्वप्नाळू माणूस होता, विद्यार्थ्यांमध्ये आशावाद व धाडस निर्माण करणारे प्रेरणादायी वक्ते होते. अशा एका परिपूर्ण व्यक्तिमत्त्वाच्या परंतु, अपूर्ण आयुष्य जगलेल्या चांगल्या माणसाचे हे आत्मकथन वाचकांना अंतर्मुख करेल. मृत्यूच्या छायेतील हे आनंदगाणे जीवन प्रवासातील दमलेल्या वाटसरूंच्या मनाला उभारी देणारे नक्कीच आहे. ■

डॉ. एस. एल. भैरप्पा लिखित

Daatu :

भारतीय समाजजीवनातील तीव्र अंतःसंघर्ष

सुप्रसिद्ध ज्येष्ठ कानडी लेखक डॉ. एस. एल. भैरप्पा यांचे कोणतेही पुस्तक वाचल्यास त्यांच्या साहित्यिक प्रतिभेचा प्रत्यय येतो. परंतु भैरप्पांच्या 'वंशवृक्ष', 'पर्व', 'तडा', 'आवरण', 'मंद्र' व 'Daatu/दाटू' या कादंबऱ्या वाचल्यावर त्यांना 'दैत्य प्रतिभेचा लेखक' का म्हणतात, याचा वाचकास अधिक चांगला प्रत्यय येतो. एखाद्या लेखकास 'दैत्य प्रतिभेचा लेखक' संबोधणे काहीसे चमत्कारिक वाटेल, पण भैरप्पांच्या कादंबरीविश्वाची सफर केल्यानंतरच ते लक्षात येईल. भैरप्पांचा आवाका अफाट आहे, त्यांचे अनुभव व निरीक्षण शक्ती ही त्यांच्या लेखनाची महत्त्वाची शिदोरी आहे. त्यांचे कथानिवेदनाचे कौशल्य विस्मयकारक आहे आणि त्यांच्या कादंबरीमधील पात्रांचे भावविश्व कमालीच्या मनोवैज्ञानिक कौशल्याने ते उलगडतात. म्हणूनच डॉ. एस. एल. भैरप्पा यांची कोणतीही कलाकृती वाचकाला अद्भुत आनंद देणारी असते.

भैरप्पांच्या लेखन प्रेरणा:

अक्षरधारा बुक गॅलरीने पुण्यात आयोजित केलेल्या कार्यक्रमामध्ये एका प्रश्नाला उत्तर देताना भैरप्पा म्हणाले होते, ''आयुष्याचा एक मोठा कालखंड मी उपेक्षित व संघर्षमय अवस्थेत काढला. मी या जगातील सर्वाधिक अभागी माणूस असल्याची भावना त्या काळात माझ्या मनामध्ये होती. पुढे महाविद्यालयीन शिक्षण पूर्ण केले आणि लेखनकार्याला प्रारंभ केला. जवळपास ५० वर्षांहून अधिक काळ मी लेखन करतो आहे. लेखनाच्या या प्रवासाकडे व आयुष्याच्या या टप्प्यावर स्वतःकडे पाहिल्यास माझ्या इतका भाग्यवान माणूस या जगात नाही, अशीच माझी भावना आहे.'' भैरप्पांच्या लेखनामागील प्रेरणा काय आहेत, याचे एवढेच उत्तर पुरेसे बोलके आहे. जीवनात वाट्याला आलेला संघर्ष, भटके विद्यार्थी जीवन, प्रवास, भूक आणि

अवहेलना इत्यादी असंख्य गोष्टींनी भैरप्पांना माणूस व लेखक म्हणून घडवले. त्यांचा जीवनसंघर्ष व जीवनचिंतन याच त्यांच्या लेखनप्रेरणा आहेत.

भैरप्पांच्या कादंबऱ्यांमध्ये येणारी पात्रे व प्रसंग हे त्यांच्या व्यक्तिगत अनुभवातून आलेले आहेत. प्रतिभा व कल्पकतेची जोड देऊन त्या पात्रांना व प्रसंगांना भैरप्पा रंगवतात, अधिक खुलवतात. त्यामुळे त्यांची पात्रे कधीच काल्पनिक, अ-मानवी अथवा अतिमानवी वाटत नाहीत. वाचकाला ती आजूबाजूला दिसतात, कधी-कधी स्वतःमध्येदेखील सापडतात. मानवी भाव-भावना, त्यांच्या अंतर्मनातील संघर्ष, भूतकाळ व भविष्यकाळाची सांगड घालून घेतलेला जीवनवेध या गोष्टी वाचकाला कल्पनाविश्वातील वास्तवाची अनुभूती देतात. त्यांचे प्रत्येक पात्र हे एका अथवा एकापेक्षा अधिक विचारांच्या समूहाचे प्रतिनिधी आहे. प्रत्येक प्रसंग हा प्रातिनिधिकरीत्या चित्रित केला आहे. आपल्याला माहीत असलेल्या अनेक प्रश्नांवर, अनुभवांवर भैरप्पा त्यांच्या स्वतःच्या पद्धतीने चिंतन मांडतात, त्यांचा आवाका फार मोठा असल्याने वाचकाला उंच डोंगरावरून संपूर्ण प्रदेश एका नजरेत नीट न्याहाळता आल्याचा अनुभव येतो.

भारतीय वाचकमनाला रससिद्धांत अतिशय भावतो. या रससिद्धांताचा ओतप्रोत अनुभव म्हणजे भैरप्पांना वाचणे. डॉ. भैरप्पा हे मुळात तत्त्वज्ञानाचे विद्यार्थी. आयुष्यभर तत्त्वज्ञान शिकले व शिकवले देखील. भैरप्पांचे जीवनविषयक तत्त्वचिंतन त्यांच्या कादंबऱ्यांमधून आपल्या समोर येते.

समाज आणि साहित्य :

कुटुंब हा समाजाचा एक लहानसा भाग असतो. वेगवेगळ्या प्रवृत्तींच्या व्यक्तींचा घट्ट नात्यांनी बांधलेला तो एक लहानसा समाजच असतो. भारतीय समाज हा कुटुंबप्रधान आहे, कुटुंब हेच आपल्या शक्तीचे, आनंदाचे व असह्य वेदनेचे स्रोत आहेत. कौटुंबिक नातेसंबंध हे अतिशय गुंतागुंतीचे असतात. कुटुंब व समाजव्यवस्था यांचा एकमेकांशी घनिष्ठ संबंध असतो. या दोन्हींमध्ये विविध भावनिक आंदोलने होत असतात. कुटुंबव्यवस्था व समाजव्यवस्था एकमेकांवर प्रभाव टाकत असतात. या दोघांमध्ये भरडल्या जाणाऱ्या व्यक्ती (पात्र) चे रेखाटन भैरप्पा मोठ्या खुबीने करतात. पात्रे व प्रसंग रंजक होतात परंतु वास्तविक जीवनाचा स्पर्श असल्याने ते अतिरंजित होत नाहीत आणि शेवटी या सगळ्यामध्ये जेव्हा स्वतः भैरप्पा कादंबरीमधील पात्रांच्या अंतर्मनातून स्वतःचे जीवनविषयक तत्त्वज्ञान व आकलन मांडतात, तो अनुभवणे म्हणजे डॉ. एस. एल. भैरप्पांना वाचण्याचा अत्युच्च आनंद असतो.

दाटू : भारतीय समाजजीवनातील तीव्र अंत:संघर्ष :

'दाटू' ही मूळ कानडी भाषेतील कादंबरी १९७३ साली प्रकाशित झाली. डॉ. भैरप्पा यांना या कादंबरीसाठी साहित्य अकादमी पुरस्काराने सन्मानित करण्यात आले. कन्नड भाषेतील या कादंबरीचा Daatu (Crossing Over) या नावाने प्रधान गुरुदत्ता व एस. व्ही. शांताकुमारी यांनी इंग्रजीमध्ये अनुवाद केलेला आहे. ४५ वर्षांपूर्वी लिहिलेली ही कादंबरी आजही समकालीन वाटते, हा भैरप्पांचा द्रष्टेपणा म्हणायचा की आपले सामाजिक मागासलेपण... याचे उत्तर फार अवघड नाही.

दाटू या मूळ कानडी शब्दाचा अर्थ आहे ओलांडून जाणे... crossing over... व्यक्ती व समाज हा एका चौकटीत वावरत असतो, एक प्रकारचे कुंपणच म्हणाना. हे कुंपण असते समाजव्यवस्थेचे, कुटुंबव्यवस्थेचे, जातींचे, धर्माचरणाचे, नीती-अनीतीच्या संकल्पनांचे, कधी श्रद्धा तर कधी अंधश्रद्धेचे. बुद्धी, विवेक, डोळस श्रद्धा, इतिहासापासून धडा घेऊन, व्यापक मानवतावादी दृष्टिकोनातून, परंपरांचे जोखड झुगारून, ईश्वरनिष्ठा व पूर्ण सत्य यांच्या अनुसरणाने हे कुंपण ओलांडून जा, असे भैरप्पांना सांगायचे असावे.

भारतीय समाजव्यवस्था आणि त्यातील जातिव्यवस्था व कुटुंबव्यवस्था यांच्यातील अंत:संघर्ष अतिशय प्रभावीपणे या कादंबरीमधून भैरप्पांनी मांडला आहे. दाटूची कथा तिरुमलापूर या गावाला केंद्रस्थानी ठेवून घडते. ही कथा या गावाची व येथील विविध पात्रांची असली तरी, कादंबरी वाचताना व वाचून झाल्यावर असे जाणवले की, संपूर्ण कादंबरी ही जणूकाही एका लहानशा भारताची कथा आहे. भैरप्पांनी सबंध भारतीय समाज व त्या समाजाची जातिव्यवस्था व प्रथा-परंपरा हा भलामोठा विषय प्रतीकात्मकरीत्या एका गावाच्या व तेथील लोकांच्या कथेमध्ये गुंफला आहे. तिरुमलापूर हे एक ऐतिहासिक संदर्भ व प्राचीन इतिहास असलेले गाव आहे. गावाला मोठी तटबंदी आहे. आता याचे स्वरूप खेड्यासारखे असले तरी एकेकाळी ते खूप मोठे वैभवशाली नगर होते. अतिशय बारकाव्यांसह भैरप्पांनी तिरुमलापूरचे वर्णन या कादंबरीमध्ये रेखाटले आहे. गावातील विष्णू मंदिर, विविध जातिधर्मांच्या लोकांचे एकत्र राहणे तसेच गावाबाहेरील वस्तीत राहणारे महार व मांग समाजातील लोक, या समाजाला हरिजन म्हटले जाऊ लागले होते. अगदी सुरुवातीलाच भैरप्पा जातिव्यवस्थेवरील आपले पहिले भाष्य करतात, "..on the basis that the very name Hari, got contaminated and that the people of this colony didn't belong to Hari." *(२)* हरी हे नाव महार झालंय, या वस्तीतली माणसं काही हरीची झाली नाहीत.

कादंबरीच्या सुरुवातीपासून ते शेवटपर्यंत प्रत्येक पात्र व प्रत्येक प्रसंग हा फक्त जातिव्यवस्था, विवाह संस्था, जातीय राजकारण व त्याप्रति विविध जातींमधील

प्रत्येक पात्राचा दृष्टिकोन हे विषय कादंबरीच्या केंद्रस्थानी आहे. प्रस्तावनेच्या पहिल्या प्रकरणानंतर विविध पात्रे व समूह वेगवेगळ्या घटनांद्वारे सवर्ण व इतर जातींबद्दल आपली मते सुस्पष्टपणे व्यक्त करतात. दगडीवाड्यातले शामण्णा, कन्नडभाषेचे पंडित कृष्णाप्पा मास्तर, सुशिक्षित बेकार असलेला नागराज, वृत्तपत्राची एजन्सी असलेले सुब्बराय, तिरुनारायण अय्यंगार, माध्व समाजाचा राघवेंद्र आणि तिरुमलापूरच्या मंदिराचे पुजारी वेंकटरमणय्या यांचा मुलगा वेंकटेश यांच्यामधील संवाद सवर्णांचा दलितांविषयीचा दृष्टिकोन दाखविणारा आहे. "I have taught both communities. However they may flower mound, gold is still gold and iron is iron." *(10)* Yet, these times are theirs, isn't it?" *(10)*

गावातील अत्यंत आदरणीय व्यक्ती व देवळाचे पुजारी असलेल्या व्यंकटरमणय्यांची उच्चशिक्षित मुलगी सत्यभामा हिचे पाळेगार/गौड समाजातील श्रीनिवास सोबतच्या लग्नाचा निर्धार सांगणारे पत्र व त्या प्रति व्यंकटरमणय्या व मुलगा वेंकटेश यांचा त्रागा, हे प्रसंग कादंबरीच्या मूळ विषयाकडे घेऊन जायला सुरुवात करतात. "For a moment, he was unable to believe it. He could never have imagined his daughter doing such a thing." *(12)*

"You haven't learnt anything all these years. Why don't they accept? This is a perfect chance for that Bramhin-hater to insult our people by marrying his son to a Brahmin girl. He won't give up this opportunity." *(15)*

"Father, even if a horse wanted to move in, it wouldn't be accepted by the asses into their stable." *(15)*

या आंतरजातीय विवाहाप्रति दोन्ही कुटुंबांची टोकाची पारंपरिक भूमिका ही आपल्या भारतीय समाजमनाची विवाह व जाती-प्रथा यांच्याविषयीच्या संकल्पना वाचकांसमोर मांडतात. या विवाहाची कल्पना आल्यानंतर पाळेगार (क्षत्रिय) समाजातील मंत्री असलेल्या मेलगिरी गौडा, त्यांचे वडील तिरुमले गौडा व सत्यभामेचा भाऊ व्यंकटेश यांच्यामधील संवाद हा क्षत्रिय व ब्राह्मण समाजांच्या एकमेकांबद्दलच्या श्रेष्ठ-कनिष्ठ वादाचे चित्रण करतो. गावातील दलित समाजाचे प्रतिनिधी व आमदार असलेले बेटय्या व व्यंकटरमणय्या यांच्यामधील संवाद देखील जातिव्यवस्था व जातीबाहेरील विवाह यावरच भाष्य करणारा आहे. "The old chief had always accepted Brahmin supremacy, but now he seemed to be claiming that he and members of his community were superior to Brahmins or at least in no way inferior." *(19)*

कादंबरीच्या सुरुवातीच्या या सर्व प्रसंगांना व संवादांना फार महत्त्व आहे. कारण हेच प्रसंग पुढील प्रदीर्घ कादंबरीच्या पायाभरणीचे काम करतात. सत्यभामा

व व्यंकटरमणय्या, सत्या व श्रीनिवास, तिरुमले गौडा व वेंकटेश, व्यंकटरमणय्या व बेटय्या, मंत्री मेलगिरी गौडा व त्यांच्या पत्नी रंगम्मा यांच्यामधील प्रदीर्घ संवाद हे अतिशय वास्तववादी वाटतात.

"If she considered Brahmins as horses, this would mean admitting her own community as asses…So she said: You don't question me, the five fingers are all not equal." *(39)*

"The waters at a higher level, should maintain it's level and a lower one should floor it's own level." *(60)*

"Lower castes men have taken advantage of upper caste women, molested them and let them down badly." *(122)*

"You all know that this is the age of Kali and that the lower castes are doing their best to humiliate the upper castes. My own experience confirms this." *(123)*

आपल्या आजूबाजूचे लोक अशाच प्रकारे विचार करत असल्याने काल्पनिक प्रसंगांना गंभीर वास्तवाचे कोंदण प्राप्त होते.

सत्यभामा हे दाटू कादंबरीमधील मध्यवर्ती पात्र आहे. गावच्या देवळाचे पुजारी व गावातील एक आदरणीय व्यक्ती असलेल्या व्यंकटरमणय्या यांची ही उच्चशिक्षित मुलगी. सत्यभामा ही आधुनिक विचारांची, रूढी-परंपरा आंधळेपणाने न मानता, इतिहास व विज्ञानवादी दृष्टिकोनातून समाज, धर्म, कुटुंबव्यवस्था, नातेसंबंध, विवाह इत्यादी गोष्टींकडे पाहते. भैरप्पांच्या इतर कादंबऱ्यांप्रमाणेच या कादंबरीत देखील भैरप्पा स्वत: प्रकर्षाने दिसतात. 'आवरण'मधील लक्ष्मी तथा रझिया, 'वंशवृक्ष'मधील श्रीनिवास श्रोत्री, 'अन्वेषण'मधील विश्वनाथ आणि 'दाटू'मधील सत्यभामा हे सर्वजण स्वत: भैरप्पा आहेत असे वाटते. कादंबरीच्या पहिल्या प्रकरणापासून ते शेवटच्या प्रसंगापर्यंत सत्यभामा वाचकांना भेटत राहते. भैरप्पांनी आपले सर्व विचार विविध पात्रांच्या संवादांमधून मांडले आहेत, परंतु सत्यभामाच भैरप्पा आहेत, याविषयी कोणतीच शंका राहत नाही.

वडील व भावाच्या प्रचंड विरोधानंतरही सत्या तिच्या जातिबाह्य विवाहाच्या निर्णयावर ठाम राहते. या निर्णयाची तिला किंमत मोजावी लागते. परंतु वैचारिकदृष्ट्या प्रगल्भ असलेली सत्या आपल्या निर्णयापासून किंचितही ढळत नाही. तिचा प्रियकर असलेला श्रीनिवास ऐनवेळी विवाहाच्या निर्णयापासून परावृत्त होतो. त्याही परिस्थितीत सत्या संयमाने वागते. कोणालाही दोष न देता विवेकी विचारांनी जीवनाकडे पाहते. वाचन, चिंतन, न्यायबुद्धी, स्वातंत्र्य, विज्ञान व सारासार विचारशक्ती हे सर्व गुण सत्यभामेच्या पात्रात आढळतात.

धर्म, रूढी-परंपरा, जातिव्यवस्था, ईश्वर, होम-हवन इत्यादी गोष्टींचे काटेकोरपणे पालन करणारे देवळाचे पुजारी व्यंकटरमणय्या हे देखील एक महत्त्वाचे प्रातिनिधिक पात्र आहे. सत्यभामेच्या लग्नाला तीव्र विरोध, धर्म व परंपरांचे कर्मठपणे पालन करणारे, 'यज्ञोपवीतम् परमम् पवित्रम्' हे प्रमाण मानणारे व्यंकटरमणय्या हे पात्र आतून, माणूस म्हणून, अत्यंत स्खलनशील असल्याचे दिसून येते. पाप करण्याची माणसाची वृत्ती अत्यंत नैसर्गिक व मानवीय असल्याची प्रचिती देणारे हे पात्र आहे.

रूढी-परंपरा कर्मठपणे जपणाऱ्या व्यंकटरमणय्यांचे दुसऱ्या जातीमधील मातंगीसोबतचे संबंध, त्या पापाचा झालेला पश्चात्ताप, पश्चात्तापातून निर्माण झालेला स्वत:विषयीचा तिरस्कार, वैराग्याची भावना, वैराग्याची भ्रमिष्टपणामध्ये झालेली परिणती, त्यातून देव व प्रथा-परंपरा या खोट्या असल्याची झालेली भावना व शेवटी त्यांनी केलेली आत्महत्या हे सर्व घटनाक्रम फार महत्त्वाच्या विषयांना स्पर्श करतात. पाप-पुण्य, होमहवनाचे महत्त्व, शारीरिक गरजांपोटी निर्माण झालेली आसक्ती व पश्चात्ताप या मानवी भावनांचे फार रोमांचक चित्रण व्यंकटरमणय्यांच्या माध्यमातून वाचकांसमोर येते.

"What's the matter? It's just a six yarns of spun cotton." *(199)* यज्ञोपवीत हे परम पवित्र मानणारे वेंकटरमणय्या यज्ञोपवीत हे केवळ एक सुती धागा असल्याचे बोलू लागतात. वेंकटरमणय्या यांच्यासाठी देव, धर्म व परंपरा या सर्वोच्च स्थानी असतात. परंतु सार्वजनिक जीवनातले तत्त्व त्यांच्या खाजगी जीवनात हरवल्याचे दिसते. विधुर व वयस्कर अवस्थेतले शारीरिक संबंध त्यांची मनःस्थिती बिघडवतात.

पाप करायचं एवढं आकर्षण का वाटतं? पाप करण्यासाठीच देव आम्हांला जन्माला घालतो का? पाप करायच्या इच्छेमध्ये एवढं शारीरिक आकर्षण का असतं? अशा प्रश्नांनी वेंकटरमणय्या उध्वस्त होतात. "Has God created us to commit such sins? Why should there be this terrible attraction in the desire to commit a sin?" *(310)*

"Customs hide the truth." *(162)* रूढी सत्याला झाकोळून टाकतात, रूढी-परंपरांच्या कठीण आवरणाखालील व्यंकटरमणय्या ही स्खलनशील मानवी प्रवृत्ती आहे, हे फार मोठे वास्तव भैरप्पांना सांगायचे आहे.

"Physical urges overroad ideas of caste. Even saints and hermits had yielded to such urges, although later they would do penance for their sins and become worthy of universal adoration." *(164)*

"It's our own conscious which tells us the truth. Customs and traditions obscure it." *(132)*

'जीवन म्हटलं की सगळ्या गोष्टी आल्याच, कामभावना जागृत झाल्यावर कुठली जात अन् कुठली पात? ऋषिमुनींनीही हे केलंय. अंतरंग खरं काय ते सांगत असतं, रूढी अंतर्मनाच्या आवाजाला दडपून टाकतात.' व्यंकटरमणय्यांच्या वरील भावनांच्या माध्यमातून भैरप्पांनी धर्म, परंपरा, जातिव्यवस्था यांसारख्या पोलादी संकल्पनांमधील पोकळपणा, त्यामधील खोटेपणा मोठ्या धाडसाने उघड केला आहे. या प्रकारे पात्रांचे मानवीकरण करून धर्म व त्याच्याशी निगडित परंपरांना भैरप्पा सुरुंग लावतात. मातीतून जन्माला आलेल्या व परंपरांची सोनेरी पुटे चढलेल्या पात्रांचे पाय मातीचेच आहेत, हे वास्तव पचविणे वाचकालाही काहीसे अवघड होऊन जाते.

सत्यभामा व व्यंकटरमणय्या या बाप-लेकीच्या व्यक्तिरेखांचे स्वतंत्रपणे विश्लेषण करण्यामागचा उद्देश हा आहे, की दोन्ही पात्रे परस्परविरोधी विचारांची आहेत, परंतु शेवटी दोन्ही पात्रे एकाच विचारावर येऊन थांबतात. धर्म व परंपरेचे पुरस्कर्ते वडील जीवनाच्या अखेरच्या काळात देवाची मूर्ती पाहून म्हणतात, "This is merely a stone, nothing but a stone. Why worship it?" *(166)* हा दगड आहे, फक्त काळा दगड! याची पूजा करण्यात काही अर्थ नाही! सत्यभामा ही सुरुवातीपासून विवेकवादी व विज्ञानवादी आहे. ती धर्माकडे डोळसपणे पाहते. वडिलांच्या इच्छेखातर होम-हवन करते, परंतु तिला आतून देवाची आसक्ती नसते. ५०० पानांहून अधिक विवेचनानंतर दोन परस्पर विचारांची ही बाप-लेकीची दोन्ही पात्रे कादंबरीच्या शेवटी एकाच विचारावर येऊन थांबतात, की प्रथा-परंपरा, पाप-पुण्य, सत्य-असत्य या गोष्टी माणसाने त्याच्या सोयीसाठी निर्माण केलेल्या आहेत. परंपरा-पुण्य-सत्य-मूल्य यांच्या आवरणाखाली प्राणीसंवर्गातीलच मानवप्राणी आहे आणि म्हणूनच जानव्याला दगड बांधून तलावात आत्महत्या करणारे व्यंकटरमणय्या व आपल्या वडिलांनी त्यांच्या हाताने गळ्यात घातलेले जानवे तोडून पाण्यात भिरकावणारी सत्यभामा हे दोघेही एकाच विचारावर येऊन थांबतात.

सत्यभामा व श्रीनिवास यांच्या आंतरजातीय विवाहाला दोन्ही कुटुंबाचा विरोध असतो. दोन्ही परिवार जातिव्यवस्था व पारंपरिक विवाहसंस्था यांना घट्टपणे बांधील असतात. सत्यभामेचे कुटुंबीय शेवटपर्यंत विरोधच करतात. परंतु श्रीनिवासचे राजकारणी असलेले वडील वर्णवर्चस्वाच्या मानसिकतेतून ब्राह्मण सून घरी येणार या विचाराने विवाहाला मान्यता देतात. मात्र श्रीनिवासची देव व परंपरेला घाबरणारी आई या विवाहाला विरोध करते. शेवटी ते लग्न होत नाही व सत्यभामेच्या पदरी एकाकीपण पडते. याच दरम्यान सत्यावर नाराज असलेल्या तिच्या वडिलांना वैराग्य व भ्रमिष्टपणाच्या त्रासाला सामोरे जावे लागते. अनैतिक संबंधामुळे आलेले व्यंकटरमणय्यांचे वैफल्य व सत्यभामेचे एकाकीपण पुन्हा एकदा बापलेकीला

एकत्र आणते, परंतु काही दिवसांतच व्यंकटरमणय्या गावच्या तलावात आत्महत्या करतात.

जातिव्यवस्थेच्या संघर्षातून व्यंकटरमणय्यांच्या मृत्यूला बेटय्यांचा बंडखोर मुलगा मोहनदास याला दोषी धरून पोलीस कारवाईला भाग पाडले जाते. परंतु सत्यभामा खरी साक्ष देऊन त्याला वाचवते. पुढे हाच मोहनदास सत्याचे जातीविषयीचे पुरोगामी व त्यांना अनुकूल विचार ऐकून तिला पुस्तक लिहिण्यास व त्यांच्या क्रांतीच्या चळवळीत सहभागी होण्याविषयी वारंवार आवाहन करतो. विवेकी व इतिहासाची अभ्यासक असलेली सत्यभामा पुस्तक लिहिण्याच्या कामात मदत करते. परंतु ब्राह्मणांच्याप्रति दलितांचा टोकाचा तिरस्कार व सुडाची भावना तिला मान्य नसते. "Why he is like that? She wondered. He behaves as though he's the unique recipient of all the injustice meted out to his community and as though he's taken on the entire responsibility for their collective welfare." *(257)*

या ठिकाणी येणारे मोहनदास याचे पात्र हे देखील दलितांच्या ब्राह्मणांबद्दलच्या तिरस्काराचे प्रातिनिधिक पात्र आहे. "These upper-caste people have taken as for granted for far too long. Filthy Brahmin! We are the original Dravidians. We own the country." *(256)* मोहनदासचा राग स्वाभाविक व खरा असला, तरी त्याची सुडाची भावना अविवेकी वाटते. त्याच्या या क्रोधाने व अविचाराने शेवटी त्याचा घात होतो. धरण उडवून देण्याच्या प्रयत्नामध्ये मोहनदासचा करुण अंत होतो. अविचारी क्रांतीने बळी हा जाणारच, त्याऐवजी विचारी व अहिंसक क्रांतीचा मार्ग हरिजनांनी स्वीकारावा, असे भैरप्पा सुचवतात.

दोन वेगळ्या जातींचे प्रतिनिधी असलेल्या सत्यभामा व मोहनदास यांच्यामधील अनेक प्रसंगांमध्ये त्यांच्या जातिव्यवस्था व विवाहसंस्था यांच्याबद्दलच्या विचारांची प्रचिती येते. सत्याचे विचार हे पुरोगामी आहेत, तर अन्यायग्रस्त असल्याच्या भावनेतून मोहनदास क्रांतीची भाषा सतत बोलत राहतो. ७० च्या दशकापासून ते अगदी आजपर्यंत उच्च व कनिष्ठजातींचे एकमेकाबद्दलचे विचार कमी अधिक प्रमाणात जसे होते तसेच आहेत. याच दरम्यान सत्यभामेचा भाऊ वेंकटेश राजकीय हुशारीने समाजात आपले वर्चस्व निर्माण करू पाहतो. त्यासाठी त्याला इतर जातींना धर्माचा आधार देणे, त्यांचे महत्त्व ठरविणे अशा अनेक गोष्टींची मदत होते.

"Venkatesha replied coolly : 'Why do you accuse me of greed? Do you think things like this are only happening here? All over the country people are trying to upgrade their community from one category to another.... Everyone else is trying to be recognised as a Brahmin, and to be our equals." *(364)*

या ठिकाणी भैरप्पांनी वर्णन केलेला एक प्रसंग वर्णवर्चस्ववादी मानसिकतेवर नेमके बोट ठेवतो व त्या भूमिकेमागील वास्तव उलगडून दाखवितो. या प्रसंगामध्ये गावातील वरिष्ठ व कनिष्ठ अशा दोन्ही जातींमधील लोक गटा-गटाने वेंकटेशकडे येऊन, त्याच्यासोबत आर्थिक व्यवहार करून जाती सभेमध्ये स्वत:च्या जातीचा समावेश वरच्या जातीमध्ये करावा, काहीतरी पौराणिक संदर्भ देऊन आपल्या जातीचा उल्लेख ब्राह्मण जातीमध्ये व्हावा असा त्यांचा अट्टहास असतो. तर काही जातीचे लोक आपल्या गटाला दलित या वर्गातून दलितेतर असलेल्या इतर कोणत्यातरी प्रवर्गामध्ये घालावे म्हणून आग्रही असतात. हा प्रसंग विविध जातींच्या उच्चवर्णीय होण्याच्या मानसिकतेवर प्रकाश टाकतो.

कादंबरीच्या मुख्य कथेदरम्यान अनेक लहान-लहान प्रसंग मुख्यकथेला पूरक खाद्य पुरवत असतात. उदाहरणादाखल दोन प्रसंगांचा विशेषत्वाने उल्लेख करावा लागेल, वेंकटेशची पत्नी सत्यम्मा हिचा भावांच्या संपत्तीमधील वाटा मागण्याचा प्रसंग व दुसरा म्हणजे सर्वच जाती-धर्मातील स्त्रिया या हजारो वर्षांपासून शूद्रच आहेत, याचे सत्यभामाला झालेले आकलन. भावांच्या संपत्तीमध्ये वाटा मागण्याचा लहानसाच प्रसंग बदलत्या सामाजिक मूल्यांचे प्रातिनिधिक उदाहरण आहे. कायद्याचा आधार घेऊन मानलेल्या रीती व संकेतांना पायदळी तुडवताना वेंकटेशला संकोच वाटत नाही. बायकोवर भावनिक व मानसिक दडपण टाकून, पत्नी व सासरकडच्या लोकांचा विरोध डावलून सत्यम्माला तो भावांच्या जमिनीमधील व संपत्तीमधील वाटा घ्यायला भाग पाडतो.

"Your brother's haven't yet divided their property. Tell them you should be given your own share. Just put your demand. Let's see what happens." *(294)*

सत्यम्माच्या माहेरच्या कुटुंबाची अगतिकता, वेंकटेशचा लोभ व सत्यम्माची तिचे माहेर आता तिच्यासाठी कायमचे तुटल्याची भावना या गोष्टी वेगळ्याच विषयाला स्पर्श करतात. अलीकडच्या काळात बदललेली अर्थव्यवस्था, जमिनींचे दर, कायद्याची माहिती व अंमलबजावणी यामुळे घराघरांत ही परिस्थिती दिसू लागली आहे. ग्रामीण भागात तर लक्षणीय प्रमाणात रक्षाबंधनात घट झाल्याचे निरीक्षण अनेकांनी मांडले आहे. सर्व अपत्यांना संपत्तीमध्ये समान वाटा या एका कायद्याने कुटुंब व नातेसंबंध यामध्ये आज निर्माण झालेल्या भीषण परिस्थितीबद्दल १९७०च्या दशकात भैरप्पांनी मांडलेला हा विचार किती सूचक होता, याची आज जाणीव होते.

“All the women in this country have been reduced to the status of shudras for centuries now,…This is the real history of my country, the real philosophy of life. I should reach this area.” *(298)*

वेंकटेश व सत्यभामा यांच्यामध्ये घर व शेताची वाटणीविषयी तसेच वेंकटेश व त्याचे सासरचे लोक यांच्यामध्ये संपत्तीच्या वाटणीवर कौटुंबिक संघर्ष सुरू असताना सत्यभामेला जाणवले की, या देशातल्या सर्वच जाती-धर्मातील स्त्रिया वर्षानुवर्षे शूद्रच होऊन राहत आहेत.

ब्राह्मण, क्षत्रिय, वैश्य या सगळ्यांच्या बायका शूद्रच आहेत, कारण त्यांना कसलेही अधिकार नाहीत. शिक्षणाचा, निर्णयस्वातंत्र्याचा, वेदाध्ययनाचा, राज्यारोहणाचा… कसलाच अधिकार त्यांना मिळालेला नाही. वडील, नवरा व मुलगा यांच्या वर्चस्वाखाली स्त्रीला एक व्यक्ती म्हणून कोणतेच स्थान समाजात अथवा कुटुंबात नाही. वेदकाळात स्त्रियांना असलेलं महत्त्व हे कालानुरूप कमी-कमी होत गेलं व ते शूद्रत्वाच्या पातळीपर्यंत पोहोचलं आहे. सत्यभामेला झालेल्या आकलनाच्या माध्यमातून भैरप्पांनी स्त्रियांच्या संदर्भातील अगदी वेगळा प्रश्न वाचकांसमोर ठेवला आहे. श्रेष्ठ व शूद्र यांच्यामधील संघर्षामध्ये कायम शूद्र असलेल्या स्त्रीच्या सामाजिक स्थानाविषयी भैरप्पा महत्त्वाचे भाष्य करतात.

यानंतर कादंबरीच्या शेवटच्या भागामध्ये दलितांचा मंदिर प्रवेश हा एक महत्त्वाचा प्रसंग आहे. वर्णव्यवस्थेवर आधारित समाजातील एका वर्गाला नाकारला गेलेला देवदर्शनाचा हक्क आपल्याला घटनेने व कायद्याच्या राज्याने मिळाला आहे, ही योग्य भावना मनात असलेले हरिजन तरुण, देवाच्या भीतीने मंदिर प्रवेश टाळणारे त्यांचेच बांधव व हजारो वर्षांच्या परंपरा, श्रेष्ठ जातींबद्दलचा अभिमान आणि हरिजनांच्या हक्काला बाधा आणणारे सवर्ण यांच्यामधील संघर्ष भैरप्पांनी प्रभावीपणे रेखाटला आहे. दोन्ही समुदायांकडून केले गेलेले युक्तिवाद अत्यंत अभ्यासपूर्ण व संयमीपणे मांडले आहेत. दलित-दलितेतरवाद हा विषय कादंबरीपेक्षा रोजच्या वर्तमानपत्रातील व पुरोगामी विचारवंतांच्या रोजच्या चळवळींचा विषय असल्याने अतिशय वास्तवदर्शी वाटतो.

मंदिर प्रवेशाचे आंदोलन काही अंशी यशस्वी झाले असले, तरी हरिजनांमध्ये देवाच्या भीतीने नियमित मंदिर प्रवेशाबाबत अनास्था जाणवते. या ठिकाणी विशिष्ट समाज धर्म-प्रथा-रूढी यांच्या भीतीपोटी स्वत:च्या कायदेशीर हक्कांकडेही डोळेझाक करतो याचा अनुभव येतो. मंदिर प्रवेशाच्या फसलेल्या आंदोलनाने बंडखोर विचारांचा मोहनदास टोकाचे पाऊल उचलतो व पुजारी व्यंकटरमणय्यांचा अनौरस मुलगा होन्नुर याच्या मदतीने डायनामाइट लावून धरण उडवून देतो. त्या जलप्रलयाने गावाची,

शेताची हानी होते तसेच जीवित हानी देखील होते. या जलप्रलयात तिरुमलापूरचे प्रमुख धार्मिक केंद्र असलेले श्रीविष्णूचे मंदिर वाहून जाते.

कादंबरीमधील हे शेवटचे प्रकरण काही नाट्यमय प्रसंगांनी भरलेले आहे. हे संपूर्ण प्रकरण प्रतीकात्मतकेने भरलेले आहे. कादंबरीच्या शीर्षकाचा उलगडा प्रामुख्याने याच शेवटच्या प्रसंगामध्ये होतो. आपल्या भोवती जातिव्यवस्थेने, समाजव्यवस्थेने घालून दिलेले कुंपण/परीघ ओलांडून जाण्याविषयी लेखक आपल्याला सांगत आहेत. या शेवटच्या प्रसंगामध्ये कुंपण असलेल्या आपल्या शेतातील घरामध्ये सत्यभामा एकटीच आहे. मोहनदास स्वतः तिला भेटून सुरक्षित स्थळी निघून जाण्याचे सूचित करून निघून जातो. लिखाणाच्या कामात व्यस्त असलेल्या सत्यभामेला मोठ्या आवाजाने भान येते, गोंधळ व पाण्याच्या आवाजाने काहीतरी अघटित घडल्याचे तिला जाणवते. त्या कुंपण असलेल्या घरात थांबली असती तर ती देखील त्या जलप्रलयात अडकली असती. धीर धरून सत्या कुंपण ओलांडून उंच भूभागाकडे येते. कुंपण ओलांडताना तिची साडी त्या कुंपणात अडकते, सत्या एका हिसड्यासरशी साडी सोडवून पुढे निघून जाते. साडीचा तुकडा कुंपणावरच लटकून राहतो.

धरण फुटल्याने आलेला जलप्रलय हा समाजातील एका अन्यायग्रस्त संवर्गाच्या आक्रोशाचे रूप आहे. त्यांचा आक्रोश ऐकला गेला नाही, त्यांच्यावरील अन्यायाचे निराकरण केले नाही तर त्यांच्यामधील एखादी अविचारी कृती संपूर्ण समाजालाच प्रलयामध्ये ढकलून देईल असे भैरप्पांना सुचवायचे आहे का? प्रलय आला तर सर्वांचेच नुकसान होईल. दोन्ही समाजांना किंमत मोजावी लागेल.

"Come up further, everyone, come up further…!"*(558)* लोक ओरडत होते, सगळे वर या… या लहानशा वाक्यात भैरप्पांना सुचवायचे आहे, की या प्रलयाच्या काळात कोणी खाली-वर राहून चालणार नाही. जे खाली आहेत त्यांना वर घ्यायलाच हवे. सगळ्यांनी समपातळीवर यायला हवे हेच त्यांना सांगायचे असावे.

संपूर्ण गाव प्रलयाने वेढलेला असतो. लोक जीव वाचवून पळत असतात. सुरक्षित ठिकाणी पोहोचून सत्या पुराने वेढलेल्या गावाकडे पाहत असते. सत्याचे डोळे फेसाळणाऱ्या प्रवाहावर खिळलेले असतात. डोळ्यांना न दिसणारं काहीतरी बघण्यात ती मग्न असते. विचारपूर्वक ती जानव्याला हात घालते व एका हिसड्यासरशी जानवे तोडून ते फेसाळणाऱ्या पाण्यात भिरकावून देते. जानव्याच्या रूपात सत्यभामा जणूकाही वडिलांनी दिलेल्या प्रथा-परंपरा, जुन्या रूढी, वर्णवर्चस्ववाद इत्यादी गोष्टी जलप्रलयात भिरकावून देत आहे आणि रोरावणाऱ्या जलप्रवाहातून तिला आवाज येतो- धियो योनः प्रचोदयात्.

समारोप :

प्रतिभा, कथानिरूपणाचे कौशल्य, रसनिर्मिती यावर हुकमत असलेले भैरप्पा हे मुळात एक व्यासंगी तत्त्वचिंतक, इतिहासाचे साक्षेपी अभ्यासक व संशोधक आहेत. कादंबरी लेखन व संशोधन या परस्परविरोधी वाटणाऱ्या विषयांचा भैरप्पांएवढा लीलया व प्रभावी वापर क्वचितच दुसऱ्या कादंबरीकाराने केला असावा. 'आवरण', 'मंद्र', 'वंशवृक्ष', 'पर्व', 'तंतू', 'धर्मश्री' व 'Daatu/दाटू'पैकी कोणतेही पुस्तक वाचले तरी याची जाणीव वाचकाला नक्की होते. म्हणून कादंबरीविश्वातील 'संशोधक' म्हणूनही भैरप्पा वाचकांना भावतात. आपल्या सर्वच कादंबऱ्यांमधून गंभीर सामाजिक विषय हाताळणारे डॉ. भैरप्पा समाजशास्त्रज्ञाच्या वृत्तीने समाजामधील तीव्र अंत:संघर्षाचे साक्षेपी विश्लेषण करतात. दाटू कादंबरी कथा म्हणून पूर्ण होते, परंतु वाचकांच्या मनात अनंत प्रश्नांचे मोहोळ उठवून... सामाजिक संघर्षाची झळ आपल्यापैकी कोणाला थेटपणे जाणवली नसेल तरी आपण स्वत:ला विद्वेषाच्या आगीपासून फार काळ विलग ठेवू शकणार नाही. म्हणून वाचक, नागरिक व जबाबदार सामाजिक घटक म्हणून आपल्याला देखील सारासार विचार करून या अंत:संघर्षाकडे पाहावे लागेल. त्यासाठी लागणारी व्यापक दृष्टी ही कादंबरी आपल्याला नक्की देते.

हिंदू धर्मामधील सर्वांत पवित्र मंत्र असलेल्या गायत्री मंत्राची ही ओळ सूचित करण्यामागे भैरप्पांची खूप मोठी व खोल विचारप्रक्रिया आहे. ५५८ व्या पानावर आलेल्या या एका ओळीला ५५७ पानांची अनुभवाधिष्ठित कथा, चिंतनात्मक विवेचन, भविष्यातील परिणामांचा वेध घेण्याची दृष्टी या सगळ्यांची पार्श्वभूमी आहे. कादंबरीच्या ५५७ पानांमध्ये मांडलेल्या प्रश्नांचे, संघर्षाचे उत्तर शेवटच्या पानावरील या श्लोकामध्ये आहे. गायत्री मंत्राचा अर्थ समजून घेतला तर भैरप्पांनी उपस्थित केलेल्या प्रत्येक प्रश्नाचे उत्तर मिळते.

"देवाचे आपल्या हृदयामध्ये अधिष्ठान असावे. त्याचे अस्तित्व मान्य करावे. त्याचा आपल्या मन व बुद्धीवरील प्रभाव अधोरेखित करावा. केवळ देवालाच आपल्या श्रद्धा व भक्ती अर्पण कराव्यात. केवळ तोच संपूर्ण आहे, त्याने त्याचा आशीर्वाद आपणास प्रदान करावा. आपल्या बुद्धीवरचे मायेचे आवरण त्याने दूर करावे. मायेच्या मार्गावर त्याने मानवाला मार्गदर्शन करावे. आमच्या प्रेरणा योग्य दिशेला वळवाव्यात.''

■

हारुकी मुराकामी यांची
Kafka on the Shore :
अर्थहीन जगण्याची अंतहीन कथा

||||||||||||||||||||||||||||||||||||||||||||||||||||||||||||||||||||||||||||||||||||||||||||||||||||||||||

विधिलिखिते ही एखाद्या वादळासारखी असतात...टाळता न येणारी, तुम्हाला समूळ संपविणारी किंवा त्याच्या आक्रमणात टिकलात तर तुम्हाला नवी झळाळी देणारी. आपणांपैकी प्रत्येकाचा प्रवास अशाच अज्ञात विधिलिखिताच्या दिशेने सुरू असतो. सुखान्तिका किंवा दुःखांतिका हेच विधिलिखिताचे दोन शेवट असू शकतात. माणसाच्या संपूर्ण जीवनाचे सार अथवा यथार्थता ही जीवनाचा शेवट कसा होतो यावर अवलंबून असते. अटळ विधिलिखितांकडे वाटचाल करताना आपल्यापैकी प्रत्येकाची जी ओढाताण होते, त्या वाटचालीतच जीवनाचा सर्वोच्च आनंद घेता येतो (अर्थात आपण ते मानले तरच). मुळात प्रत्येकाचे जीवन संकटांनी भरलेले असताना आपण 'संकटामधल्या जीवना'कडे पाहण्याऐवजी 'जीवनातल्या संकटा'कडेच पाहत राहतो. संकटे ही असणारच, त्यात जीवन व आनंद शोधणे हेच आपले उद्दिष्ट असायला हवे. तुमची इच्छा असो वा नसो, विधिलिखितापर्यंतचा प्रवास प्रत्येकाला करावाच लागतो. तुम्ही तो प्रवास कसा पार पाडता व त्यातून काय जीवनसंचित शोधता, हे अधिक महत्त्वाचे आहे.

हारुकी मुराकामी हे अशाच प्रकारची एक कथा Kafka on the Shore / 'काफ्का ऑन दि शोअर'द्वारे आपणासमोर मांडतात. उत्तर-आधुनिक (Postmodern) काळातील माणसाचे एकाकीपण, समाजामधील तुटलेपण... एकूणच मानवी जीवनातील शून्यता हा मुराकामींच्या लेखनाचा प्रमुख विषय आहे. त्यात आणखी एक विशेष गोष्ट म्हणजे मुराकामींची साधारणतः सगळी पात्रं ही समाजाच्या मुख्य प्रवाहापासून तुटलेली असतात. जगात सर्वत्रच अशा प्रकारचे मुख्य जगापासून वेगळे, उपेक्षित असेलेले एक जग असते. त्या उपेक्षितांचे दुःख, त्यांचे जीवन जगासमोर मांडण्याचे काम हारुकी मुराकामींसारखे प्रतिभावान लेखक करत असतात. तुम्ही-आम्ही न अनुभवू शकलेले, आपल्या कल्पनाविश्वाच्या पलीकडे असलेल्या वेदना व दुःख मुराकामींसारखे लेखक आपल्यापर्यंत आणतात, म्हणून ते वैश्विक वेदनेचे वाहक असतात.

लेखक परिचय :

हारुकी मुराकामी यांचा जन्म १९४९ मध्ये टोकीयो, जपान येथे झाला. Here the Wind Sing, Pinball, A Wild Sheep Chase, Norvegian Woods, After Dark, Dance Dance Dance, South of the Border, 1Q84 यांसह अनेक पुस्तकांचे लेखक असलेले मुराकामी साहित्यक्षेत्रातील अनेक पुरस्कारांनी सन्मानित झालेले आहेत. त्यांचे जपानी भाषेमध्ये प्रकाशित झालेले पुस्तक तातडीने इंग्रजीमध्ये भाषांतरित होते, कारण जगभरातील वाचक त्यांच्या नव्या पुस्तकाची वाट पाहत असतात.

इंग्रजीव्यतिरिक्त ५० हून अधिक भाषांमध्ये मुराकामी यांची पुस्तके भाषांतरित झालेली आहेत. त्यांच्या लेखनावर बिटल्स्चे संगीत व सुप्रसिद्ध लेखक फ्रान्झ काफ्का यांचा लक्षणीय प्रभाव जाणवतो. त्यांच्या कादंबऱ्यांची शीर्षके व अनेक संदर्भ हे काव्य आणि संगीत यांच्याशी निगडित आहेत. हारुकी मुराकामी यांच्या लेखनाची वैशिष्ट्ये म्हणजे त्यातील सामाजिक वास्तविकता, प्रस्थापित धर्मसंकल्पनांना असहमती, सोपी भाषाशैली, बंडखोर विचारसरणी आणि कल्पना व वास्तव यांचे मती गुंग करणारे मिश्रण ही आहेत. अवास्तविकता, आकर्षक कथासूत्र, जादूई वास्तविकता, कथा सांगण्याचे कौशल्य आणि वाचकाला आश्चर्यमिश्रित आनंद देण्याची हातोटी ही मुराकामी त्यांची लेखक म्हणून शक्तिस्थळे आहेत.

कादंबरीबद्दल :

हारुकी मुराकामी यांची Kafka on the Shore ही कादंबरी व्हिंटेज प्रकाशन कंपनीने २००५ साली प्रकाशित केली. फिलिप गॅब्रियल यांनी ती इंग्रजीमध्ये भाषांतरित केली. मुराकामी यांची ही दहावी कादंबरी काफ्का तामुरा, साटुरू नटाका, क्रो, होशिनो, कर्नल सँडर्स, कोईची तामुरा, जॉनी वॉकर, मिस सेकी व साकुरा या लौकिकदृष्ट्या अर्थहीन पात्रांची कथा आपल्या समोर मांडते. त्यांच्या पूर्वीच्या लेखनशैलीला काहीसा फाटा देऊन नवा प्रयोग करणारी कादंबरी म्हणून वाचकांनी 'काफ्का ऑन दि शोअर' उचलून धरली. जादूई वास्तविकता, स्वप्नातील जगांच्या सफरी, अलौकिक भासणारे परंतु अतिशय असुरक्षित सामान्य मानवी जीवन, पाश्चात्त्य संगीत व संस्कृती यांचे विविधांगी संदर्भ आणि वाचकांच्या जीवन समजून घेण्याच्या क्षमतेला शब्दशः आव्हान देणारी कथा ही या कादंबरीचे वैशिष्ट्ये म्हणता येतील.

ही कादंबरी अनेक प्रश्न आपल्यासमोर मांडून वाचकाला प्रश्नार्थक करते. काफ्काची कथा काहीशी किचकट व गोंधळात टाकणारी आहे. लेखकाने वापरलेली रूपके, उपकथा प्रश्नांमध्ये भर घालतात. स्वतः मुराकामींच्या मते हे पुस्तक एकदा वाचून कळेलच असे अजिबात नाही. काही भाग पुन्हा पुन्हा वाचून समजून घ्यावा

लागेल, तशी गुंतागुंत लेखकाने निर्माण करून ठेवलेली आहे.

कथासारांश :

वडिलांच्या भविष्यवाणीच्या भीतीने घरातून पळून गेलेला १५ वर्षीय काफ्का तामुरा या मुलाची मुख्य कथा, वयोवृद्ध साटुरू नाटकाची उपकथा आणि कथेच्या प्रवासात पुढे भेटणाऱ्या पात्रांसह; उदाहरणार्थ समलिंगी जीवन जगणारा ओशिमा, नटाकाचा सहप्रवासी होशिनो, ग्रंथपाल मिस सेकी, काफ्काची सहप्रवासी साकुरा व इतर अनेक प्रसंगांसह पुढे जाते. एकटेपणा, कल्पना विरुद्ध वास्तव आणि भूतकाळ व भविष्यकाळ यांच्यातील अपरिहार्य संबंध अशा कथासूत्रांच्या माध्यमातून ही काल्पनिक गोष्ट काफ्का व नटाका यांच्या एकाआड एक लिहिलेल्या गोष्टींमधून कादंबरीकार वाचकांसमोर उलगडतात. काफ्का व नटाका या दोन मध्यवर्ती पात्रांच्या दोन स्वतंत्र कथा एकमेकांत गुंफत हारुकी मुराकामी त्यांच्या कथानिरूपणाच्या अद्‌भुत हातोटीने वाचकालाच त्या कथेमधील एक पात्र बनवून टाकतात. आपण नकळतपणे मुराकामीच्या कथाविश्वाचा एक भाग होऊन जातो. गोष्ट जसजशी पुढे सरकते, तसतसा त्यांचा एकमेकांशी असलेला संबंध दृढ होत जातो. दोन स्वतंत्र कथा शेवटी एकत्र येऊन मिळणार असल्याची खात्री मुराकामींच्या वाचकांना असतेच.

पुस्तकाच्या सुरुवातीला अनेक संदर्भ नसलेले प्रसंग वाचकांसमोर येतात. परंतु जसजशी कथा पुढे सरकते, तसतसे सर्व संदर्भ कोडे सोडवल्याप्रमाणे मुराकामी सोडवत जातात. कथेमध्ये रहस्य, गूढता व धक्कातंत्र या हुकमी गोष्टींचा ते लीलया वापर करतात. वाचकाला कथेमध्ये बांधून ठेवण्याचे व त्याचा कथेमधील रस उत्तरोत्तर वाढवण्याचे हे कौशल्यच मुराकामी यांना जगातील अव्वल लेखकांच्या श्रेणीत बसवते. 'काफ्का ऑन दि शोअर'चे कथानक उत्तमच आहे, परंतु पात्र व कथेच्या माध्यमातून जेव्हा मुराकामी जीवनाचे अनुत्तरित प्रश्न, तत्त्वज्ञान मांडतात तेच वाचक आणि समीक्षकांना अधिक प्रभावित करतात.

ही कादंबरी एकूण ४९ प्रकरणांमध्ये विभागली आहे. दोन्ही कथा वेगवेगळ्या स्थळ-काळामध्ये सुरू होतात व कादंबरीच्या शेवटी एकत्र येऊन मिळतात. प्रथम पुरुषी निवेदनामध्ये असलेली विषम क्रमांकाची प्रकरणे काफ्का तामुरा या पंधरा वर्षीय मुलाची गोष्ट सांगतात. काफ्का तामुरा हे कथेमधील दोनपैकी पहिले मध्यवर्ती पात्र आहे. काफ्काच्या घरातून पळून जाण्याच्या प्रसंगाने कादंबरीची सुरुवात होते. सुप्रसिद्ध शिल्पकार असलेल्या परंतु अतिशय विक्षिप्त स्वभावाच्या वडिलांच्या भविष्यवाणीला घाबरून काफ्काने घरातून पळून जाण्याचा निर्णय घेतलेला असतो. तो ४ वर्षांचा असतानाच त्याची आई आपल्या लहान मुलीला सोबत घेऊन घर सोडून गेलेली असते. काफ्काला आई व बहिणीचा चेहराही आठवत नसतो. वडील कोईची तामुरा यांच्या त्या भविष्यवाणीने, की एके दिवशी काफ्का आपल्या वडिलांना ठार

मारून आपल्या आई व बहिणीसोबत 'इडिपस रेक्स' या ग्रीक कथेप्रमाणे अनैतिक संबंध ठेवेल; विचलित झालेला काफ्का आई व बहिणीच्या शोधासाठी घरातून निघून जातो. त्याचे निघून जाणे हा स्वयंशोधाचा व जगाचा अनुभव घेण्याचा मोठा प्रवास आहे. काफ्का या प्रवासात आपल्या जीवनातील अनेक प्रश्नांचा शोध घेण्याचा प्रयत्न करतो. काहींची उत्तरे त्याला सापडतात. पण बरेचसे प्रश्न तुमच्या-माझ्यासारखे अनुत्तरितच राहतात.

The Boy Named Crow हे क्रमांक नसलेले सुरुवातीचे प्रकरण काफ्काचे घरातून पळून जाणे व त्याच्या मन:स्थितीचे वर्णन करते. क्रो असे नाव असलेला हा मुलगा त्याचा जिवलग मित्र असल्याचे सुरुवातीला जाणवते. कारण क्रो हे पात्र काफ्काला सतत चांगला सल्ला देत असते. निराशेमध्ये आशावाद निर्माण करते आणि काफ्काला या जगातील सर्वांत सक्षम व्यक्ती म्हणून तयार होण्यासाठी सांगत असते. संपूर्ण कादंबरीमध्ये क्रो हे पात्र काफ्कासोबत असते. साधारण मध्यानंतर आणि विशेषत: कादंबरीच्या शेवटी हे स्पष्टपणे जाणवते की, क्रो हे पात्र नसून काफ्काच्या अंतरात्म्याचा आवाज (आतला आवाज) आहे. मुळात कथेच्या १५ वर्षीय नायकाने धारण केलेले काफ्का हे त्याचे खरे नाव नाही. घरातून पळून गेल्यावर ओळख लपविण्यासाठी सांगितलेले हे काल्पनिक नाव आहे. कादंबरीकार मुराकामी यांच्यावर फ्रान्झ काफ्का या ज्यू कादंबरीकार व कथाकाराचा मोठा प्रभाव आहे, ते चेक रिपब्लिकचे नागरिक होते. चेक भाषेमध्ये काफ्काचा अर्थ कावळा असा होतो. काफ्का व क्रो यांच्यातील संवादामुळे असे भासते की, ही दोन वेगळी पात्रे आहेत. परंतु काफ्का व क्रो हे एकच आहेत असे लक्षात आल्यावर या दोन पात्रांमधील संबंध वाचकांना स्पष्ट होतो. क्रो त्याला संपूर्ण प्रवासात सतत जागृत ठेवत असतो. "From now on - no matter what you've got to be world's toughest 15 years old... as if he were carving the worlds in a deep blue tatoo on my heart." *(4)* स्त्री-सहवासाची इच्छा निर्माण झाल्यावर कथेमधील क्रो नावाचा मुलगा काफ्काचा विवेक जागा करतो. वडिलांना ठार मारण्याचा विचार काफ्काच्या मनात आल्यावरदेखील क्रो त्याला जबाबदारीची जाणीव करून देतो. "May be I went through some special dreame circuit or something and killed him." *(219)* क्रो म्हणजे काफ्का स्वत:च आहे.

स्वयंशोधाच्या त्याच्या या प्रवासात अंतरात्म्याचा आवाज ऐकत आणि त्याप्रमाणे वागत काफ्का तामुरा कादंबरीच्या सुरुवातीपासून ते शेवटापर्यंत वावरतो. क्रो हा काफ्काला त्याच्या विधिलिखिताबाबत सांगतो की, "Sometimes fate is like a small sandstorm that keeps changing direction... You change direction but the sandstorm chases you... This storm is you, some thing inside you." *(3)* प्रत्येकाचा प्रवास हा त्याच्या विधिलिखिताच्या दिशेने होत असतो पण अंतरात्म्याचा आवाज ऐकत त्या दिशेने मार्गक्रमण केल्यास तो सुखकर होण्यास मदत होते. विधिलिखित हे एखाद्या वादळासारखे असते. तुम्ही त्यापासून दूर पळण्याचा कितीही प्रयत्न केला तरी ते तुम्हाला गाठतेच. कारण हे वादळ बाहेरचे नसते, तर तुमचे विधिलिखित ठरवणारी वादळे तुमच्या 'आत'च असतात. या वादळांवर तुम्हाला मात करता येते. अविचल मन:शक्ती आणि अंतरात्म्याचा आवाज ऐकून या वादळांमधून तुम्ही सुखरूप बाहेर पडू शकता. "And once the strom is over you won't remember how you made it through... but one thing is certain. When you come out of the strom you won't be the same person who walked in. That's what this strom's all about." *(4)* आणि जेव्हा हे वादळ शमते, तेव्हा वादळातून सुखरूप बाहेर पडलेले तुम्ही वादळापूर्वीचे नसता... तुम्ही आता पूर्णत: नवे, अधिक सक्षम व्यक्ती असता. वादळांची हीच मजा असते. क्रो आणि काफ्का यांच्या संभाषणामधील हे संवाद कादंबरीमध्ये पुढे घडणाऱ्या घटनांची पूर्वकल्पना देतात.

विषम अंकी प्रकरणे कादंबरीच्या दुसऱ्या कथासूत्राची मांडणी करतात. ही साटुरू नटाका या साठ वर्षीय वृद्धाची गोष्ट आहे. हे कथेमधील दुसरे मध्यवर्ती पात्र आहे. वयोवृद्ध नटाकाची स्मृती बालपणीच्या एका अपघातात नष्ट झालेली असते. कादंबरीमधील संदर्भाप्रमाणे १९४४ साली जपान येथे घडलेल्या राईस बॉल हील ॲक्सिडेंटमध्ये नटाकाला गंभीर शारीरिक व मानसिक इजा होऊन त्याचा स्मृतिनाश झालेला असतो, तसेच त्याची लिहिण्या-वाचण्याची क्षमतादेखील नष्ट झालेली असते. परंतु याच अपघातामुळे त्याच्या काही अमानवीय प्रकारच्या शक्तीदेखील जागृत झालेल्या असतात. तो मांजरांशी संवाद साधू शकत असे. त्यांच्या भावना-भाषा त्याला कळत असत. माणसांपेक्षा मांजरेच त्याचे सगे-सोयरे होते. जीवनाचा अधिकांश वेळ सुतारकाम केल्यानंतर नटाका आता सरकारी मानधनाच्या मदतीने जीवन व्यतीत करीत असतो. लोकांच्या हरवलेल्या मांजरी शोधून देण्याच्या कामामधूनदेखील त्याला काही अर्थार्जन होत असे.

नटाका व काफ्का यांच्या या कल्पनारम्य कथेमध्ये नटाका रहस्यमयरीत्या काफ्काच्या स्वप्नांद्वारे त्याच्याशी संवाद साधत असे आणि काफ्काचे विचार सत्यात उतरवत असे. काफ्का आणि नटाका यांच्यामध्ये इंद्रियांच्या साहाय्यावाचून संवाद होत असल्याचे दिसते. (इंग्रजीमध्ये त्याला टेलिपथी असा शब्दप्रयोग आहे) पण मुख्य दुविधा ही आहे की, त्या दोघांची प्रश्नाचे आकलन करण्याची व निर्णय घेण्याची क्षमता जवळ-जवळ नाहीशी झाली असल्याचे जाणवते. दुसऱ्या शब्दात सांगायचे झाले तर निर्णयाचे वा निवडीचे स्वातंत्र्य गमावलेला मनुष्य आपले अस्तित्व गमावून

बसतो अशीच काहीशी या दोघांची अवस्था असते. वडील कोईची तामुरा यांच्या भविष्यवाणीचा राग काफ्काच्या मनात असतोच. काफ्काबद्दल इडिपस भविष्यवाणी ही कोणा दैवी संकेत सांगणाऱ्या धर्मगुरूने केलेली नाही. तर ती वर्तवणारे त्याचे वडील कोईची तामुरा स्वतःच आहेत. कोईची तामुरा यांचे पात्र प्रजननाची व मेंढपाळांची ग्रीक देवता, पॅन, याच्याशी साधर्म्य दाखविणारे आहे. "My name is Johnnie Walker. Most everyone known who I am. Not to boast, but I am famous all over the world. An iconic figure." *(135)* विशेषतः बासरी व इतरांचे जीवन-मरण आपल्या हातामध्ये ठेवणाऱ्या पॅन या ग्रीक देवतेचा आणि शिल्पकार कोईची तामुरा यांचा संबंध पुरेसा सुस्पष्ट आहे. वडिलांचे आईसोबतचे वागणे व तिचे घर सोडून गेल्यानंतरचे एकाकीपण यामुळे काफ्का आपल्या वडिलांचा तिरस्कार करीत असतो. त्याच्या विचार व स्वप्नांमध्ये वडिलांबद्दलचा द्वेष व सुडाची भावना सतत व्यक्त होत असते. स्वप्नांद्वारे काफ्काशी संवाद साधणारा नटाका याच कारणाने कोईची तामुरा यांचा खून करतो. या खुनाला आणखी एक कारण असते ते म्हणजे, कोईची तामुरा हा मांजरांना ठार मारून त्यांच्या आत्म्यापासून विशिष्ट बासरी बनवत असतो. मांजरांशी संवाद आणि मैत्र असणाऱ्या नटाकाला याविषयी आक्षेप असू शकतो. कोईची तामुराचा खून केल्यानंतर नटाका आपला मित्र होशिनोसोबत ताकामात्सुला रवाना होतो. 'एन्ट्रन्स स्टोन'चा शोध हा ताकामात्सुला जाण्याचा मुख्य उद्देश असतो.

या दरम्यान काफ्काची भेट ग्रंथपाल मिस सेकी व साकुरा या हेअरड्रेसरशी होते. मिस सेकी ही त्याला आपली आई व साकुरा बहीण असल्याचा भास होत असतो. खरे तर त्या दोघींचे काफ्कासोबत कोणतेही नाते नसते. किंबहुना तो या दोघींकडे आकर्षित झालेला असतो. परंतु वडिलांच्या इडिपस शापाच्या भीतीने त्याला भेटणाऱ्या प्रत्येक स्त्रीमध्ये तो स्वतःच्या आई व धाकट्या बहिणीला पाहत असतो. संपूर्ण कादंबरीमध्ये इडिपस शापाच्या भीतीने काफ्काचे जीवन व्यापले असल्याचे दाखविण्यात आले आहे.

ग्रीक पुराणकथांमधील इडिपस रेक्स ही वैश्विक मान्यता असलेली कथा आहे. इ.स. ४२९ मध्ये सोफोकल लिखित ही एक अजरामर शोकांतिका आहे. थिबीस्चा राजा लियस व राणी जोकास्ता यांचा मुलगा इडिपस याच्या जन्मावेळी ज्योतिषाने भविष्यवाणी केलेली असते की, हा मुलगा एके दिवशी आपल्या वडिलांना ठार मारेल व राणीसोबत विवाह करेल. भविष्यवाणीच्या भीतीने राजा लियस त्या नवजात बालकाला दुसऱ्या राज्यातील दूरवरच्या जंगलात सोडतो. तेथे त्या बालकाचा राजपुत्राप्रमाणे सांभाळ होतो. तारुण्यात पदार्पण केलेला इडिपस आपले भविष्य जाणण्याच्या उत्सुकतेपोटी ज्योतिषाला भेटला असता त्याला पुन्हा एकदा

हेच सांगितले जाते की, त्याच्या नशिबात स्वतःच्या वडिलांची हत्या व आईसोबत विवाह असा अनिष्ट प्रसंग लिहिला आहे. शापाच्या भीतीने इडिपस राज्य सोडून दूर जाण्यास निघतो, परंतु विधिलिखित आपला मार्ग बदलत नाही. इडिपसला वाटेत राजा लियस भेटतो. एकमेकांच्या सत्यापासून अनभिज्ञ असलेल्या त्या दोघांमध्ये युद्ध होते, ज्यामध्ये इडिपसच्या हातून राजा लियस मारला जातो. आपण थिबिसचे राजपुत्र व राजा लियसचे पुत्र आहोत, याविषयी इडिपसला काहीच कल्पना नसते. योगायोगाने तो थिबिसला पोहोचतो व स्फिंक्स दैत्याला ठार मारून थिबिसवासीयांना त्याच्या त्रासापासून मुक्त करतो. त्याचे शौर्य पाहून व कृतज्ञतेपोटी थिबिसवासी त्याला आपला राजा घोषित करतात व राणी जोकास्तासोबत त्याचा विवाह लावून देतात. पुढे त्यांना दोन मुले व दोन मुली होतात. अनेक वर्षांनंतर थिबिसमध्ये भीषण रोगराई पसरते. दरम्यान इडिपसला आपल्या जन्म, भविष्यवाणी व हातून नकळत घडलेल्या अघोरी पापाची माहिती होते. पश्चात्तापाने व दैवाच्या विचित्र खेळाने पराकोटीचा दुःखी झालेला इडिपस आपले डोळे फोडून घेतो व राज्यत्याग करतो. जोकास्ता फाशी घेऊन आत्महत्या करते.

विश्वात सर्वत्र मानवी स्वभाव हा एकसारखाच असतो, हे अधोरेखित करणारी इडिपसची कथा हा या कादंबरीचा केंद्रबिंदू आहे. त्यामुळेच 'काफ्का ऑन दि शोअर' या कादंबरीला वैश्विक परिमाण लाभते. वडिलांनी वर्तवलेली इडिपस शापवाणी खरी होत नसली तरी स्वप्न आणि वास्तव यांच्या अस्पष्ट रेषेवर लेखकाने 'ते' प्रसंग चित्रित केले आहेत. मिस सेकी व साकुरा या खरंच त्याच्या आई-बहिणी होत्या का? त्यांच्यासोबत वास्तविक जीवनात काफ्काकडून तसे काही घडते का? की काफ्का केवळ स्वप्नात त्यांच्यासोबत लैंगिक कृती करतो? असे प्रश्न लेखकाने अनुत्तरित ठेवले आहेत.

एन्ट्रन्स स्टोनच्या शोधात ताकामात्सुला आलेला नटाका स्वप्नामध्ये दिसणाऱ्या व समांतर जगाचे प्रवेशद्वार असलेल्या एन्ट्रन्स स्टोनविषयी होशिनोला सांगतो. एन्ट्रन्स स्टोन हे जपानी पुराणकथांमधील एक गमतीशीर रूपक आहे. हे दुःखद जग सोडून समांतर जगामध्ये अधिक चांगले जीवन शोधण्याच्या आशेपोटी ही कल्पना आली असावी. या व्यतिरिक्त हे रूपक वापरण्याचा दुसरा कोणताही उद्देश लेखकाकडून स्पष्ट होत नाही.

एन्ट्रन्स स्टोनची स्वप्ने पाहणारा, स्वप्नांमध्ये काफ्काशी संवाद साधून त्याचे विचार वास्तवात उतरवणारा नटाका प्रत्यक्षात काफ्काचे वडील कोईची तामुरा यांचा खून करतो. पोलीस काफ्का व नटाकाचा संबंध जोडून काफ्कानेच स्वतःच्या वडिलांचा खून केला असावा अशा कयासापर्यंत येतात. कोईची तामुराच्या मृत्यूमुळे एन्ट्रन्स स्टोनचे द्वार खुले होते व नटाकाच्या आत्म्याला स्वतःच्या शरीराचा त्याग

करून समांतर जगामध्ये प्रवेश करण्याचे वेध लागतात. नटाकाचा मृत्यू होतो व मृत्युसमयी त्याच्या जवळ असणाऱ्या होशिनोला नटाकाच्या काही शक्ती प्राप्त होतात. होशिनो समांतर जगाचे द्वार बंद करतो व काफ्का आपल्या पूर्वीच्या जीवनाकडे परत जायला निघतो.

काफ्काला शेवटपर्यंत आपल्या आई व बहिणीचा शोध लागत नाही. शापवाणीच्या रूपातला विधिलिखितापर्यंतचा त्याचा प्रवास त्याला अनेक नवे अनुभव देतो. तेच काफ्काच्या पुढील जीवनाचे भांडवल असते. इडिपस शापवाणी वास्तविक जीवनात खरी होत नाही, मात्र, स्वप्नांच्या जगात ती चुकत देखील नाही. 'विधिलिखिताच्या दिशेकडील अपरिहार्य प्रवास' असे देखील या कादंबरीचे वर्णन करता येईल. ओशिमा व काफ्का यांच्यामधील एका संभाषणादरम्यान ओशिमा म्हणतो, "... Man doesn't choose fate. Fate chooses man." *(214)* ओशिमाच्या एका संवादामधून मुराकामी त्यांची ही भूमिका स्पष्ट करतात. "... Oedipus is drawn into tragidy not because of laziness or stupidity, but because of his corrage and honesty. So, an inevitable irony results." *(214)* पुढे तो असेही म्हणतो की, "... but irony deepens the person ... everything in life is a metaphor. People doesn't normally kill their father and sleep with their mother, right? In other words, we accept irony through a device called metaphor." *(215)* मानवी जीवनातील विविध व्यंगात्मक प्रसंगांचे रूपकात्मकरीत्या आकलन केले तर आपण अधिक प्रगल्भ व व्यापक मनुष्य म्हणून विकसित होऊ शकतो, असे मत मुराकामी मांडतात. विधिलिखित कोणत्या रूपात पूर्णत्वाला जाईल याचा अंदाज न येण्याच्या मानवी मर्यादा या निमित्ताने अधोरेखित होतात असे वाटते.

कादंबरीच्या मर्यादा/टीका :

कादंबरीमध्ये वापरलेल्या गूढ कथांमागील उद्देश पुरेसा स्पष्ट होत नाही. अनेक ठिकाणी वापरलेली विविध रूपके उदा. जिवंत पात्रांचे भूत दिसणे, माशांचा व जळवांचा पाऊस, एन्ट्रन्स स्टोन, मांजरांच्या आत्म्यांची बासरी तसेच अनेक गूढ संदर्भ यांचे अर्थ स्पष्ट झाले असते तर वाचकांना ते अधिक रंजक व अर्थपूर्ण वाटले असते. कथा पूर्णपणे न समजल्याचा वाचकाला जो आभास होत राहतो तो यामुळेच. मुराकामींच्या भक्तांसाठी ते फारसे महत्त्वाचे नसेलही, प्रशंसकांसाठी मात्र हीच गोष्ट गोंधळात टाकणारी आहे. मॅट थ्रोन यांच्या मते, एकदा वाचून न कळणारे हे पुस्तक दुसऱ्या अथवा तिसऱ्या वाचनात पुरेसे समजते. त्याचबरोबर पाश्चिमात्य वाचकांना गोंधळात टाकणारी ही कादंबरी जपानी वाचकांना मात्र अधिक लवकर समजते व अधिक आनंद देते. याचे कारण म्हणजे कादंबरीमध्ये वापरलेले अनेक प्रसंग हे

जपानचा इतिहास, जपानी पौराणिक कथा तसेच राजकीय व सामाजिक संदर्भ हे बहुतांशी जपानशी संबंधित आहेत. 'न्यूयॉर्क टाइम्स'च्या लॉरा मिलर यांच्या मते, लेखक मुराकामी यांची अफाट कल्पनाशक्ती, कथा सांगण्याची अद्वितीय शैली यामुळे अनेक अस्पष्ट पौराणिक संदर्भ व रूपकांची गूढता वाचकांच्या नजरेआड होते.

समारोप :

काफ्का व नटाका यांचा कादंबरीमधील प्रवास हा उपहासात्मक स्वयंशोधाचे उदाहरण असल्याचे निरीक्षण अनेक समीक्षकांनी नोंदविलेले आहेत. दोघांचाही प्रवास कोणत्याच निर्णायक सुखांताकडे न पोहोचल्याने त्यांना काव्यगत न्याय प्राप्त होत नाही. एका षोडषवर्षीय मुलाची व दुसऱ्या वयोवृद्ध जीवनाची झालेली हेळसांड ही कोणत्याच निष्कर्षापर्यंत न पोहोचल्याने दोन भरकटलेल्या जीवनांची अर्थहीन कथा वाचकांच्या मनात अनेक प्रश्न निर्माण करून संपते. दोघा मध्यवर्ती पात्रांच्या संदर्भात मुराकामींनी मानवी जीवनातील शून्याकडे निर्देश केला आहे, रचनाबद्ध मानवी जीवन अथवा समाजातील रितेपणा हा कशा प्रकारे शून्यतेकडे झुकणारा आहे याची प्रचिती काफ्का व नटाका या पात्रांच्या माध्यमातून वाचकाला येते.

अनेक पौराणिक कथांचे संदर्भ देऊन समकालीन जीवनाला कल्पनारम्य कादंबरीच्या रूपात मांडणारी ही कथा आहे. सत् आणि असत्, कल्पना आणि वास्तव, वर्तमान आणि भूतकाळ यांचे आजच्या काळाला भेडसावणारे विषय घेऊन मुराकामी काही प्रश्नांची उत्तरे शोधण्याचा प्रयत्न या कादंबरीच्या माध्यमातून करतात.

Kafka on the Shore या कादंबरीमध्ये अनेक पात्रे प्रत्यक्ष शरीररूपातील व आत्म्याच्या रूपात वावरणारी आहेत. शरीर व आत्म्याचा हा जीवनप्रवास अंतहीन आहे. अनादी काळापासून तो सुरू आहे, कधी संपणार, ते कोणालाच ठाऊक नाही. कोईची तामुरा यांचा आत्मा जॉनी वॉकर नावाच्या पोकळ/आभासी शरीराच्या रूपात वावरत असतो. मिस सेकी ही देखील आत्म्याच्या रूपात वावरणारे लिविंग स्पिरिट आहे. काफ्का तामुराचा आत्मा नटाकाच्या शरीरामध्ये प्रवेश करतो व आपले वडील कोईची तामुराचा खून करतो. परंतु दृश्य रूपात हा खून नटाकाच्या शरीराने केलेला असतो. कोईची तामुराच्या खुनानंतर काफ्काचा आत्मा नटाकाचे शरीर सोडतो. त्यामुळे नटाकाचा मृत्यू होतो. शरीर त्यागलेला नटाकाचा आत्मा होशिनोच्या शरीरात प्रवेश करतो व एन्ट्रन्स स्टोन बंद करतो. लेखक हारुकी मुराकामी यांनी संपूर्ण कादंबरीमध्ये वापरलेली ही आत्मा व शरीरे आणि आत्म्यांचे शरीर प्रवेश ही एक प्रकारे जीवन-मृत्यूची निरंतर चालणारी शृंखला दर्शवणारी प्रतीकात्मक गोष्ट आहे. अमर्त्य आत्म्यांचा हा निरर्थक प्रवास संपून जीवनाच्या मूळ उद्दिष्टांपर्यंत आत्म्याचा प्रवास होऊन चिरंतन अशा चैतन्यतत्त्वामध्ये त्याचा विलय व्हावा, अन्यथा हे जीवन-मृत्यूचे चक्र अंतहीन आहे. कदाचित हेच कादंबरीचे सार असावे.

■

अमिताव घोष यांची

Sea of Poppies :

व्यक्ती, कुटुंब, समाज, देश व जगाचे
आकलन मांडणारी कादंबरी

विश्वाचा पसारा सामान्य माणसांच्या आकलनापलीकडचा असतो. अमर्याद व
अनाकलनीय या दोन विशेषणांमध्येच तो बांधता येईल. या विशाल विश्वाचा एक
सूक्ष्म घटक असलेल्या माणसांमध्येदेखील त्याचे स्वतःचे असे एक भाव-विश्व
दडलेले असते. विश्वाच्या पसाऱ्याशी त्याला थेटपणे देणे-घेणे असेलच असे नाही
मात्र त्याच्या स्वतःच्या भावविश्वातील आनंद, प्रेम, मैत्र, वेदना, काम, क्रोध, सगे-
सोयरे, जन्म-मरण अशा अनंत लहान-मोठ्या गोष्टींवर त्याच्या विश्वाचा डोलारा उभा
असतो. व्यक्तीच्या जीवनावर आजूबाजूच्या कौटुंबिक, सामाजिक, आर्थिक, राजकीय,
सांस्कृतिक बाबींचा लक्षणीय प्रभाव पडत असतो. किंबहुना या सगळ्यावरच त्याच्या
भाव-विश्वाचे संचालन अवलंबून असते. पिढ्यांमागून-पिढ्या जन्मल्या आणि वरील
सर्व घटकांच्या प्रभावाने जगल्या आणि संपल्या. आज आपणही अशाच एका पिढीचे
भाग आहोत. वरील सर्व नियम/प्रभाव आपणालाही लागू पडतात. काळ बदलला,
परिस्थितीमध्येही बराच बदल झाला, परंतु कित्येक कालखंड असेही होते जेव्हा
आजूबाजूची परिस्थिती एवढी जास्त भीषण होती की माणसांचे जीवन पराकोटीचे
वाईट होते. त्या काळाच्या कथा लिहून ठेवल्या गेल्याने आज आपण त्या वाचू
शकतो. अविश्वसनीय प्रकारच्या अनंत कथा आपल्या साहित्य व इतिहासाचा भाग
आहेत. अशाच एका कालखंडातील माणसांच्या जीवनयातनांची एक प्रातिनिधिक
कथा म्हणजे अमिताव घोष यांची Sea of Poppies ही कादंबरी होय.

लेखकाबद्दल :

भारतीय उपखंडातील उत्तर-आधुनिक काळातील कादंबरी लेखनामध्ये
कालानुरूप बदल करण्याचे श्रेय व्ही. एस. नायपॉल, सलमान रश्दी व अमिताव घोष
यांना बरोबरीने जाते. कादंबरीची सशक्त रचना व आशय अधिक प्रगल्भ झाल्याने

आज भारतीय साहित्य जागतिक पटलावर प्रस्थापित झाले आहे. त्यामुळे जागतिक वाचक व समीक्षक भारतीय लेखकांच्या कादंबऱ्यांची नोंद घेत आहेत.

इंग्रजी भाषेमध्ये लेखन करणारे अमिताव घोष हे जगभरातील वाचकांमध्ये कादंबरीकार व मानववंशशास्त्रज्ञ म्हणून सुप्रसिद्ध आहेत. त्यांचा जन्म १९५६ साली पश्चिम बंगाल येथे झाला. डून स्कूल, डेहराडून व सेंट स्टिफन्स कॉलेज, नवी दिल्ली येथे त्यांचे शिक्षण झाले. मानववंशशास्त्राच्या संशोधन अभ्यासासाठी ते पुढे ऑक्सफर्डला गेले. त्यांनी काही काळ 'इंडियन एक्सप्रेस' या वृत्तपत्रामध्येही काम केले होते. अमिताव घोष हे सध्या त्यांच्या लेखिका असलेल्या पत्नी डिबोरा बेकर यांच्यासमवेत न्यूयॉर्क येथे राहतात. अमेरिका व इंग्लंडमधील अनेक विद्यापीठांमध्ये ते साहित्य व मानववंशशास्त्राचे अभ्यागत प्राध्यापक म्हणून कार्यरत आहेत.

The Circle of Reason, Gun Island, Calcutta Chromosome, Countdown, The Glass Palace, The Hungry Tide यांसारख्या नऊ सुप्रसिद्ध कादंबऱ्या तसेच विपुल साहित्यिक व संशोधनात्मक लेखन हे त्यांच्या चतुरस्र साहित्यप्रतिभेचे द्योतक आहे. त्यांच्या The Shadow Lines या कादंबरीला 'साहित्य अकादमी पुरस्कारा'ने गौरविण्यात आले आहे. Sea of Poppies ही कादंबरी २००८ साली मॅन बुकर पारितोषिकासाठी नामांकित झालेली होती. याशिवाय अनेक जागतिक पुरस्कारांचे ते मानकरी आहेत. भारत सरकारने त्यांना २००७ साली साहित्यिक योगदानासाठी 'पद्मश्री' पुरस्काराने सन्मानित केले आहे. इंग्रजी साहित्यामधील भरीव योगदानासाठी २०१८ साली ५४ वा 'ज्ञानपीठ पुरस्कार' त्यांना प्रदान करण्यात आला आहे.

कादंबरीबद्दल :

'Sea of Poppies' ही भारतीय वंशाचे लेखक अमिताव घोष लिखित Ibis Trilogy (आयबिस ट्रायॉलॉजी) या ग्रंथ मालिकेतील पहिली कादंबरी आहे. २००८ साली ही कादंबरी पेंग्वीन बुक्स ने प्रकाशित केली. यानंतर २०११ साली 'River of Smoke' व २०१५ साली 'Flood of Fire' हे पुढील दोन भाग प्रकाशित झाले. या तीनही कादंबऱ्या केवळ काल्पनिक कथासूत्रांवर आधारित नाहीत, किंबहुना या ट्रायॉलॉजीला ऐतिहासिक पार्श्वभूमी लाभलेली आहे. ही ऐतिहासिक पार्श्वभूमी इंग्लंड, भारत, चीन या देशांमधील वसाहतवाद, व्यापार व युद्ध अशा प्रकारची आहे. वसाहतवाद व व्यापार यांनी जगाचा इतिहास बदलला आहे. माणसांचे भावविश्व आणि जगाचा इतिहास मांडणारी Trilogy ही लेखक अमिताव घोष यांची अद्वितीय कलाकृती आहे.

Ibis Trilogy (आयबिस ट्रायॉलॉजी) मधील पहिली कादंबरी Sea of Poppies ही विवाह, कुटुंब, जातिभेद, प्रेम, दारिद्र्य, भूक, अत्याचार अशा अनेक मानवी संवेदनांनी ओतप्रोत भरलेली आहे. जमीन, नदी व समुद्र या मुख्य शीर्षकाअंतर्गत एकूण २२ प्रकरणांमध्ये घडणारी ही कथा 'आयबिस' या जहाजावरील प्रवासाला केंद्रस्थानी ठेवून घडते. अरबी समुद्र ते मॉरिशस बेटांदरम्यानचा प्रवास हा कादंबरीचा परमोच्च बिंदू होय. १९३८ च्या कालखंडात या कादंबरीची कथा सुरू होते. अफूच्या व्यापारासाठी भारतामध्ये पाय रोवू लागलेल्या ईस्ट इंडिया कंपनीची भूमिका या निमित्ताने सुस्पष्ट होते. अफूची शेती, अफूच्या कारखान्यामधील कामगार जीवन, अफूचा भारतीय कृषिव्यवस्थेवर झालेला परिणाम, इंग्लंड आणि चीन या देशांमधील अफूचा व्यापार तसेच या व्यापारामुळे लढली गेलेली दोन युद्धे हे सारे या कथेमध्ये क्रमाक्रमाने येते. अशा भल्यामोठ्या गोष्टींमध्ये माणूस नावाचा अतिसूक्ष्म जीव कसा किड्यामुंगीसारखा भरडला जातो याचे करुण व भावस्पर्शी चित्रण या कादंबरीमध्ये केलेले आहे. अवास्तविक कादंबऱ्यांमध्ये कथाकार त्यांच्या प्रमुख पात्रांना अतिभव्य, शूर, अलौकिक स्वरूपामध्ये चित्रित करतात परंतु अमिताव घोष यांच्यासारख्या सत्यशोधक लेखकांच्या ऐतिहासिक घटनांच्या पार्श्वभूमीवर आधारित कथांमधील पात्रं ही अगतिक, दरिद्री, शक्तिहीन, अन्यायग्रस्त व पराकोटीच्या वेदनेने ओसंडून वाहणारी असतात. प्राप्त परिस्थितीला तोंड देताना त्यांचा संघर्ष दिसतो खरा, पण तो लढा कमी व नाइलाज अधिक अशा प्रकारचा असतो. हे कसब घोष यांच्यासारख्या अनेक शक्यतांचा व दिशांचा शोध घेऊन काळाच्या उदरामध्ये गाडल्या गेलेल्या मानवी इतिहासाचे संशोधन करून नव्याने कादंबरीच्या स्वरूपात पुढे आणणाऱ्या लेखकांचे महत्त्वाचे कार्य आहे.

दीती, हुकमसिंग, कलुवा, बेंजामिन बर्नहॅम, राजा नील रतन हाल्दार, ली लियोंग फाट् ऊर्फ आह-फत्, पॉलेट लॅम्बर्ट, बाबू नोब किसिन, झॅकरी रिड, सुभेदार भैरोसिंग इत्यादी प्रमुख पात्रांसह अनेक प्रासंगिक पात्रांच्या वेगवेगळ्या कथा अफू व 'आयबिस' जहाज यांच्याभोवती मोठ्या कौशल्याने विणल्या आहेत. दीतीचा पती हुकमसिंग हा गाझीपूर ओपियम (अफू) फॅक्टरीमध्ये कामगार आहे. चांभारवस्तीमधील काळाकभिन्न व धिप्पाड तरुण कलुवा हा त्याच्या बैलगाडीने रोज हुकमसिंगला कारखान्यामध्ये सोडत असल्यामुळे दीती, हुकमसिंग यांच्याशी त्याची तोंडओळख असते. हुकमसिंग अफूबाज असतो व या व्यसनामुळे त्याचा मृत्यू होतो.

बर्नहॅम ब्रदर्स ही एक शिपिंग कंपनी आहे तसेच या कंपनीचे ट्रेडिंग हाउस भारत व चीनमध्ये अफूच्या व्यापारामध्ये सामील आहे. बेंजामिन बर्नहॅम हा या कंपनीचा प्रमुख व आयबिस या जहाजाचा मालक आहे. 'आयबिस' हे करारबद्ध मजूर व कैदी

यांची वाहतूक करणारे एक व्यापारी जहाज आहे. भारत, चीन, मॉरिशससह इतर काही देशांमध्ये अफूचा व्यापार व मजुरांचा पुरवठा या गोष्टी बर्नहॅम ट्रेडिंग कंपनी ईस्ट इंडिया कंपनीच्या आशीर्वादाने करत असते.

कॅप्टन चिलिंगवर्थ, मि. क्राऊल व झॅकरी रिड हे आयबिसचे कप्तान आहेत. जहाजावर ७ वर्षाच्या काळ्या पाण्याच्या शिक्षेसाठी पाठविले जाणारे राजा नील रतन हाल्दार व आह्-फत् सारखे अनेक कैदीदेखील आहेत. या सर्वांना घेऊन आयबिस जहाज कलकत्ता बंदरावरून मॉरिशस बेटांकडे निघाले आहे. Land आणि River या पहिल्या व दुसऱ्या प्रमुख प्रकरणांमध्ये कथेचा मोठा भाग घडतो व Sea या शेवटच्या प्रकरणामध्ये कथेचा आयबिस जहाजावर घडणारा प्रमुख भाग लेखकाने मांडला आहे. सर्व प्रमुख व साहाय्यक पात्रांच्या कथा या निरनिराळ्या आहेत परंतु योगायोगाने म्हणा अथवा दुर्दैवाने, ते सर्वजण 'अफू' या एका गोष्टीमुळे गुलामगिरीचे दुःख व आयबिसच्या नरकयातनांमध्ये लोटले गेले आहेत.

संक्षिप्त कथासूत्र :

कादंबरीची सुरुवात दीती नामक राजपूत स्त्री व तिचा पती हुकमसिंग यांच्या मुख्य कथेने होते. दीती ही तत्कालीन स्त्री-जीवनाचे यथार्थ उदाहरण आहे. नशेखोरीमुळे नपुंसक झालेल्या पुरुषाशी विवाह तसेच त्याच्या कुटुंबाकडून दिली गेलेली घाणेरडी वागणूक यामुळे दीती व्यथित आहे. प्राप्त जीवनाला व नशिबाला दोष देत ती निमूटपणे आपले वैवाहिक जीवन जगत असते. याच दरम्यान अफूच्या अतिसेवनाने हुकमसिंगचा मृत्यू होतो व दीतीसमोर हुकमसिंगच्या भावाची रखेल म्हणून राहणे किंवा सती जाणे हे दोनच पर्याय उरतात. या निर्णायक प्रसंगाचे वर्णन करताना घोष लिहितात, "…. better by far to die a celebrated death than to depend on Chandan Singh… or to live out her days as a shameful burden on her brothers and her kin." *(158)* ती सती जाण्याचा पर्याय निवडते. दीतीच्या ध्यानीमनी नसताना अतिशय नाट्यपूर्णरीत्या गावातील चांभार वसाहतीमधील कलुवा नामक तरुण तिला सती जात असताना पळवून घेऊन जातो. सुरक्षितता, वैवाहिक जीवनातील असमाधान तथा विश्वासघात व जीवनाविषयीचा आशावाद या साऱ्यांपोटी दीती ही कलुवाशी आंतरजातीय विवाह करते. पळून जाणे व जातिबाह्य विवाह हा दीतीचा नाइलाज असतो. यामागे तिचा अविचार नक्कीच नाही हे जाणवते. कारण घोष लिहितात, "…. There was no destination or aim to their journey except to escape … it was as if she really had died and been delivered betimes in rebirth, to her next life…" *(178)*

तिचा आंतरजातीय विवाह व पळून जाण्याची कृती हे जातिव्यवस्था व कुटुंबव्यवस्थेविरुद्ध एक मोठे बंड आहे. जातिबांधवांच्या भीतीमुळे दोघेही बेंजामिन ट्रेडिंग कंपनीसोबत करारबद्ध होऊन मॉरिशस बेटावर मजूर म्हणून जाण्यास निघतात. त्यांचा हा प्रवास अनेक बऱ्या-वाईट अनुभवांनी भरलेला आहे. त्यांना नुकत्याच लाभलेल्या एकमेकांच्या प्रेमाव्यतिरिक्त जगण्यासाठी करावी लागणारी धडपड चुकणारी नव्हती. काम आणि अन्न या सहज प्राप्त होणाऱ्या गोष्टी नाहीत याचा त्यांना अनुभव आला. याचे वर्णन करताना घोष लिहितात, "... employment was hard to come by in Chhapra. The town was thronged with hundreds of another impoverished transients, many of whom were willing to sweat themselves half to death for a few handfuls of rice." *(202)* दीती व कलुवाचा जमीन, नदी व समुद्र या तीन मुख्य प्रकरणांमधील एकत्र प्रवास म्हणजे Sea of Poppies ची एक मुख्य कथा होय. दीती ही कादंबरीमधील एक महत्त्वाची व्यक्तिरेखा आहे. एका अत्यंत सामान्य स्त्रीचे कुटुंब, वैवाहिक जीवन, समाज व अफूचा जागतिक व्यापार अशा चारही प्रमुख व्यवस्थांद्वारे कशा प्रकारे शोषण होते, याचे हे एक प्रातिनिधिक उदाहरण आहे.

आपापल्या गावांमध्ये जातिव्यवस्था प्रकर्षाने पाळणारे/पाळावी लागणारे अनेक लोक कामाच्या व अन्नाच्या शोधार्थ एकत्र आल्यानंतर मात्र कसलीच जात-पात पाळत नाहीत. लेखक घोष अत्यंत मार्मिकपणे या मुद्द्यावर बोट ठेवतात, ते लिहितात, "....Cast doesn't matter, said the duffadar. All kinds of man are eager to sign up – Brahmins, Ahirs, Chamars, Telis. What matters is that they be young and able-bodies and willing to work." *(205)* भुकेला जात-पात नसते असेच लेखकाला सुचवायचे आहे.

राजा नील रतन हाल्दार व ली लियोंग फाट् यांचीदेखील एक प्रमुख कथा जमीन, नदी व समुद्र यांदरम्यान घडते व आयबिस ट्रायॉलॉजीच्या पुढील भागामध्ये त्यांच्या कथांचा स्वतंत्रपणे विस्तार होतो. नील हाल्दार व आह-फात् हे River of Smoke या दुसऱ्या भागाचे मध्यवर्ती पात्र आहेत. रास्खालीचा जमीनदार राजा नील रतन हाल्दार हा शृंगारामध्ये बुडालेला व व्यापाराचे विशेष ज्ञान नसलेला तरुण आहे. बेंजामिन बर्नहॅम ट्रेडिंग कंपनीमध्ये अधिकचा नफा मिळण्याच्या आशेपोटी तो आपली संपत्ती गुंतवतो. अफूच्या व्यापारामध्ये आंतरराष्ट्रीय बदल व निर्बंध आल्याने त्याचा विपरीत परिणाम भारतातील अफूच्या कारखानदारीवर होतो व बर्नहॅम कंपनी आर्थिक अनियमिततांचे कारण पुढे करत दिवाळखोर जमीनदाराविरुद्ध खटला दाखल करते. राजा नील रतन हाल्दारसाठी हा फार मोठा धक्का असतो. जहागीरदारीचे जीवन आता अपमानित झालेले असते. घोष लिहितात, "No sooner did he...stumbled and lowned his eyes … it was as if the uncovering of his face had stripped the veil from his own manhood; living him naked and exposed to the ghoating pity of the world.” *(173-174)* संपूर्ण जहागीर जप्त झालेला व प्रचंड कौटुंबिक/सामाजिक अप्रतिष्ठा झालेला राजा नील रतन हाल्दार आता आयबिसवर एक कैदी म्हणून प्रवास करत असतो. लि लियोंग फाट् ऊर्फ आह-फत् हा एक मिश्र चिनी-भारतीय वंशाचा व्यक्ती अफूची नशा करत असतो. अफूच्या अमलाखाली असताना चर्चमध्ये केलेल्या गैरवर्तनाची शिक्षा म्हणून त्याला तुरुंगवासाची शिक्षा झालेली असते. हादेखील आयबिसवरील एक कैदी आहे.

अतिविलासी व सन्मानाचे जीवन जगलेल्या राजा नील रतन याच्यासाठी काळ्या पाण्याची शिक्षा ही कल्पनातीत गोष्ट असते. तीन प्रमुख प्रकरणांमध्ये चित्रित केलेले त्याचे जीवन शृंगारिक व विलासी आणि त्यानंतर अपमान व अमानवीय शिक्षा यांनी भरलेले आहे. अलीपूरच्या तुरुंगवासातील सुरुवातीचे दिवस व त्यानंतर आयबिस जहाजावरील प्रवासादरम्यानचे त्याचे हाल भीषण व अंगावर काटा आणणारे आहेत परंतु या सर्व अनुभवातून राजा नील रतनमधील चांगुलपणा, दयाभाव, मैत्र व लढाऊ वृत्तीचे दर्शन अधिक प्रकर्षाने वाचकांसमोर येते. राजा नील रतनमध्ये होणाऱ्या सकारात्मक बदलांविषयी घोष लिहितात, “… It seemed miraculous than that his surroundings were unchanged, for within himself he could feel the intimatinos of an irreversible alteration.” *(323)* भोग-विलासामध्ये रमलेला जमीनदार ते अफूखोर मित्राची सर्व प्रकारची काळजी घेणारा सन्मित्र आणि दिवाळखोर/कर्जबाजारी कैदी ते आयबिसवरील सर्व प्रकारच्या वेदनांना धीराने तोंड देणारी व्यक्ती म्हणून त्याच्यामध्ये अंतर्बाह्य बदल होतात. अत्याचार व वेदनेच्या पार्श्वभूमीवर राजा नील रतन हाल्दार याचे पात्र हे धीरोदात्तपणा, चांगुलपणा व लढाऊ वृत्तीचे प्रतीक म्हणून वाचकांसमोर येते.

राजा नील रतन व बर्नहॅम ब्रदर्स ट्रेडिंग कंपनी यांच्यामधील व्यवसायाच्या अनुषंगाने अमिताव घोष यांनी अफूच्या जागतिक व्यापाराविषयी माहिती दिली आहे. त्या काळी चीनची विविध वस्तूंची जगभर मोठ्या प्रमाणावर निर्यात होत असे व त्याद्वारे चीन खूप जास्त प्रमाणात संपत्ती प्राप्त करत होता. ब्रिटन, इतर युरोपीय देश व अमेरिका यांच्याकडील संपत्तीचा ओघ चीनकडे चालला होता. यास प्रतिबंध करण्यासाठी युरोपियन देशांनी चीनमध्ये अफूचा व्यापार मोठ्या प्रमाणावर सुरू केला.

चिनी नागरिक अफूच्या आहारी गेल्यामुळे अफूची आयात उघड व चोरीच्या मार्गाने होऊ लागली. नशेचे प्रमाण एवढे जास्त होते की ७०% हून अधिक तरुण अफूचे सेवन करू लागले होते. चिनी तरुणांचे भविष्य व संपत्तीचा युरोप व अमेरिकेकडे

वाढलेला ओघ यामुळे चीनने अफूच्या आयातीवर व व्यापारावर कडक निर्बंध घातले. यातूनच पुढे १८३९ ते १८४२ आणि १८५६ ते १८५९ या दरम्यान चीन व युरोप-अमेरिका यांच्यामध्ये दोन युद्ध झाली, ही 'अफूचे युद्ध' म्हणून संबोधली जातात. याच 'अफूच्या युद्धां'मुळे चीनच्या व्यापारी, आर्थिक व सामाजिक जीवनावर दूरगामी परिणाम झाला. यातूनच चीनच्या इतिहासातील आधुनिक युगाचा प्रारंभ झाला.

अफूची शेती व अफूचा व्यापार यांमुळे व्यक्तीपासून ते राष्ट्रांपर्यंत अनेक विपरीत परिणाम घडत असल्याचे लेखक नमूद करतात. उदाहरणार्थ, नशेखोर लोकांमुळे त्यांचे स्वत:चे व त्यांच्या कुटुंबाचे खूप जास्त नुकसान होते, त्याचबरोबर अफूमुळे दोन देशांमध्ये युद्ध झाली व त्यात हजारो सैनिक मारले गेले. अफूच्या अशा विध्वंसक परिणामांविषयी दीतीच्या माध्यमातून घोष लिहितात, "As for Deeti, the more she ministered the drug, the more she came to respect its potency : how frail a creature was a human being to be tamed by such tiny doses of this substance... And surely this could not be the only such substance upon the earth." *(38)*. अफूच्या दाण्याकडे पाहून दीतीच्या मनात आलेला विचार वाचकांच्या मनातदेखील दु:खाची सल उत्पन्न करणारा आहे. घोष लिहितात, " ...she looked at the seed as it she had never seen one before and suddenly she knew that it was not the planet above that governed her life : it was this minuscule orb...distructive, sustaining and vengeful. This was her Shani, her Saturn." *(451-452)*.

जमीन आणि नदी या दोन प्रमुख प्रकरणांमध्ये पूर्वार्धाची कथा घडल्यानंतर कथेचा क्लायमॅक्स हा समुद्र या तिसऱ्या प्रकरणामध्ये घडतो. आयबिस हे कैदी व करारबद्ध मजूर (खरे तर गुलामच) यांची वाहतूक करणारे एक मोठे जहाज आहे. दीती, कलुवा, मुनिया, रत्ना, चंपा, दुखनी, हिरू इत्यादी सर्वजण मजूर म्हणून मरिच/मॉरिशस बेटांवर जात आहेत. प्रत्येकाची व्यथा वेगवेगळी तरीही अफू या विषयालाच जोडलेली आहे. घोष लिहितात, "As for stories, there was no end to them : two of the women, Ratna and Champa, were sisters,... whose lands were contracted to the opium factory...rather than starve,...whatever happened in the future, they would at least have the cousolation of shared fate." *(214)*. उपाशी मरण्यापेक्षा दोन वेळच्या अन्नासाठी गुलामाचे जीवन जगणारी ही सर्व पात्रे तत्कालीन सामाजिक, आर्थिक, व्यावसायिक व वैयक्तिक परिस्थितीचे बळी असल्याचे लेखक सांगतात. राजा नील रतन व आह-फाट् सारखे अनेक कैदी या जहाजावर मॉरिशस येथील तुरुंगात काळ्या पाण्याच्या शिक्षेसाठी पाठवले जात असतात. या सर्वांसोबत जहाजावरील अनेक कामगार व

काही नाविक दलातील अमेरिकन अधिकारी यांना घेऊन जाणारे आयबिस हे जहाज अमिताव घोष यांच्या कथेचेही वाहक आहे. संपूर्ण कादंबरीमध्ये आयबिस एखाद्या पात्राप्रमाणे उपस्थित आहे...कालपुरुषाप्रमाणे...त्याच्या नियोजित प्रवासाला निघालेले व इतरांना इच्छा असो वा नसो पण सोबत घेऊन जाणारे...

आयबिसवरील प्रवास हा वसाहतवाद्यांची व भांडवलदारांची अन्यायी वागणूक दर्शविणारा आहे. तसेच केवळ पर्याय नाही म्हणून गुलामगिरी पत्करणाऱ्या अनेकांच्या हालअपेष्टा दाखविणाऱ्या प्रवासाचेही वर्णन आहे.

प्रवासाला सुरुवात झाल्यानंतर काही दिवसांतच जहाजावरील कैदी व मजूर यांच्यावर वेगवेगळ्या प्रकारचे अत्याचार सुरू होतात. उदाहरणार्थ, राजा नील व आह-फाट् यांच्यामध्ये एकमेकांच्या अंगावर मूत्रविसर्जन करण्याचा खेळ, आझाद नस्कर ऊर्फ जोडूला झालेली अमानुष मारहाण, मुनिया व दीती यांच्यावरील अतिप्रसंगाचा प्रयत्न, कलुवाला सुभेदार भैरोसिंगने केलेली मारहाण. या सर्व घटना आयबिसवरील युरोपियन अधिकारी व कैद्यांना घेऊन जाणारे ब्रिटिशांचे भारतीय सैनिक यांच्याद्वारे केल्या जाणाऱ्या अन्यायाची कल्पना देतात.

आयबिसवरील काही अधिकारी व सुभेदार भैरोसिंगच्या छळाला कंटाळलेले मजूर शेवटी बंड करून उठतात. त्यांच्या बंडाला विजयाचे स्वरूप जरी प्राप्त होत नसले तरी लेखक अन्यायाविरुद्धचा आवाज उंच करण्यात यशस्वी ठरले आहेत. दीती या बंडाचे नेतृत्व करते व इतर सर्व कैदी व मजूर तिला पाठिंबा देतात. त्यातून फार काही निष्पन्न झाले नसले तरी राजा नील रतन हाल्दार, कलुवा, आह्-फाट्, सेरंग अली व जोडू ऊर्फ आझाद नस्कर हे कप्तान मि. क्राऊल व झॅकरी रिड यांना चकवा देवून आयबिस जहाजावरून पळून जाण्यात यशस्वी होतात. दीती, पॉलेट व बाबू नोब किसिन हे जहाजावरच थांबतात. याच प्रसंगावर Ibis Trilogy चा पहिला भाग असलेली Sea of Poppies ही स्वतंत्र कादंबरी संपते.

समारोप :

Sea of Poppies ची कथा या ठिकाणी संपत असली तरी कथेमधल्या माणसांच्या व्यथा पुढेही सुरूच राहतात. त्यांच्या व्यथांना पुढे नवे आयाम जोडले जातात व ही सर्व पात्रे त्यांच्या कथा 'River of Smoke', 'Flood of Fire' या कादंबऱ्यांमधून वाचकांसमोर मांडतात.

लेखक अमिताव घोष यांचा व्यासंग व सर्व बारीक-सारीक तपशिलांसह घटना मांडण्याची शैली लक्षणीय आहे. कादंबरीमधील अनेक प्रसंग वाचताना याची प्रचिती येत राहते. कादंबरीच्या शेवटी Acknowledgement मध्ये त्यांनी वापरलेल्या संदर्भ ग्रंथांची यादी तसेच अनेक ऐतिहासिक दस्तऐवजांचा नामोल्लेख

केलेला आहे. Sir George Grierzon यांचा Report on Colonical Emigration from Bengal Presidency (1883), J.W.S. MacArthur हे त्या काळी गाझीपूर ओपियम फॅक्टरीचे सुपरिटेंडेंट होते, त्यांचे Notes on an Opium Factory (1865) याचाही मोठा उपयोग झाला. Sir Henry Yule व A.C. Burnell यांचे Hobson-Jobson : A Glossary of Colloquial Anglo-Indian Words And Pharses, And of Kindred Terms, Etymological, Historical, Geographical and Discursine या सारख्या अनेक ग्रंथांची मदत झाल्याचे लेखक कृतज्ञतापूर्वक मान्य करतात. ही सर्व पुस्तके तत्कालीन लेखक, इंग्रज अधिकारी, प्रवासी, कर्मचारी यांनी लिहून-नोंदवून ठेवल्यामुळेच आज आपणाला त्या काळाविषयी बरीच अधिकृत माहिती मिळू शकते.

मानववंशशास्त्रज्ञ असलेल्या अमिताव घोष यांचा जागतिक व्यापार व वसाहतवाद यांचादेखील विशेष अभ्यास आहे. त्यांच्या एकूण अभ्यासाचे व आकलनाचे सार ते कादंबऱ्यांच्या माध्यमातून वाचकांसमोर मांडतात. त्यांच्या कादंबरीच्या कथा केवळ व्यक्ती अथवा समूहाची गोष्ट घेऊन आपल्यासमोर येत नाहीत तर अखिल मानवजातीवर व जगाच्या इतिहासावर प्रभाव टाकणाऱ्या वसाहतवाद, भांडवलशाही, गुलामगिरी, दारिद्र्य व भूक, व्यापार व शेती तसेच जागतिकीकरणाच्या प्रक्रियेमध्ये झालेले यांत्रिक आणि सामाजिक बदल अशा व्यापक परिक्षेत्राला आपल्या साहित्यकृतीच्या कवेत घेतात. अमिताव घोष यांच्या ओघवत्या कथाशैलीमुळे वाचकांना कथेचा विस्तार सहजरीत्या आत्मसात करता येतो. कथेमधील रस व उत्कंठा उत्तरोत्तर वाढत गेल्याने वाचक आपोआपच कादंबरीच्या पुढील भागाकडे आकर्षित होतो. ऐतिहासिक पार्श्वभूमीचा वापर करून त्यावर काल्पनिक कथेची केलेली मांडणी ही व्यक्ती, कुटुंब, समाज, देश व जग समजून घेण्यासाठी अत्यंत उपयुक्त आहे. यासाठी एकदा हा सागरी प्रवास वाचकांनीदेखील अनुभवायला हवा.

■

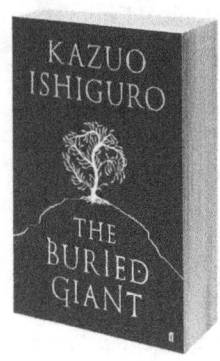

काझुओ इशिगुरो यांची
The Buried Giant :
अंतर्मनातील स्मृति-विस्मृतींच्या भावविश्वाशी संवाद

काझुओ इशिगुरो हे एक प्रयोगशील व भविष्यवेधी साहित्यिक आहेत. प्रत्येक कलाकृतीमध्ये अभिनव विषय हाताळून आपल्या कल्पनाविश्वाला कादंबरीच्या अनुबंधामध्ये गुंफण्याची/बांधण्याची हातोटी त्यांनी सिद्ध केली आहे. वाचक त्यांच्या येणाऱ्या पुस्तकाची आतुरतेने वाट पाहत असतात. The Buried Giant ही वाचकांच्या अपेक्षा पूर्ण करणारी व साहसकथेशी साधर्म्य असणारी कादंबरी आहे. परंतु केवळ साहसकथेपर्यंत मर्यादित न राहता पात्रांच्या आठवणींशी खेळत, त्यांच्या अंतर्मनातील भावविश्वाशी संवाद साधणारी ही कादंबरी विशेष उल्लेखनीय आहे. इतिहासात घडून गेलेल्या घटना उकरून काढून भूतकाळाला उगाळत/कवटाळून बसण्याची कृती अतिशय दुर्दैवी असते, अशा प्रकारचा संदेश ही काल्पनिक कादंबरी देते.

आठवणी/स्मृती-विस्मृतीचा खेळ हा काझुओ इशिगुरो यांचा आवडता विषय आहे. त्यांच्या अनेक कादंबऱ्यांमधून याचा प्रत्यय येतो. इशिगुरो सांगतात की, त्यांच्या कथा या कथानकातील पात्रांच्या भूतकाळात घडून गेलेल्या घटनांविषयी पश्चात्ताप करणे तसेच गतकाळाच्या आठवणींमध्ये रमून वर्तमानाशी त्यांचा संबंध जोडत राहण्याच्या सवयींविषयी आहेत. त्यांच्या अनेक कथानकांचे मध्यवर्ती पात्र हे विस्मरणाच्या अवस्थेमध्ये अथवा भूतकाळातील स्मृती व विस्मृतीच्या चक्रामध्ये अडकलेले आढळते.

नोबेल पारितोषिक विजेते इशिगुरो :

जगभरातील वाचक व समीक्षकांची प्रशंसा लाभलेले जपानी वंशाचे परंतु ब्रिटिश नागरिक असलेले काझुओ इशिगुरो हे आंतरराष्ट्रीय साहित्यविश्वातील एक नामांकित लेखक आहेत. २०१७ सालचे साहित्यिक योगदानासाठीचे नोबेल पारितोषिक विजेते

इशिगुरो, त्यांच्या अत्यंत भावोत्कट कादंबऱ्यांच्या माध्यमातून, आपण मानव म्हणून संपूर्ण जगाशी जोडलेलो असल्याच्या आपल्या आभासी संवेदनेमधील अथांग दरी वाचकांसमोर आणतात.

२०१५ साली प्रकाशित झालेली ही कादंबरी लिहिण्यासाठी इशिगुरो यांना १० वर्षांचा कालावधी लागला. शेल्टनहॅम पुस्तक सोहळ्यामध्ये बोलताना ते म्हणाले होते की, माझी पत्नी लॉरना मॅक्डॉल हिने या पुस्तकाचा मसुदा वाचल्यानंतर नापसंती व्यक्त केली व म्हणाली, 'हे पुस्तक तू पुढे घेऊन जाऊ शकत नाहीस, तुला यावर पुन्हा एकदा सुरुवातीपासून काम करावे लागेल.' पत्नीचे मत इशिगुरो यांच्यासाठी आश्चर्यकारक होते, कारण त्यांना स्वत:ला या पुस्तकाचा मसुदा चांगला झाल्याचे वाटत होते. २००९ साली या पुस्तकाचा विचार सोडून त्यांनी 'नॉक्टर्न' हा लघुकथासंग्रह लिहावयास घेतला. हा कथासंग्रह पूर्ण झाल्यावर त्यांनी या कादंबरीच्या पुनर्लेखनाला प्रारंभ केला व २०१५ साली 'द बरिड जायंट' या नावाने ही ऐतिहासिक कल्पनारम्य कादंबरी प्रकाशित झाली.

Aurthorian Chivalic Romance या १४व्या शतकातील J.R.R. Talkien यांच्या महाकाव्यावरून प्रेरणा घेऊन 'द बरिड जायंट' ही कादंबरी साकारली आहे. स्मरण आणि विस्मरणाच्या हिंदोळ्यावर झुलणाऱ्या दोन वेगळ्या समूहांच्या आठवणी, त्यांच्या भावना आणि विचार याविषयी इशिगुरो यांनी लिहावे असे वाटत होते.

Collective memory या विषयावर लिहायचे ठरल्यावर त्यांनी जाणीवपूर्वक कादंबरीचे कथानक सध्याच्या कालानुरूप लिहिण्याऐवजी ऐतिहासिक पार्श्वभूमीवर लिहिण्याचे निश्चित केले. त्यामुळे कथानकात असलेल्या वास्तविकतेचा/ सत्याचा संबंध सद्य:स्थितीशी जोडला जाण्याची व त्याचा शब्दश: अन्वयार्थ काढला जाण्याची शक्यता नाहीशी झाली. आर्थरियन महाकाव्यामधील सर गाविन यांच्यावरील कवितेने या कादंबरीच्या स्थाननिश्चितीविषयी काही विचार इशिगुरो यांना दिले. उदा. "This kind of barren, weired England, with no civilization could be quite interesting..." ब्रिटिश राज्यकर्त्यांच्या आधिपत्याखाली असलेल्या सॅक्सन्सचे हे वर्णन काल्पनिक कथेच्या स्थाननिश्चितीसाठी उपयुक्त ठरले व १४ व्या शतकातील ब्रिटन, तेव्हाची राजकीय व सामाजिक परिस्थिती याविषयी त्यांनी लिहिले की "to my delight... nobody know what the hell was going on. It's a blank period of British history."

कादंबरीचे संक्षिप्त कथासूत्र :

या कादंबरीसाठी काझुओ इशिगुरो यांनी Post-Aurturian कालखंड निवडला आहे. ब्रिटन्स आणि सॅक्सन्स हे दोन्ही समूह एकमेकांसोबत शांततेने व गुण्यागोविंदाने

नांदत असतात. या दोन्ही समूहांमध्ये एकमेकांप्रती आदर व मैत्रीचा भाव आहे. दैनंदिन जीवन ते विवाहसंबंध अशा साहचर्याच्या वातावरणातील दोन्ही समूह वरचेवर काही राक्षसी प्रवृत्तीच्या समूहांनी त्रस्त आहेत. ब्रिटन्स व सॅक्सन्स यांना सतत त्या राक्षसी लोकांच्या अत्याचारांना तोंड द्यावे लागत असे, पण ते नित्याचेच झाले होते. दैनंदिन जीवनातील लहान-सहाण समस्या सोडविणे, पुरेसे अन्न मिळाले व निवडक गरजा पूर्ण झाल्या की संतोष पावणारे हे समूह शांततामय जीवन जगत होते. पण वरवर दिसणारी ही शांतता खरी नव्हती, कोणाच्याही विचारात नसलेली, विस्मृतीच्या आड दडलेली ती एक क्षुब्ध/अस्वस्थ शांतता होती. जणूकाही एखाद्या मंत्राच्या अधीन असल्यासारखे दोन्ही समूह जगत होते.

ब्रिटन समूहामधील ॲक्सल व त्यांची पत्नी बियाट्रीस हे प्रौढ जोडपे इतरांप्रमाणे सर्वसामान्य जीवन जगत होते. सर्वांप्रमाणे त्यांनादेखील त्यांच्या भूतकाळाविषयी फार काही आठवत नव्हते, पण हा त्यांच्या वयाचा परिणाम नव्हता. ब्रिटन्स व सॅक्सन्स हे दोन्ही समूह स्मृतिनाशाने ग्रासले गेले होते. कसल्यातरी गूढ धुक्याने सगळे गावच विस्मृतीच्या काळ्या छायेमध्ये गेल्याचे त्यांना जाणवत होते.

ॲक्सल व बियाट्रीस, हे पती-पत्नी देखील स्मृतिनाशाने पीडित आहे. कोणत्यातरी बाह्यशक्तीने सगळ्या समूहावरच विस्मरणाची गूढ छाया पसरविल्याचे त्यांना जाणवत असते. विस्मृतीचे हे धुके नाहीसे झाले तर लोकांच्या स्मृती परत येऊन त्यांना वास्तवाचे भान होऊ शकते, असे त्यांना वाटत होते. ॲक्सल व बियाट्रीस यांच्या विस्मरणातून बाहेर येऊन सत्याचा शोध घेण्याचा विलक्षण प्रवास म्हणजे The Buried Giant 'द बरिड जायंट' होय. परंतु त्यांना जे गवसते, सापडते, ते अधिक वेदनादायी व दुःखद आहे, ही या कादंबरीमधील (येऊ घातलेली) शोकांतिका आहे.

कादंबरीच्या प्रारंभीच ॲक्सल व बियाट्रीस हे देखील इतरांप्रमाणे विस्मरणाच्या अधीन झाल्याचे त्यांच्या स्वतःच्या व वाचकांच्या लक्षात येते. मूलभूत जाणिवांव्यतिरिक्त सर्व जाणिवांना एक प्रकारची भूल चढलेली असते. आपल्याला एक मुलगा आहे व तो जवळच्या गावात राहत असल्याचे त्यांना वाटते आहे. परंतु त्यांना मुलाचा चेहरा आठवत नाही व त्याने घर का सोडले व तो काय करतो आहे, याविषयी त्यांना काहीच माहीत नाही. ॲक्सल व बियाट्रीस यांचे एकमेकांवर नितांत प्रेम आहे व त्यांना आपल्या मुलाला भेटायची उत्कट इच्छा आहे, एवढेच त्यांना जाणवत असते. याचदरम्यान गावातील दुष्ट लोकांच्या त्रासाने दुःखी होऊन आपल्या मुलाला भेटण्यासाठी ते प्रवासाला निघतात. आपला मुलगा आपले रक्षण करेल व वृद्धापकाळात आपला सांभाळ करेल म्हणून त्याला शोधण्यासाठी ते प्रयाण करतात.

त्यांच्या या प्रवासात ते क्विरिग ड्रॅगनला ठार मारण्याच्या कामगिरीमध्ये नकळतपणे सहभागी होतात. सॅक्सन लोकांच्या गावामध्ये त्यांना मास्टर विस्टन नावाचा तरुण सॅक्सन योद्धा भेटतो. याच मास्टर विस्टनने एडविन नावाच्या एका सॅक्सन तरुणाची राक्षसांच्या तावडीतून सुखरूप सुटका केली होती. सॅक्सन समूहाला विस्टनचा अभिमान होता. परंतु हा आनंद फार काळ टिकत नाही, कारण एडविनला ते निर्मम राक्षस पुन्हा एकदा झोडपतात. सॅक्सन लोकांची अशी अंधश्रद्धा होती की, राक्षसांनी जखमी केलेला माणूस हादेखील नंतर राक्षसच बनतो. या अंधश्रद्धेमुळे एडविनला गावापासून दूर घेऊन जाण्याची जबाबदारी मास्टर विस्टनवर येते. तरुण व निष्पाप एडविनला वाऱ्यावर सोडणे विस्टनला पटत नाही म्हणून तो ॲक्सल व बियाट्रीस यांना विनंती करतो की, त्यांनी एडविनला आपल्यासोबत घेऊन जावे. विस्टन त्यांना पुढील प्रवासामध्ये काही अंतर सोबत येण्याचा विचार बोलून दाखवतो व ते चौघे पुढच्या प्रवासासाठी निघतात. त्यांचा हा प्रवास एका नव्या शोधाची सुरुवात असते.

सॅक्सन योद्धा मास्टर विस्टन याचा प्रवास म्हणजे केवळ ॲक्सलची सोबत नसते तर सॅक्सन राजाने त्याला क्विरिग ड्रॅगनला ठार मारण्याच्या कामगिरीवर पाठविलेले असते. सॅक्सन समूहाच्या गावांमध्ये चर्चा सुरू झालेली असते की, ब्रिटन्सचा राजा लॉर्ड ब्रेनस याने सॅक्सन प्रांत जिंकून घेण्याचा दुष्ट विचार सुरू केला आहे. या युद्धामध्ये लॉर्ड ब्रेनस मठांमधील अनेक भिक्षू व त्याचा विश्वासू सरदार सर गाविन यांची मदत घेणार असल्याची माहिती विस्टनला मिळते. क्विरिग या महाभयंकर ड्रॅगनचा वापर सॅक्सन विरुद्धच्या युद्धामध्ये करण्याचा विचार असल्याची देखील चर्चा असते. क्विरिग ड्रॅगनमुळेच विस्मृतीचे धुके सर्वदूर पसरल्याचे मास्टर विस्टनच्या लक्षात येते. राजा लॉर्ड ब्रेनस याने क्विरिग ड्रॅगनच्या मदतीने सॅक्सन व ब्रिटन्स या दोघांनाही स्मृतिनाशाच्या पाशात अडकवून खोटी शांतता प्रस्थापित केली आहे, हा एकप्रकारे सॅक्सन्सवर अन्याय आहे. सॅक्सन्सचा प्रांत व त्यांचे स्वातंत्र्य त्यांना परत मिळालेच पाहिजे, अशी प्रतिज्ञा मास्टर विस्टन करतो.

मास्टर विस्टन याला क्विरिग ड्रॅगनला ठार मारण्याच्या कामामध्ये एडविन व ॲक्सल आणि बियाट्रीस या प्रौढ जोडप्याची मदत आवश्यक असते. एडविनमध्ये ड्रॅगनला शोधून काढण्याचे कसब असल्याचे विस्टनला वाटत असते, तर ॲक्सल व बियाट्रीस यांच्याशी भूतकाळात कोणतातरी ऋणानुबंध असल्याचे त्याला वाटत असते. ते दोघे ब्रिटन्स असले तरी ते सज्जन आहेत व ड्रॅगनच्या विनाशामध्ये त्यांची मदत होईल, अशी विस्टनला आशा वाटत असते.

राजा लॉर्ड ब्रेनस याचा पुतण्या सरदार सर गाविन याच्यावर गूढ विस्मृतीचा फारसा परिणाम झालेला नसतो. सर गाविन व मास्टर विस्टन यांना भूतकाळातील

अनेक गोष्टी आठवत असतात. स्मृती टिकविण्याच्या एका वरदानामुळे त्यांच्या आठवणी टिकून असतात. म्हणूनच ब्रिटन्सचा सरदार सर गाविन हा क्विरिग ड्रॅगनचे रक्षण करत असतो, तर सॅक्सन योद्धा विस्टन त्याला ठार मारण्याचे ठरवतो. एडविनच्या कौशल्यामुळे तो ड्रॅगनला शोधून काढतो व मास्टर विस्टन क्विरिग ड्रॅगन आणि सर गाविन यांना ठार मारतो.

ड्रॅगनला ठार मारल्यानंतर स्मृतिनाशाचे धुके नाहीसे व्हायला लागते. लोकांच्या स्मृती जागृत होतात आणि इतिहास व भूतकाळाचे त्यांना भान येते. ॲक्सलला देखील आठवते की, तो पूर्वीच्या काळी राजा ऑर्थर यांचा सैनिक होता. सॅक्सन्सचा झालेला संहार आठवल्याने ॲक्सल दुःखी होतो व राजा ऑर्थरला त्याबद्दल दोष देतो. विस्टनला देखील ॲक्सलच्या भूतकाळाविषयी माहिती होते, परंतु तो त्याचा द्वेष करत नाही कारण सगळेच ब्रिटन्स काही दुष्ट नव्हते. परंतु ब्रिटन्सने त्यांच्यावर केलेल्या अन्यायाच्या आठवणींनी तो अधिक क्रोधीत होतो. आपल्या मनातील सुडाची भावना तो एडविनच्या मनामध्ये पेरतो व ब्रिटन्सचा सूड घेण्यासाठी युद्धाचा विचार सुरू होतो.

जस-जसा वाचक ही कादंबरी वाचत पुढे जातो, तस-तशी नवनवी रहस्ये व उत्कंठा वाढविणारे प्रसंग वाचकाला खिळवून ठेवतात. या अर्थाने इशिगुरो यांनी कादंबरीमधील मार्मिकता व गूढता टिकवून ठेवली आहे. कादंबरीचा शेवट मात्र अस्वस्थ करणारा आहे, कारण साधारणतः साहसकथांच्या शेवटी राक्षसांचा/दैत्यांचा नाश केल्यावर शांतता प्रस्थापित होते व शेवट सुखान्तिका या स्वरूपातला होतो. परंतु या कादंबरीच्या शेवटी ड्रॅगनला ठार मारण्यात येते व ही नव्या युद्धाची चाहूल असते. एका युद्धाच्या अंताने दुसऱ्या एका युद्धाचा प्रारंभ...हा अस्वस्थ करणारा शेवट इशिगुरोंच्या मार्मिक व वास्तववादी भविष्यवेधाचे लक्षण आहे.

ब्रिटनच्या अंतरंगात दडलेल्या विस्मृती नष्ट होऊन स्मृतींचे पुनर्स्थापना झाल्याने त्यांच्या व्यक्तिगत जीवनातील गुपिते व वेदनादेखील उजेडात आल्याने, विस्मृतीचे जग बरे म्हणण्याची वेळ त्यांच्यावर येते. त्याचबरोबर स्मृतींच्या पुनर्स्थापनेमुळे ब्रिटन्स व सॅक्सन्स यांचा एकमेकांप्रतिचा द्वेष, सूड व नरसंहार या गोष्टी उजेडात येतात. आपल्यावर झालेल्या आक्रमण व अत्याचारांचा सूड घेतला पाहिजे ही जाणीव सॅक्सन्स समूहाला होणे व ब्रिटन्सवर सूड उगविण्यासाठी नवे युद्ध आरंभिण्याच्या विचारावर कादंबरी संपते.

समारोप :

एका युद्धाच्या शेवटाने नव्या युद्धाचा आरंभ व्हावा असा शेवट लेखक काझुओ इशिगुरो यांनी का केला असावा? त्यांना असे सूचित करायचे आहे का, की

विस्मृतीवर आधारित शांततेपेक्षा आठवणींवर आधारलेले युद्ध अधिक योग्य असते. क्विरिग ड्रॅगनच्या मदतीने ब्रिटन्सने संपूर्ण प्रांतावर विस्मृतीचे मळभ पसरविले व युद्ध टाळले. युद्ध टाळण्याचा त्यांचा हा विचार एका अर्थाने समर्थनीय वाटला तरी ही फसवी/खोटी शांतता देखील दुसऱ्याचे स्वातंत्र्य व आनंद हिरावून घेणारी असल्याने तिरस्करणीय आहे. म्हणूनच इशिगुरो सुचवतात की आपल्याला स्मृतियुक्त शांतता हवी आहे. कारण इतिहास विसरून, द्वेष बाजूला सारून अखिल मानवजातीच्या कल्याणासाठी परस्पर सामंजस्याने प्रस्थापित झालेली शांतता अधिक उपयुक्त आहे.

The Buried Giant कादंबरीच्या शीर्षकामधील गर्भित अर्थाचा उलगडा शेवटच्या प्रकरणात होतो. "The giant, once well buried, now stirs. When soon he rises, as surely he will, the friendly bonds between us will prove as knots young girls make with the stem of small flowers. Men will burn their neighbours' houses by night. Hang children from trees at down. The rivers will stink..., our armies will grow larger, swollen by angers and thirst for vengeance...You will flee or perish ..." *(324)* हा बरिड जायंट म्हणजे नक्की काय? तर हा काही पौराणिक कथांमधील दैत्य नव्हे, तर माणसाच्या, समूहाच्या अंतर्मनातील स्मृती-विस्मृतीचा राक्षस होय. या कादंबरीम ध्ये एका गूढ धुक्याच्या मंतरलेपणामुळे विस्मृतीमध्ये गेलेले सत्य, भूतकाळ जेव्हा जाणिवेच्या, स्मृतींच्या कक्षेमध्ये येतो, तेव्हा ही सत्याची जाणीव सुडाच्या रूपातील नव्या संहाराचा प्रारंभ ठरते.

The Buried Giant या कथेमधून मांडलेला हा विचार आजच्या द्वेषमूलक राजकीय युद्धखोरीला लगाम घालणारा आहे. परंतु अनेकविध राजकीय कंगोरे असणाऱ्या युद्धनीतीला शांततेचा हा पर्याय मान्य होणे काहीसे अवघडच वाटते. विस्तारवादी मानसिकता व युद्धखोर राजकीय विचारसरणी असलेल्यांनी आता हा स्मृतींसहित शांततेचा मार्ग समजून घेण्याचा ते आग्रह धरतात. या निमित्ताने मानवतावादी दृष्टिकोन व विवेकी विचाराच्या जनसमूहाला ते शांततेची व साहचर्याची साद घालतात. ख्रिस्ती धर्माचा मूळ आधार असलेली करुणा व क्षमा यांची शिकवणच अधिक महत्त्वाची व काळाची गरज असल्याचे काझुओ इशिगुरो अधोरेखित करतात. इतरांची भूमी व स्वातंत्र्य बळकावण्यापेक्षा धर्माच्या शिकवणुकीतून धडा घेऊन सर्वांना जगण्याची समान संधी आहे, अशी मानवतावादी भूमिका लेखक मांडतात.

■

टोनी मॉरिसन यांची
Sula :
मातृत्व, मैत्र, वर्णद्वेष व सुष्ट-दुष्ट प्रवृत्तींची कथा

जगाच्या पाठीवर प्रत्येक ठिकाणी एका सक्षम वर्गाकडून दुय्यम घटकांचे शोषण सुरू असते. सामाजिक, तांत्रिक, आर्थिकदृष्ट्या सर्वार्थाने पुढारलेला अमेरिका देशही याला अपवाद नाही. आज एकविसाव्या शतकातही वर्णद्वेशाचे अनेक प्रसंग अमेरिकेत घडत आहेत. अमेरिकेच्या सार्वत्रिक राजकारणावर प्रभाव टाकणारा महत्त्वाचा मुद्दा म्हणून वर्णवाद व गोऱ्यांचा राष्ट्रवाद यांच्याकडे पाहावे लागेल. टोनी मॉरिसन एक स्त्रीवादी लेखिका, ॲफ्रो-अमेरिकन लेखिका म्हणून 'वर्णवादाच्या पार्श्वभूमीवर मी किती स्वतंत्रपणे व निर्भीडपणे लिहू शकते हेच माझ्या साहित्यिक योगदानाचे मूल्य आहे' असे सांगतात. त्यांच्या कविता व कादंबऱ्यांमधून सामाजिक प्रश्न खुलेपणाने जगासमोर मांडतात व अन्यायाला वाचा फोडतात.

अमेरिकन साहित्याचे वसाहतकालिन साहित्य, स्वातंत्र्य युद्धापूर्वीचे साहित्य, राष्ट्रीय प्रबोधनाचा कालखंड, यादवी युद्धोत्तर कालखंड आणि १८९० नंतरचा आधुनिक कालखंड असे पाच प्रमुख कालखंड आहेत. सध्याच्या उत्तर-आधुनिक कालखंडातील प्रमुख लेखकांच्या श्रेणीतील महत्त्वाचे नाव म्हणजे टोनी मॉरिसन होय. विल्यम फॉक्नर, अर्नेस्ट हेमिंग्वे, ल्युईस सिंल्केअर, स्टीव्हन क्रेन, फ्रँक नॉरिन या थोर पूर्वसूरींचा वारसा समर्थपणे व निर्भीडपणे चालवणारे मॉरिसन यांच्यासारखे लेखक-लेखिका उत्तर-आधुनिक काळाचे प्रतिनिधित्व करतात. आधुनिक व उत्तर-आधुनिक कालखंडातील साहित्यामध्ये व्यक्ती आणि सभोवतालची सामाजिक परिस्थिती यांचे यथार्थ चित्रण त्या कादंबऱ्यांमधून उमटू लागले. हाच अमेरिकन साहित्याच्या उत्कर्षाचा काळ आहे. याच कालखंडात प्रादेशिकतेच्या प्रेरणा क्षीण झाल्या. अमेरिकन नागरिक आणि अमेरिकन लोकशाही, व्यक्ती आणि परंपरा यांच्या परस्परांमधील समस्या साहित्यातून प्रकट होऊ लागल्या.

नोबेल विजेती लेखिका :

टोनी मॉरिसन या ॲफ्रो-अमेरिकन वंशाच्या सुप्रसिद्ध कादंबरीकार, समीक्षक, संपादक, बालसाहित्यिक, चळवळीतील कार्यकर्त्या व प्राध्यापिका होत्या. उत्तर-आधुनिक साहित्यामधील एक अग्रगण्य लेखिका म्हणून वाचक व समाजशास्त्रज्ञ त्यांना ओळखतात. अमेरिकन साहित्याचा सर्वंकष अभ्यास टोनी मॉरिसन यांच्याशिवाय पूर्ण होऊ शकत नाही. सर्वसामान्य अमेरिकन माणसाच्या सदसद्विवेकबुद्धीला आवाहन करून व्यापक मानवतावादी समाजाच्या निर्मितीमध्ये त्यांनी मोठे योगदान दिले आहे. सत्य, समता व शांतता यांचा अखंड आग्रह हा त्यांच्या विचारसरणीचा गाभा आहे असे मला वाटते. वर्णव्यवस्थेविरुद्ध आवाज उठवणाऱ्या अनेक लेखकांपैकी एक असल्या तरी गोऱ्यांच्या अन्यायाविरुद्ध बोलताना कृष्णवर्णीय पुरुष व स्त्रियांच्या मानसिकतेतदेखील बदल घडावा, अशी अपेक्षा त्या व्यक्त करतात.

एका सामान्य आणि पारंपरिक विचारांच्या कृष्णवर्णीय कुटुंबात १९३१ साली जन्मलेल्या मॉरिसन यांना समतेचे व स्वातंत्र्याचे बाळकडू कुटुंबाकडूनच मिळाले. कृष्णवर्णीय लोकांविषयीची कमालीची अनुकंपा व सहकार्य तसेच लोककला, परंपरा, लोकगीते यांचा त्यांच्या जडणघडणीवर प्रभाव राहिला. मॉरिसन यांच्या आई-वडिलांनी पदोपदी वर्णद्वेषाचे अन्याय सहन केले परंतु, आपल्या मुलांसमोर त्यांनी कधीही याविषयी चर्चा केली नाही. अन्यायाबद्दल केवळ अन्याय होतोय अशा सुरात न बोलता अन्यायाला कृतीतून, विचारातून आणि लिखाणातून उत्तर देण्याची शिकवण त्यांना आईवडिलांकडून मिळाली.

The Bluest Eye (१९७०), Songs of Soloman (१९७७), Beloved (१९८७), Paradised (१९९७), God Help The Child (२०१५) यांसारख्या वाचक आणि समीक्षकांच्या पसंतीस पात्र ठरलेल्या ११ कादंबऱ्यांची व इतर विपुल साहित्यनिर्मिती केलेल्या टोनी मॉरिसन या उदारमतवादी भूमिकेतून आणि कृतिशील विचारांनी अमेरिकेचा भूतकाळ, भविष्यकाळ व त्यांनी जगलेल्या वर्तमानाकडे पाहत असत. वर्ण-वंशविरोधी चळवळ, स्त्रीवादी भूमिका, गुलामगिरी, आर्थिक-सामाजिक-राजकीय असमतोल याविषयी त्या तळमळीने बोलत व लिहीत असत. त्यांच्या साहित्यिक कार्याची दखल घेऊन त्यांना अनेक सामाजिक व साहित्यिक पुरस्कारांनी गौरविण्यात आले आहे. त्यांपैकी १९९३ साली साहित्यासाठीचे नोबेल पारितोषिक हा त्यांच्या साहित्यिक योगदानाबद्दलचा सर्वोच्च सन्मान आहे.

भाषिक संरचनावाद व Sula कादंबरी :

Sula ही त्यांची दुसरी कादंबरी नॉफ पब्लिकेशनने १९७३ साली प्रकाशित केली. ही काल्पनिक कथा १९१९ ते १९६५ या दरम्यानच्या कालखंडात घडल्याचे

पुस्तकातील उल्लेखावरून लक्षात येते परंतु ही काही कोण्याएका कालखंडाची गोष्ट नाही. अनेक पिढ्या अशाच वातावरणात जगत आल्या आहेत. काळ-कायदा-व्यवस्था-सरकारे बदलली, परंतु सामाजिक परिस्थितीमध्ये फारसा बदल झाला नसल्याचे आजीपासून ते नातीपर्यंतच्या तीन पिढ्यांमध्ये घडणाऱ्या या कथेतून लक्षात येते.

टोनी मॉरिसन यांची Sula /सुला ही कादंबरी समजून घेण्यापूर्वी वाचक म्हणून आपल्याला आपली भूमिका स्पष्ट करून घ्यावी लागते. १९६० च्या पूर्वी कुठल्याही कलाकृतीची समीक्षा करताना लेखक हा केंद्रस्थानी असायचा. कलाकृतीचे समीक्षण-रसग्रहण हे लेखकाच्या अवतीभोवती सौंदर्यात्मक पातळीवर केले जात असे पण ६०च्या दशकानंतर समीक्षेच्या जगामध्ये लेखक हा दुय्यम झाला व त्याची कलाकृती केंद्रस्थानी आली. त्यामुळे साहजिकच कलाकृतीचा अभ्यास हा कलाकृतीच्या निर्मितिप्रक्रियेच्या आणि त्या कलाकृतीमध्ये लेखकाने जाणीवपूर्वक वापरलेल्या भाषिक आविष्काराच्या अवतीभोवती केंद्रित झाला. या भाषिक संरचनावादाच्या (structuralism) अभ्यासाचा एक पैलू म्हणजे Binary Opposition होय. या गृहीतकाच्या मदतीने सुला या कादंबरीचे समीक्षण करता येते. Binary Opposition ही भाषेतील संरचनावादामधील एक महत्त्वाची संकल्पना आहे, तसेच मानवी तत्त्वज्ञान, संस्कृती व भाषेचे मूलभूत तत्त्वदेखील आहे. Binary Opposition म्हणजे भाषाप्रणालीमधील अशा दोन शब्दांची जोडी, जी एकमेकांच्या पूर्णत: विरुद्ध अर्थ प्रस्थापित करते परंतु हे दोन्ही शब्द स्वतःचा वेगळा अर्थ कायम ठेवून एकमेकांशी अन्योन्य नाते सांगतात. सॉशरियन संरचनावादाचा जनक फर्डिनांड डि सॉशर याच्या मते Binary Opposition म्हणजे भाषेमधील असे दोन स्वतंत्र शब्द जे एकत्र येतात, पण स्वतःचा विशिष्ट/नेमका अर्थ प्रसारित करतात, ते एकमेकांशी विरुद्ध असले तरीही ठामपणे अन्योन्य संबंध सुस्पष्ट करतात. उदाहरणादाखल सॉशर देव व दुष्टता यांचा दाखला देतात. दुष्टपणा ही संकल्पना समजून घेतल्याशिवाय देवत्व या संकल्पनेचा पुरेसा उलगडा होऊ शकत नाही, असा त्यांचा सिद्धांत आहे.

Binary Opposition च्या तत्त्वानुसार मुख्य प्रवाहातील साहित्यकृतींमध्ये पात्रांचे सुष्ट व दुष्ट या दोन प्रकारांमध्ये वर्गीकरण केलेले असते. टोनी मॉरिसन यांची ही कादंबरी याचे उत्तम उदाहरण आहे. काल्पनिक आणि आदर्शवादी साहित्यकृतींमध्ये चांगली व्यक्तिरेखा आणि खलप्रवृत्ती ही अधिक ठळक करून रेखाटली जाते. चांगले काय व वाईट काय, हे सुस्पष्टपणे दाखवताना अनेकदा त्यातील ग्रे शेडही ठळकपणे मांडलेली आहे. ग्रे शेड म्हणजे काही काळे व थोडे पांढरे यांचे मिश्रण होय. आपल्या भोवतालची अनेक माणसे अशी ग्रे शेडची सुद्धा असतात. या अर्थाने टोनी मॉरिसन यांच्या कादंबऱ्या वास्तवाच्या अगदी जवळ जाणाऱ्या आहेत. हे वैशिष्ट्य Sula

या कादंबरीमध्येदेखील सुला, हॅना, ईवा, नेल, ज्यूड इत्यादी पात्रांच्या सुष्ट व दुष्ट रेखाटनांमधून अधोरेखित होते. एकीकडे सुलाची आजी ईवा ही कुटुंबाचा उदरनिर्वाह व्हावा म्हणून स्वतःला रेल्वेखाली झोकून देऊन अपघात ओढवून घेते व मिळालेल्या विम्याच्या पैशातून कुटुंबाच्या जगण्याची सोय करते. त्याच वेळेस ईवाची मुलगी व सुलाची आई हॅना ही मात्र कुटुंबाचा कोणताही विचार न करता स्वैर व चारित्र्यहीन जीवन जगत राहते. रोशेल ही एकेकाळी वेश्याव्यवसाय करत होती तर तिची मुलगी हेलेन ही मात्र आदर्श वैवाहिक-कौटुंबिक जीवन जगत होती. नेलच्या संपूर्ण जीवनात पती ज्यूड व बालमैत्रीण सुला हे दोघे सर्वाधिक जवळचे व विश्वासाचे सहकारी होते. परंतु त्या दोघांच्या अनैतिक संबंधांमुळे नेलच्या संसाराचा दुर्दैवी शेवट होतो. पात्रांचे चांगले-वाईट/सुष्ट-दुष्ट असे विभाजन करणे म्हणजेच Binary Opposition होय.

संपूर्ण कादंबरीमध्ये सुष्ट व दुष्ट प्रवृत्तींची अनेक उदाहरणे वाचकांसमोर येतात. एका काळातील सुष्ट प्रवृत्ती नंतरच्या काळात दुष्ट होते व जे आज दुष्ट वाटले ते उद्या सुष्ट स्वरूपात समोर येते. सुष्ट व दुष्ट वृत्ती समजून घेण्यामधील हा गोंधळ मानवी अपरिपक्वतेचे तसेच त्याच्या कालानुरूप बदलत्या मानसिकतेचे द्योतक असल्याचे टोनी मॉरिसन अधोरेखित करतात. वाचकांनी प्रसंग वा व्यक्ती यांना चांगल्या'च' अथवा वाईट'च' या चौकटीत न बसवता, त्याकडे सुष्ट, दुष्ट अशा दृष्टिकोनातून न पाहता तटस्थपणे व प्रगल्भपणे पाहावे असे त्या सुचवतात. तसेच समस्यांनी भरलेल्या जीवनाकडे अधिक परिपक्वपणे पाहण्यासाठी प्रेरित करतात.

संक्षिप्त कथासूत्र :

Sula या कादंबरीची सुरुवात एका प्रोलॉगने होते. सामान्यतः केवळ प्रदीर्घ साहित्यकृतींची/महाकाव्यांची सुरुवात ही प्रोलॉगने होते. टोनी मॉरिसन यांना या कादंबरीमध्ये मांडत असलेला हा विषय कदाचित 'माणसाच्या वेदनेचे महाकाव्य' अशा आशयाचा भासला असावा. म्हणूनच प्रोलॉगच्या माध्यमातून त्यांनी वर्णद्वेषाची मोठी पार्श्वभूमी लाभलेल्या या कथेचे पूर्वसूत्र वाचकांसमोर मांडले आहे.

अमेरिकेच्या ओहायो प्रांतामधील मेडॅलियन प्रदेशामध्ये घडणारी ही कथा बॉटम नावाच्या कृष्णवर्णीयांची व मेडॅलियनच्या गोऱ्यांबाबतची आहे. बॉटमचा रहिवासी असलेल्या शॅड्रॅक या कृष्णवर्णीय पात्राने कथेची सुरुवात होते. शॅड्रॅक हा पहिल्या महायुद्धामध्ये लढलेला माजी सैनिक आहे. मानसिकदृष्ट्या खचलेल्या, जगरहाटी हाताळण्यास असमर्थ अशा अवस्थेत तो बॉटमला परत येतो. गावापासून दूर राहतो व स्वतःचे एक वेगळे जग निर्माण करू पाहतो. वर्षातून एकदा सुसाईड डे चे आयोजन करणारा, सतत मृत्यूच्या छायेत वावरणारा, जगापासून तुटलेला शॅड्रॅक हा तत्कालीन कृष्णवर्णीय पुरुषांचे प्रातिनिधिक उदाहरण म्हणावे लागेल.

सुला व नेल या कादंबरीच्या मध्यवर्ती व्यक्तिरेखा आहेत. बॉटममधील या दोन्ही समवयस्क मैत्रिणींच्या भोवती संपूर्ण कादंबरी फिरते. आजी व आईच्या नंतर कृष्णवर्णीय स्त्रियांच्या जगण्याचे प्रतिनिधित्व करणारी तिसरी पिढी म्हणजे सुला व नेल या आहेत. दोघी बॉटममधील कृष्णवर्णीय कुटुंबात जन्मलेल्या असल्या तरी त्यांची जडण-घडण पूर्णतः वेगळ्या वातावरणात झाल्याचे दिसते. नेल ही पारंपरिक कुटुंबामध्ये वाढलेली आहे. रोशेल ही हेलेनची आई व नेलची आजी आहे. सुसंस्कारी पार्श्वभूमी लाभलेल्या नेलचा तिची आजी रोशेल हिला भेटून भ्रमनिरास होतो. कारण रोशेल तिच्या आयुष्याच्या एका मोठ्या काळात वेश्याव्यवसाय करत होती. परंतु तिची मुलगी हेलेन ही मात्र सद्वर्तनी व संस्कारी होती. तिने आपली मुलगी नेल हिला आजीपासून दूर व चांगल्या वातावरणात वाढवले. याविरुद्ध सुलाची कौटुंबिक पार्श्वभूमी काहीशी वेगळी आहे. सुला आपली आई हॅना व आजी ईवासोबत राहते. हॅना व ईवा या दोघी संपूर्ण बॉटम वसाहतीमध्ये विक्षिप्त व स्वैर चारित्र्याच्या म्हणून कुप्रसिद्ध असतात. सुलाचे या वातावरणातील वाढणे हे तिच्या व्यक्तिमत्त्वाच्या जडणघडणीवर विपरीत परिणाम करणारे ठरल्याचे पुढे कादंबरीच्या कथेवरून लक्षात येते.

कौटुंबिक पार्श्वभूमी वेगवेगळी असली तरी कुमारवयातील मैत्र सुला व नेल यांना एकत्र ठेवते. एकमेकींवर प्रेम व विश्वास असलेल्या या मैत्रिणी परस्परांना बऱ्या-वाईट प्रसंगात सोबत करतात. परंतु पुढे त्यांच्या जीवनात मैत्रीची परीक्षा पाहणारे काही वाईट प्रसंग घडतात. एकेदिवशी नदीकाठावर सुला व नेल या दोघी चिकन लिटल नावाच्या मुलासोबत खेळत असताना सुलाच्या हातून तो लहान मुलगा नदीच्या पात्रात पडतो. दोघी त्याला वाचवण्याचा प्रयत्न करतात, परंतु त्याचा बुडून मृत्यू होतो. दोघी या प्रसंगाने घाबरतात व सर्वांपासून हा प्रसंग लपवून ठेवतात. सुलाचा काका प्लम हा याच दरम्यान युद्धावरून परत येतो पण तो आता पूर्णतः ड्रग्जच्या आहारी गेलेला असतो. ईवाला प्लमच्या वागण्याचा खूप जास्त त्रास होत असतो. या त्रासाला कंटाळून एके दिवशी ईवा स्वतःच प्लमला जाळून ठार मारते. वाईट घटनांची शृंखला सुलाची आई हॅना हिच्या मृत्यूने आणखी लांबते. एके दिवशी इस्त्री करत असताना कपड्यांना आग लागून त्यात हॅनाचा होरपळून मृत्यू होतो.

सुला व नेल हायस्कूलचे शिक्षण पूर्ण करतात. पुढील शिक्षणासाठी बॉटम सोडणे आवश्यक असते. पारंपरिक वातावरणातील नेलच्या कुटुंबीयांचा याला विरोध असतो. ते नेलचा विवाह लावून देतात, ती दाम्पत्यजीवनात व्यस्त होऊन जाते. याउलट सुला मात्र विवाहाचे बंधन टाळून शिक्षणाच्या नावाखाली मुक्त जीवन जगण्याचा पर्याय निवडते. सुला बॉटम सोडून भटकंतीवर निघून जाते. १० वर्षे अमेरिकेच्या वेगवेगळ्या प्रदेशात भटकंती केल्यावर, अनेक प्रेम-प्रकरणे व स्वैर जीवन जगून झाल्यावर तिला

तशा जीवनाचादेखील कंटाळा येतो व बदल म्हणून ती पुन्हा बॉटमला परत येते. १० वर्षानंतर पुन्हा एकदा सुला व नेल यांची भेट होते.

बॉटममधील रहिवाशांना सुलाच्या चारित्र्याची पुरेशी कल्पना असते. तिच्या अनेक गोऱ्या व काळ्या पुरुषांसोबतच्या प्रकरणांमुळे तिची हरएक प्रकारे निर्भर्त्सना केली जाते. सुलाच्या अर्निबंध वागण्यावर बॉटममधील अनेक स्त्रिया आक्षेप घेतात, परंतु सुलाच्या वागण्यात काहीच फरक पडत नाही. तिच्या स्वैराचाराचा तेव्हा कळसच होतो जेव्हा ती आपली बालमैत्रीण नेल हिचा नवरा ज्यूड याच्यासोबत प्रेमसंबंध प्रस्थापित करते. ज्यूड नेलला सोडून देतो व सुलासोबतच राहू लागतो. आपल्या बालमैत्रिणीचा संसार सुला अगदी सहजरीत्या मोडते व तिला याचा खेदही वाटत नाही. सुला व नेलच्या अनेक वर्षांच्या मैत्रीचा अशा प्रकारे शेवट होतो.

सुलाच्या अशा वागण्याने अनेक कृष्णवर्णीय स्त्रियांच्या जीवनातला आनंद हिरावला गेला असल्याने ती स्वतःच स्वजातीय स्त्रियांवरील अत्याचाराचे प्रतीक म्हणून वाचकांसमोर येते. पुढे अनेक वर्षं सुला अशाच प्रकारचे स्वैर व अनिर्बंध जीवन जगते. १९४० च्या दरम्यान तिचा मृत्यू होतो. बॉटमवासीयांच्या मते सुलाचा ज्या प्रकारे मृत्यू झाला ते म्हणजे तिच्या पापांची तिला मिळालेली शिक्षा होती. तिच्या आजारपणात मात्र नेल स्वतःवरील आघात विसरून सुलाला भेटण्यासाठी हॉस्पिटलमध्ये जाते. नेल सुलाला तिच्या विश्वासघातकी व कुटुंब उद्ध्वस्त करण्याच्या कृतीविषयी जाब विचारते. यावर मी एक स्वतंत्र विचारांची स्त्री असून केवळ स्वतःच्या जीवनात आनंद मिळवण्यासाठीच जगल्याचे ती सांगते. काळ पुढे जात राहतो. बॉटम व मेडॅलियन त्यासोबत बदलत जातात. आता डोंगरमाथ्यावरील बॉटमच्या सुपीक व हवेशीर बनलेल्या प्रदेशाचा पायथ्याकडील गोऱ्या मेडॅलियनवासीयांना मोह पडू लागतो. त्या ठिकाणी १९६५ सालादरम्यान गोल्फचे मैदान बनविण्याचे प्रयत्न सुरू होतात. मेडॅलियन आता गर्दीने व्यापू लागला आहे. त्यामुळे तेथील गोऱ्यांना बॉटमच्या दिशेला स्थलांतर करण्याचे वेध लागतात.

याच दरम्यान नेल ही सुलाची आजी ईवा हिला भेटण्यासाठी नर्सिंग होममध्ये जाते. त्यांच्या गप्पांमध्ये ईवा नेलला तिच्या हातून घडलेल्या चिकन लिटलच्या अपघाती मृत्यूविषयी दोष देते. हे ऐकून नेलला धक्का बसतो. ती या अपघातासाठी पूर्णपणे सुलाला दोषी ठरवून मोकळी झालेली असते. स्वतःच्या निर्दोषत्वाविषयी व स्वतःच्या चांगुलपणाविषयीची तिची ठाम समजूत ईवाच्या दोषारोपाने डळमळीत होते व दीर्घ काळानंतर प्रथमच त्या अपघाती घटनाक्रमाचा विचार करता नेलला तिची चूक व स्वार्थी विचार लक्षात येतो. तिच्या मनात अपराधीपणाचे भाव दाटून येतात. सुला व तिच्या मैत्रीमधील चांगला भाग हा ती स्वतः व वाईट भाग सुला असल्याचा समज करून घेतल्याबद्दल तिला वाईट वाटते. ती सुलाच्या थडग्यावर जाऊन फुले

वाहते व तेथे स्वतःच्या वागण्याविषयी क्षमा-याचना करते. याच ठिकाणी सुला कादंबरीची कथा संपते.

कृष्णवर्णीयांवरील अन्यायाची त्रिस्तरीय मांडणी :

मातृत्व, मैत्र, विश्वासघात, गुलामगिरी, सुष्ट-दुष्ट प्रवृत्ती यांसारखी विविध कथासूत्रे एकत्र गुंफत लेखिका वर्णद्वेषासारख्या ज्वलंत विषयाभोवती त्यांची कथा बांधतात. कृष्णवर्णीयांवर होणारे अत्याचार, त्यातही विशेषतः कृष्णवर्णीय स्त्रियांवर कौटुंबिक व सामाजिक अन्याय याविषयी लिहिताना त्या केवळ स्त्रीवादी लेखिका या भूमिकेतून व्यक्त होत नाहीत. स्त्रीवादाच्या पलीकडे जाऊन त्या मानवतावादी लेखिका म्हणून स्वतःला प्रस्थापित करतात. (१) गोऱ्यांचे कृष्णवर्णीयांवरील अत्याचार, (२) कृष्णवर्णीय पुरुषांचे कृष्णवर्णीय स्त्रियांवरील अत्याचार व (३) कृष्णवर्णीय स्त्रियांचे स्वतःवरील व अन्य कृष्णवर्णीय स्त्रियांवरील अन्याय या त्रिस्तरीय उतरंडीविषयी लिहितात.

उदाहरणादाखल वरील त्रिस्तरीय अन्याय शृंखलेतील पहिले उदाहरण म्हणजे श्वेतवर्णीय लोकांकडून गुलाम असलेल्या कृष्णवर्णीयांचे शोषण होय. कृष्णवर्णीयांच्या बॉटम नावाच्या वसाहतीविषयी प्रोलॉगमधून भाष्य करताना मॉरिसन लिहितात, 'गुलामांना असे सांगण्यात आले होते की, त्यांनी खूप चांगले काम केले, भरपूर उत्पन्न मिळविले तर त्यांना मेडॅलियन प्रदेशातील सुपीक भाग व स्वातंत्र्य हे दोन्ही बहाल करण्यात येईल.' प्रत्यक्षात मात्र स्वातंत्र्य बहाल केलेल्या गुलामांना डोंगराच्या माथ्यावरची ओसाड जमीन दिली जाते. गुलामांनी याविषयी विचारले असता गोरे लोक त्यांना म्हणतात की, ही जमीन आभाळाच्या अधिक जवळ आहे. देवाने आभाळातून खाली पाहिले तर प्रथमतः तुम्ही दिसाल, या अर्थाने तुम्ही देवाच्या अधिक जवळ आहात.

कृष्णवर्णीय पुरुषांचे कृष्णवर्णीय स्त्रियांवरील अन्याय हा दुसरा भाग होय. टोनी मॉरिसन यांच्या कादंबरीचे वैशिष्ट्य असे की, त्यांच्या कादंबरीमधील प्रमुख पात्रे ही पुरुष नसतात, परंतु तरी देखील कादंबरीमधील पुरुष पात्रे ही पुरुषप्रधान संस्कृतीला अनुसरून वागतात. त्यामुळे या पुरुषांकडून त्यांच्या कुटुंबातील स्त्रियांवर होणाऱ्या विविध अत्याचारांविषयी टोनी मॉरिसन स्पष्टपणे बोलतात. ही पुरुष पात्रे घराबाहेर गोऱ्यांचा अन्याय सहन करतात आणि स्वतःच्या घरामध्ये पत्नी, आई, बहीण व मुलगी यांच्यावर पुरुषप्रधान मानसिकतेतून अन्याय करतात. ही पुरुष पात्रे पूर्णतः वाईट अथवा पूर्णतः सद्वर्तनी कधीच नसतात. काळ्या-गोऱ्यांच्या संघर्षामुळे मानसिकदृष्ट्या दुर्बल झालेली ही पुरुष पात्रे घरातील स्त्रियांवर अन्याय करण्यात पुरुषार्थ मानतात. कृष्णवर्णीय पुरुषांच्या द्विधा मनःस्थितीची, अन्यायी वृत्तीची अनेक उदाहरणे कादंबरीमध्ये सापडतात.

कृष्णवर्णीय स्त्रियांचे स्वतःवरील व अन्य कृष्णवर्णीय स्त्रियांवरील अन्याय हा एक वेगळाच मुद्दा या कादंबरीच्या निमित्ताने मॉरिसन अधोरेखित करतात. कृष्णवर्णीय स्त्रियाच कशा प्रकारे एकमेकीच्या दुःखाचे कारण बनू शकतात याची काही उदाहरणे सुला, हॅना व ईवा या स्त्रियांच्या विवाहबाह्य संबंधातून वाचकांसमोर येतात. विवाहबाह्य संबंधांमुळे अनेक कुटुंबे उद्ध्वस्त झाल्याने समाजाच्या एका मोठ्या वर्गामध्ये असमाधानाचे वातावरण निर्माण होते. याविषयीची अनेक उदाहरणे प्रातिनिधिक स्वरूपात मॉरिसन यांनी चित्रित केली आहेत. याद्वारे स्वैर चारित्र्याच्या स्त्रियांच्यामुळे अनेक कुटुंबे उद्ध्वस्त होऊन अशा कृष्णवर्णीय स्त्रिया या त्यांच्याच समूहाच्या शत्रू बनल्याचे त्या निदर्शनास आणून देतात.

समारोप :

टोनी मॉरिसन यांच्या 'सुला' या कादंबरीची ही कथा नाट्यमय घटनांनी भरलेली नाही, वाचकांना आश्चर्याचे धक्के देणारी, रूपक कथांनी भरलेली अशीही नाही. वास्तवाशी नाळ जोडून ठेवत वरकरणी सर्वसामान्य वाटणाऱ्या घटना या व्यक्ती, कुटुंब व समाजाच्या अंतरंगात वादळे निर्माण करत असतात. त्यात व्यक्ती व समाज ढवळून निघत असतो. जमिनीवरील वा समुद्रावरील वादळांपेक्षा अधिक रौद्र वादळे ही व्यक्ती व समाजाच्या अंतरंगात घोंघावत असतात. इतरांनी केलेला अन्याय आणि अन्यायग्रस्ताने स्वतःच स्वतःचे कळत नकळत करून घेतलेले शोषण याविषयी लिहिताना त्या प्रस्थापित लेखकांपेक्षा वेगळ्या ठरतात. गोऱ्यांकडून होणाऱ्या शोषणाव्यतिरिक्त मॉरिसन यांच्या 'सुला' या कादंबरीमध्ये प्रकर्षाने जाणवलेला आणखी एक मुद्दा म्हणजे स्वयंशोषण हा होय. रोशेल, ईवा, सुला यांचे दुसऱ्या कोणीतरी शोषण करण्याबरोबरच प्रयत्नपूर्वक कष्टाचे व चांगले जीवन जगण्याचे प्रयत्न न करता स्वैराचाराच्या मार्गाने आनंद शोधण्याचा त्यांचा प्रयत्न हे एक प्रकारे त्यांनी स्वतःच स्वतःचे केलेले शोषण आहे, असे मॉरिसन सुचवू पाहतात.

वर्णद्वेष, गुलामगिरी व शोषण याविषयी लिहिताना, तसेच या सगळ्याचे बळी ठरलेल्या माणसांविषयी लिहिताना त्या अधिकाधिक सूक्ष्म होत जातात. एका व्यक्तीच्या वेदनेपर्यंत जाताना त्यांचे अधिकाधिक सूक्ष्म होणे, हेच त्यांना अधिकाधिक व्यापक बनविते. यामुळेच वर्ण-वर्गाच्या पलीकडे जाऊन अखिल मानवाच्या वेदनेविषयी लिहिणारी लेखिका म्हणून टोनी मॉरिसन वाचकांसमोर येतात.

■

डॉ. वैभव आत्माराम ढमाळ
यांचा अल्प परिचय

- 'सावित्रीबाई फुले पुणे विद्यापीठा'च्या इंग्रजी विभागामधून एम्.ए. पदवी प्राप्त.
- 'भारती विद्यापीठ अभिमत विश्वविद्यालय, पुणे' येथून इंग्रजी साहित्यावर पीएच्.डी.
- 'भारती विद्यापीठ अभिमत विश्वविद्यालया'च्या दूरस्थ शिक्षण विभागामध्ये साहाय्यक प्राध्यापक म्हणून कार्यरत.
- 'वडील समजून घेताना', 'असवलीकर ढमाळ पाटील' या पुस्तकांचे लेखन.
- दै. 'सकाळ', दै. 'महाराष्ट्र टाइम्स', दै. 'सामना' या वर्तमानपत्रांमध्ये पुस्तक परीक्षणांचे लेखन.
- 'विचार भारती', 'सत्याग्रही', 'सक्षम समीक्षा' इत्यादी मासिकांसाठी लेखन.
- विविध संशोधन पत्रिकांमध्ये संशोधनपर लेख प्रसिद्ध.
- विश्वस्त, 'डॉ. शिवाजीराव कदम प्रतिष्ठान, पुणे'
- उपाध्यक्ष, 'वेद- योग शिक्षण व संशोधन प्रतिष्ठान, पुणे'
- सदस्य, 'संत शिक्षण संस्था, असवली'
- माजी अधिसभा (Senate) सदस्य, 'सावित्रीबाई फुले पुणे विद्यापीठ'
- माजी अध्यक्ष, 'विद्यार्थी परिषद, सावित्रीबाई फुले पुणे विद्यापीठ'
- 'महाराष्ट्र साहित्य परिषद, पुणे' यांच्या ग्रंथ निवड समितीवर परीक्षक म्हणून काम.